1232 కిమీ

1232 కిమీ

గృహోన్ముఖంగా సుదీర్ఘ ప్రయాణం

వినోద్ కప్రీ

తెలుగు అనువాదం : ఆకెళ్ళ శివప్రసాద్

MANJUL

మంజుల్ పబ్లిషింగ్ హౌస్

First published in India by

MANJUL

Manjul Publishing House

Corporate and Editorial Office

• 2nd Floor, Usha Preet Complex, 42 Malviya Nagar, Bhopal 462 003 - India

Sales and Marketing Office

• C-16, Sector 3, Noida, Uttar Pradesh 201 301- India
Website: www.manjulindia.com

Distribution Centres

Ahmedabad, Bengaluru, Bhopal, Kolkata, Chennai,
Hyderabad, Mumbai, New Delhi, Pune

First published in Telugu in 2022 by Manjul Publishing House Pvt. Ltd
by arrangement with HarperCollins Publishers India Private Limited

Telugu translation of *1232 km: The Long Journey Home* by *Vinod Kapri*

ISBN 978-93-5543-006-9

Translated by Akella Sivaprasad

Printed and bound in India by Parksons Graphics Pvt. Ltd., Mumbai

నా హీరోలు – రితేష్, రామ్ బాబు, ఆశిష్, కృష్ణ,
ముకేష్, సందీప్, సోనులకు అంకితం

నలభై ఏడులో కూడా
వలస వెళ్ళిన జనసమూహాలను చూసి వున్నాను

స్వదేశంలో పరిగెడుతున్న పల్లెటూళ్ళని ఈరోజు చూస్తున్నాను

దేశం కోసం పల్లె నుండి మేమూ
పరుగులు తీశాం
మమ్మల్ని శరణార్థులుగా
మాదేశం ఆదరించింది

వీళ్ళని వీళ్ళ రాజ్యం సరిహద్దుల్లోనే ఆపేస్తున్నది
ఆశ్రయం యిస్తే అపాయమంటున్నారు

ఆరోజు కూడా మా వెనకా
ముందు హంతకులున్నారు–

వాళ్ళు మా మతం గురించి అడిగేవారు
ఈరోజు మా ముందూ వెనకా
ఒక హంతకుడున్నాడు
మతం, కులం, పేరూ ఏదీ అడగడు
హతమారుస్తాడు

ఈ విభజన గొప్పదా
ఆ విభజన గొప్పదా
ఈశ్వరుడికే తెలియాలి

–గుల్జార్

విషయ సూచిక

నాంది

భారత దేశ ప్రధానమంత్రి నరేంద్ర మోడీ 24 మార్చి 2020 రోజున భారతదేశంలో కోవిడ్-19 మహమ్మారి ఇంకా పెరిగిపోకుండా ఉండడానికి జాగ్రత్త పడుతూ లాక్ డౌన్ ప్రక్రియను మొదలుపెట్టారు. కొన్ని గంటల వ్యవధిలోనే అది అమలు చేయబడింది.[1] మూడు భాగాలలో అది మే 31వ తారీఖు వరకు కొనసాగింది. సార్స్ కోవి 2 అనే ఈ వైరస్ కి సమాధానంగా ఎన్నో దేశాల్లో, జరిగిన ఎన్నో ప్రక్రియలలో, భారతదేశంలో జరిగిన ఈ లాక్డౌన్ అనే ప్రక్రియను మాత్రం కొందరు వ్యక్తులు క్రూరమైనది గా వర్ణించారు.

138 కోట్ల మంది జనాభా ఉన్న దేశంలో 21 రోజుల లాక్డౌన్ ప్రకటించడం అంటే, మినహాయింపు ఉన్నా వారు తప్పించి మరెవ్వరూ బయటకు వచ్చే వీలు కానీ, సౌకర్యం కానీ లేదు. దేశ ప్రజలను ఈ మహమ్మారి నుంచి రక్షించడానికే[2] ఈ ప్రక్రియను అమలులో పెట్టినట్టు దేశ ప్రధాని ప్రజలకు చెప్పారు. రాష్ట్ర, కేంద్ర ప్రభుత్వాలు రెండు పౌర శాఖ తో కలిసి పని చేసి, పేద ప్రజలకు ఎటువంటి ఇబ్బంది కలగకుండా చూసుకుంటాయి అని, నిత్యావసర వస్తువుల సరఫరా లో ఎటువంటి అంతరాయము కలగకుండా తాము చర్యలు

---

1. ఈరోజు అర్ధరాత్రి నుండి, దేశం మొత్తం సంపూర్ణంగా లాక్డౌన్' లోకి వస్తుంది. నరేంద్రమోడి, భారతదేశ ప్రధాని. 24 మార్చి 2020 : https://www.narendramodi.in/text-of-prime-minister-nar-endra modi-s-address-to-the-nation-on-vital-aspects-relating-to-the menance-of-covid-19-548941,accessed on 18 March 2021.
2. Ibid.

తీసుకుంటున్నాం అని, 'ప్రాణ రక్షణ కోసం అవసరం అయ్యే వస్తువులకు అత్యంత ప్రాధాన్యత'[3] ఉంటుంది అని ఆయన చెప్పడం జరిగింది.

ఇది వాస్తవానికి సాధ్యమయ్యే పనేనా? నెమ్మది గా కదిలే యంత్రాంగం, అధికారుల అలసత్వం, అసమానత వంటి ఎన్నో ప్రభుత్వ గుణాల కలయిక లో ఎలా సాధ్యం? లాక్డౌన్ ప్రకటన తరువాత గడిచిన పది వారాలలో జరిగినది ఈ 4 వాక్యాల్లో ఒక కవి చాలా బాగా చెప్పాడు:

ఆలోచన
వాస్తవికత మధ్య
చలనం
చర్య మధ్య
పడుతుంది నీడ
(టి. ఎస్. ఎలియట్, ది హాలో మ్యాన్)

ఈ మహమ్మారి–లాక్డౌన్ ప్రక్రియ వల్ల ప్రజల మీద ఏర్పడిన ప్రభావం గురించి చాలా మంది చాలా విధాలుగా రాశారు. చాలా కథనాలు ప్రచురితం అయ్యాయి. వీటిల్లో వార్తా పత్రికల కథనాలు, టివీ వాళ్ళ కథనాలు, ఇలా ఎన్నో, మరెన్నో. ప్రభుత్వేతర సంస్థలు చేసిన ఫీల్డ్ సర్వేలు, మేధావులు ప్రచురించిన విజ్ఞాన పరమైన రచనలు, ప్రజలు సోషల్ మీడియా మీద రాసి, ఒకరితో ఒకరు పంచుకున్న కథనాలు, ఇవన్నీ కూడా ఉన్నాయి. ఈ మొత్తం సమాచారంలో ప్రభుత్వం ఈ మహమ్మారిని అరికట్టడానికి ప్రకటించిన ఆర్థికమైన పాకేజీలు, రోజు పెరుగుతూ, తగ్గుతూ ఉన్న వైరస్ బాధితుల సంఖ్య, ఆరోగ్య శాఖ వారు తీసుకుంటున్న చర్యలు, వాటి ఫలితాలు, ప్రపంచంలో ఈ వైరస్ వల్ల వస్తున్న మార్పులు, ఇలాంటి ఎన్నో సమాచారాలు మనకు కనిపించాయి.

భారత దేశం, ఆసియా, ఆఫ్రికా ఖండాలలో గల మరెన్నో ఇతర దేశాలు ఈ మహమ్మారిని, మరీ ఎక్కువ మంది చనిపోకుండా సమర్థవంతంగా ఎదురుకోవడం అనేది వాస్తవం అయినప్పటికీ, దీని వెనుకాల మరొక చీకటి కోణం దాగి ఉంది. పోలీస్ జులుం, ప్రభుత్వ అసమర్థత, ఆకలి వల్ల కలిగిన బాధలు, చావులు, ఇటువంటి వాటి కలయిక వల్ల

3. అర్ధరాత్రి నుండి దేశం మొత్తం సంపూర్ణ లాక్ డౌన్ పాటిస్తుంది. ప్రధానమంత్రి మోడీ, narendra modi.in

ఏర్పడిన చీకటికోణం ఇది. ప్రజాస్వామ్యం లో ప్రభుత్వాలను ప్రజలు ప్రశ్నించడం మర్చిపోయారు. ఈ సమస్యలు ప్రజలకు మళ్ళీ ఆ హక్కును గుర్తు చేశాయి.

లక్షల సంఖ్యలో ప్రజలు తమ ఊరికి తాము వెళ్లిపోవాలి అనే కోరికతో మొదలు పెట్టిన పయనం ఇంత భయంకరంగా ఉంటుందని వారు కూడా ఊహించలేదు. ఆకలి, దాహము, నిద్ర, పారిశుధ్యత లోపాలు వంటి ఎన్నిటికో ఎదురొడ్డి ముందుకు సాగిన ఎంతో మందికి, కేంద్ర, రాష్ట్ర ప్రభుత్వాలు, సహాయం అందించడంలో విఫలం అయ్యాయి.[4]

ఈ కోవిడ్-19 మహమ్మారి సందర్భంగా జరిగిన వలస కూలీల యాత్ర, వారిని ప్రజల నుంచి ప్రజాస్వామ్యంలో వస్తువులగా మార్చేసి, వారి కష్టాలను, కష్టాల నుంచి డబ్బు చేసుకునే ఒక అవకాశంగా మార్చేసింది[5] అని న్యాయ నిపుణులు, న్యాయ శాస్త్రంలో మేధావి అయిన ఉపేంద్ర భక్షి గారు అన్నారు.

వలస కూలీల ఆత్మ బలం ముందర, పోలీసులు, ఇంకా ఎంతో మంది అధికారం ఉన్న వ్యక్తుల బలము, క్రూరత్వం నిలబడలేకపోయాయి.[6] కాలి నడకనో, సైకిల్ మీదనో ఎలాగోలా తమ తమ ఊర్లకు ఈ వ్యక్తులు చేరుకున్నారు.

భక్షి గారు చెప్తున్న మాటలలో మనం ఇంకో విషయం కూడా గమనించాలి. అధికారం లో ఉన్న వారికి బహుశా ఈ విషయం అర్థం కాక పోవచ్చు. అది ఏంటంటే ఆకలి, అలసట, వ్యాధి, ఆఖరికి చావుతో కూడా మనిషి పోరాటం చేసైన సరే తను ఏదైతే నిజం అని నమ్ముతాడో, ఆ నిజం కోసం నిలబడతాడు. ప్రభుత్వ విలువలతో సంబంధం లేకుండా సొంత నైతిక విలువలను దృష్టి లో పెట్టుకొనే ముందుకు సాగుతాడు.[7]

మనకి భారత దేశం లో అలవాటు ఉన్న విధంగానే, ప్రభుత్వాన్ని కొన్ని వార్తా పత్రికలు, ఛానళ్లు ప్రశ్నించాయి. వలస కూలీల కష్టాలను ఈ మహమ్మారి సమయం లో మనకు తెలియచేశాయి. కానీ ప్రభుత్వ యంత్రంగాలు మాత్రం రాష్ట్ర స్థాయిలో, ముఖ్యంగా

---

4. SWAN(15 ఏప్రియల్ 2020), 21 డేస్ ఎండ్ కౌంటింగ్: కోవిడ్-19 లాక్ డౌన్, మైగ్రాంట్ వర్కర్స్, ఎండ్ ది ఇన్ ఎడ్వికసీ ఆఫ్ వెల్ఫేర్ మెజర్స్ ఇన్ ఇండియా: స్ట్రాండెడ్ వర్కర్స్ యాక్షన్ నెట్ వర్క్, పిపి.2 Available at: http: //publications.azimpremjifoundation.org/2272/1/lockdown_and_distress_report_by-stranded_workers_action_network-2.pdf
5. బక్షి, ఉపేంద్ర (3 జూలై 2020) 'ఎక్సోడస్ కాన్ స్టిటనలిజమ్: మాస్ మైగ్రేషన్ ఇన్ కోవిడ్ లాక్ డౌన్ 'టైమ్స్' ది ఇండియా ఫోరమ్, 27 నవంబర్ 2020 . Available at: https://www.theindiaforum.in/exodus-constitutionalism.
6. Ibid
7. Ibid

కేంద్ర స్థాయిలో ఈ సమస్య పై సరైన దృష్టి పెట్టలేదు.[8] ముందుచూపు లేకుండా ప్రభుత్వం అమలు చేసిన ఈ లాక్డౌన్ గురించిన నిజానిజాలను ప్రజల ముందుకు తీసుకు రావడం లో మాత్రం మీడియా సంస్థలలో చాలా ముందే విఫలం అయ్యారు.

భారత దేశం లో 40 లక్షల మంది కూలీలు[9] తమ రోజు వారి పనిని కోల్పోయి ఆర్థిక పరమైన ఇబ్బందులలో పడ్డట్టు వరల్డ్ బ్యాంక్ సంస్థ ఒక సర్వే లో వెల్లడించింది. ప్రజలు సోషల్ మీడియా మీద ఇతరుల ప్రాణాలను రక్షించే సమాచారం నుండి ఇతరుల మీద ద్వేషం పెరిగి, కుల మత కల్లోలాలకు దారి తీసే సమాచారం వరకు అన్నిటినీ పెట్టారు. రాష్ట్ర, కేంద్ర ప్రభుత్వాలు మాత్రం తాము ఎంత బాగా ఈ మహమ్మారి బారి నుండి ప్రజలను రక్షిస్తున్నది చెప్తూ ప్రకటనలు చేశాయి.[10] ఈ ప్రకటనలు వాస్తవానికి నిజాలైతే కాదు.

ఈ మొత్తం గోలలో ఒక వెలుగులా, ఎన్నో ఏళ్ల అనుభవం ఉన్న, ఎన్నో అవార్డులను సొంతం చేసుకున్న చిత్ర నిర్మాత, దర్శకుడు వినోద్ కాప్రా రచించిన 1232 కిలోమీటర్లు: ఇంటి వైపు ఒక సుదూర ప్రయాణం అనే ఈ పుస్తకం వచ్చింది. రితేష్, రామ్ బాబు, సోనూ, ముకేష్, కృష్ణ, సందీప్, ఆశీష్ అనే వలస కూలీల నిజ జీవితం ఆధారంగా, వాస్తవాలను కళ్ళకు కట్టినట్టు చూపించే కథ ఇది. తమ తమ సైకిళ్ళ మీద వీరు చేసిన ఈ యాత్రలో వీరికి ఎదురైన కష్టాలు, సాదక బాధకాలను మనకు పరిచయం చేస్తుంది ఈ కథ. రితేష్ తన గూగుల్ మ్యాప్ ఆధారంగా సుమారు 1232 కిలోమీటర్లు అని చూసిన ఈ ప్రయాణం, ఉత్తర ప్రదేశ్ లోని ఘజియాబాద్ నగరం లో ప్రారంభం అయ్యి బీహార్ లోని సహర్సా, సమష్టిపూర్ జిల్లాల్లో ముగుస్తుంది. ఈ ఏడు రోజుల్లో జరిగిన యాదార్థ సంఘటనలు మనస్సుని కలవరపరిచేవే కాదు, మనకి స్ఫూర్తిని కలుగజేసేవి కూడా.

---

8. 2020 మహమ్మారి లాక్ డౌన్ విషయంలో కేరళ రాష్ట్రానికి భారీ మినహాయింపు యివ్వాలి. కేరళలోని ప్రభుత్వం త్వరితమైన, ప్రభావవంతమైన చర్యలతో ఆహారం, నివాసం, ఆరోగ్యం, ఇతర సేవలతో వలస కార్మికులని ఎన్నోవిధాలుగా ఆదుకుందని వార్తలతో పాటు పలువులు మేధావుల ప్రశంసలు అందుకుంది.
9. ప్రపంచ బ్యాంక్ (ఏప్రియల్ 2020) 'కోవిడ్-19 క్రైసిస్ త్రూ ఎ మైగ్రేషన్ లెన్స్' మైగ్రేషన్ ఎండ్ డెవలప్మెంట్ బ్రీఫ్ 32, ప్రపంచబ్యాంక్, వాషింగటన్ డిసి pp 27. Available at: https://openknowledge.worldbank.org/handle/10986/33634.
10. దిషాశెట్టి (హౌ డినైయింగ్ కమ్యూనిటి ట్రాన్స్మిషన్ ఇజ్ హెంపరింగ్ ఇండియా'స్ కోవిడ్-19 రెస్పాన్స్, ఇండియా స్పెండ్, 21 జూలై 2020 , https://www.indiaspend.com/how-denying-community-transmission-is-hampering-indias-covid-19-response/, accessed on 22 March 2021.

రచయిత, అతని సహచరుడు ఇద్దరూ ఒక వాగన్–ఆర్ కార్లో, సోనీ ఎఫ్. ఎస్ 5 అనే కెమెరా, తమ ఐఫోన్లు వీటి ద్వారా వీరి ప్రయాణాన్ని చిత్రీకరించారు. తమకు తాము కొన్ని నియమాలు పెట్టుకున్నారు:

వీరివల్ల ఈ వలస కూలీల ప్రయాణంలో ఎటువంటి ఇబ్బందులు రాకూడదు.

కెమెరాల కోసం ఏది జరగకూడదు.

ఏదైనా షూట్ చెయ్యాలి అంటే ఒక గౌరవనీయమైన దూరం నుండి మాత్రమే షూట్ చేయబడుతుంది.

వారిని ఎక్కువ ప్రశ్నలు అడగకూడదు. కేవలం వారు సేద తీరుతున్న సమయంలో మాత్రమే వారితో మాట్లాడడం జరుగుతుంది.

చిత్ర రూపకర్తలకు ఈ వలస కూలీలు తమ సైకిళ్ళ మీదనే ఇంత దూరం వెళ్తాము అని చెప్పడం ఒక షాక్ లా తగిలింది. దానితో వారు తమని తాము ఆ ప్రయాణానికి సిద్ధం చేసుకోవడం కోసం, వీరి ప్రయాణంలో మొదటి రోజును చిత్రకరించలేక పోయారు. కానీ, తరువాత ఈ ఏడు మంది ఆ మొదటి రోజు జరిగిన దారుణాలను చిత్రరూపకర్తలు పంచుకున్నారు.

ఈ కథ లో కథకుడు కూడా ఒక భాగమే. అతని ప్రధాన ఉద్దేశ్యం ఈ కథకు సాక్షిగా నిలబడటం. రచయిత, అతని సహచరుడు, ఎప్పటికప్పుడు తమను తాము మార్చుకుంటూ, తమకు ఎదురైన పరిస్థితులను బట్టి తాము ఎలా ముందుకు వెళ్లారు అనేది కొత్త చిత్ర రూపకర్తలు ఎవరైనా ఉంటే, వారు నేర్చుకో తగ్గ విషయం. కథకుడు కథలో భాగం అవుతూ కూడా, కథ తన పై, కథ పై తను ప్రభావం చూపకుండా ఎలా ఉండాలి? ఇటువంటి విషయాలు ఈ కథలో మనం చూడచ్చు.

కథలో ఉన్న విషయం, కథ పై తను చూపే ప్రభావాల మధ్య ఒక రకమైన సమతుల్యత కూడా కథకుడు ఇక్కడ ప్రదర్శించడం మనకు కనిపిస్తుంది. నేను వీరి కష్టాన్ని అవకాశం గా వాడుకుంటున్నాన అనే అంశంతో కథకుడు మధన పడినప్పటికీ, ఇంత కష్టమైన కఠినమైన ప్రయాణాన్ని తను చిత్రకరించకపోతే ఇది ప్రపంచానికి ఎలా పరిచయం అవుతుంది అని అతను తనకు తాను సమాధానం ఇచ్చుకున్నాడు.

డిస్ని ప్లస్ హాట్ స్టార్ అనే ఓ.టి. టి. సంస్థ కోసం రూపొందించబడ్డ పూర్తి స్థాయి డాక్యుమెంటరీ, కి కేవలం ఒక జత చేసే మాధ్యమం గా మాత్రమే మొదలైన ఈ పుస్తకం, తన సొంత రూపును అది తీసుకుంది. రచయిత దీని గురించి మాట్లాడుతూ నాతో ఇలా అన్నాడు:

ఒక చిత్రకారుడిగా వాళ్ళ ప్రయాణాన్ని అందరికీ చూపించే ప్రయత్నంతో మొదలైన నా ఈ యత్నం, కొద్ది సమయంలోనే నాకు ఒక నిజాన్ని పరిచయం చేసింది. కెమెరాలో బంధించలేని విషయాలు ఇటువంటి సందర్భాలలో చాలా ఉంటాయి. ఉదాహరణకి, ఈ ప్రయాణం పూర్తయ్యే నాటికి తమలో ఒకరిద్దరు అసలు మిగలకపోతే అనే వారి భయం. అలాగే వారు రాత్రుళ్లు వాళ్ళ వాళ్ళ ఇళ్లకు ఫోన్ చేసి మాట్లాడుతూ ఉంటే వారు గంటల తరబడి ఏడవటం మాత్రమే కెమెరా లో కనిపించింది. కానీ మరుసటి రోజు పొద్దునే అసలు రాత్రి ఏం జరిగింది అని వారిలో ఒకరు నాతో విడిగా పంచుకుంటూ ఉండే వారు. ఇటువంటి సంభాషణాలలో దాగి ఉన్నా భావోద్వేగం కెమెరాలో ఎలా బంధిస్తాం?

దీనికి సమాధానం గా చిత్రకారుడు, ఒక కథకుడిగా కూడా మారి తన ఐఫోన్ మీద వీరు చెప్పినది, తాను చిత్రకరించలేనిది, రాసుకుంటూ పోయాడు. ఆ రాసుకున్న సమాచార సమహారమే ఈ పుస్తకం. 1232 కిలో మీటర్లు అనే ఈ పుస్తకాన్ని మనం నాన్-ఫిక్షన్ అనే రచనా శైలి కింద పెట్టాలి. కానీ ఇదే పంథాకు చెందిన వేరే పుస్తకాలలో నిజాన్ని కొంచం వక్రీకరిస్తూ ఉండటం మనకు తెలిసినదే. కానీ ఈ పుస్తకంలో అటువంటిది జరగకుండా రచయిత చాలా జాగ్రత్త పడ్డాడు.

ఈ నాన్ ఫిక్షన్ నవల మీరు చదువుతుంటే మెల్లగా తనదైన శైలిలో, చిన్న చిన్న కథలోని మలుపులతో లోపలికి లాగుతూ పోతూ ఉంటుంది. శాంతి భద్రతల సంరక్షకులైన పోలీస్ వారి మీద భయం, లాఠీలు, టోపీల తో నిండి ఉన్న రహదారి, దానితో చిన్న దారులు, సన్న దారుల వెంట జరిగిన ఈ ప్రయాణం, అందులో ఎదురైన కష్టాలు, అన్నిటినీ రచయిత మనకు ఈ పుస్తకం లో చూపించాడు.

1232 కిలో మీటర్లు అనే ఈ పుస్తకం, ఈ ఏడు మంది కథానాయకుల కథను, మన మనస్సు తీగలను మీటుతూ, మనస్సుకి హత్తుకుపోయే విధంగా రచయిత రాశాడు. భౌతిక, మానసిక ఒత్తిడి కి గురి అయి కూడా తమ నిజాయితిని, పట్టుదలను, తాము నైతికంగా సరైనది అని అనుకున్న దాని కోసం ఎంత దూరమైన వెళ్ళడానికి సిద్ధపడే వీరులుగా ఈ ఏడు మంది ఈ కథలో మనకు కనిపిస్తారు. మన చుట్టూరా పని చేసుకుని

బ్రతికే వారి తెలివితేటలు, చాతుర్యం చూసి మనకి ఆశ్చర్యం కలిగే విధంగా కథాంశం ఉంటుంది. కథ చదువుతుంటే, వారు ఎంత కష్టపడినా పైకి రాలేని వారి దారిద్ర్యం, సమాజంలో ఉన్నా అసమానత మనకు గుర్తు వస్తూ ఉంటాయి.

నిజానికి ఈ ఏడు మంది, మరో ముప్పై రెండు మందితో కలిసి మొదలు పెట్టిన ప్రయాణం ఇది. కానీ రక్షణ సిబ్బంది యొక్క అనాగరికమైన క్రూరత్వం నుంచి తప్పించుకునే ప్రయత్నం లో వీరు మూడు నాలుగు వేరు వేరు జట్టులుగా విడిపోవలసి వచ్చింది.

మిగిలిన రెండు జట్టుల వారు ఏమయ్యారు అనేది నాకు తెలియదు కానీ, రచయిత ప్రకారం మాత్రం వీరిలో అందరూ కూడా తమ తమ ఇళ్లకు చేరుకుని, మళ్ళీ ఇళ్ల నుండి పెద్ద నగరాలకు వచ్చి తమ పనులు చేస్కుంటున్నారు అని తెలిసింది. దీనినే మేధావులు సర్క్యులార్ మైగ్రేషన్ అంటారు కాబోలు.

1232 కిలో మీటర్లు ఒక అద్భుతమైన కథ. సాధారణతలో ఉండే అద్భుతాన్ని మనకు గుర్తు చేసే కథ. ఈ మహమ్మారి సమయం లో, లాక్డౌన్ అనే పేరుతో జరిగిన ఈ ప్రక్రియ వల్ల ఇబ్బంది పాలు అయిన లక్షల మంది వలస కూలీల జీవితాలకు తార్కాణంగా నిలిచే కథ ఇది. పౌరసత్వ విలువలను వెక్కిరించే ప్రక్రియాలా తాయారైన ఈ లాక్డౌన్ ప్రక్రియ, ఈ కథను చదివే ప్రతి పాఠకుడికి మనం వెళ్తున్న దిశ మీద ఒక ఆలోచనను కలగజేస్తుంది. మన గతం మీద ఒక ఆలోచన, దానిని నుండి భవిష్యత్తులో మనం చేసే పనుల మీద ఈ పుస్తకం ప్రభావం చూపుతుంది. భారత రాజ్యాంగలో ఉన్న రాజ్యాంగ ఉపోద్ఘాతం లో చెప్పబడిన విధంగా, న్యాయం, స్వేచ్ఛ, సమానత్వం, సోదరభావం వంటి ఆలోచనలు మనలో ఈ పుస్తకం పెంపొందిస్తుంది అని భావిస్తూ..

చెన్నై   ఎన్. రామ్

12 మార్చి 2021   విశ్రాంత ప్రధాన సంపాదకుడు, ది హిందు

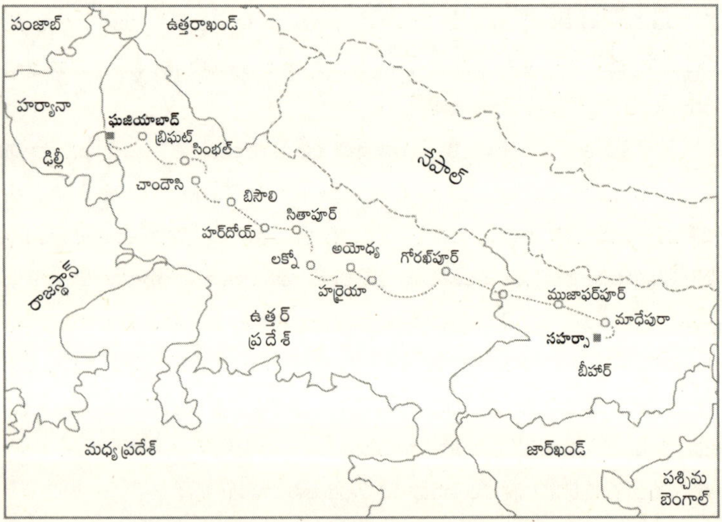

రూట్ మ్యాప్ : ఘజియాబాద్ నుండి సహర్సా వరకు.

ప్రోలోగ్

మిమ్మల్ని నేను కొన్ని ప్రశ్నలు అడగాలి అనుకుంటున్నా. మీ ఇంటికి రోజు పొద్దున్నే పేపర్ తెచ్చి ఇచ్చే అతని పేరు మీకు తెలుసా? పోనీ మీ ఇంటి ముందరి చెత్తను తీసుకువెళ్ళే వాళ్ళ పేర్లు? లేదా మీ బట్టలను మీ అపార్ట్మెంట్ ముందరే ఒక ఇనుప పెట్టలో కూర్చొని ఇస్త్రీ చేసే వాళ్ళ పేర్లు? మీ లిఫ్ట్ లో మీ బటన్ నొక్కే అతని పేరు, లేదా మీ ఇల్లు కట్టిన వ్యక్తుల పేర్లు, లేదా మీ ఇంట్లో మీ పుస్తకాల బీరువా తయారు చేసిన వాళ్ళ పేర్లు, మీ ఏ. సీ లు, ఫ్రిడ్జ్, టీ. వీ. ని బాగుచేసే వాళ్ళ పేర్లు? మీ అపార్ట్మెంట్ ముందర మీకు రోజు పొద్దున్నే సెల్యూట్ చేసే అతని పేరు? మీరు ఆఫీసుకి వెళ్ళే ముందరే మీ మేజా తుడిచే వాళ్ళ పేర్లు, మీ బిల్డింగ్లు, రోడ్డులు, రైళ్లు, బ్రిడ్జీలు కట్టిన వారి పేర్లు?

వాళ్ళ పేర్లు ఏమిటి?

వారు ఎక్కడ నుండి వచ్చారు?

వాళ్ళకి ఎంత మంది పిల్లలు?

వారు ఎటువంటి బట్టలు వేసుకుంటారు?

వాళ్ళు ఏం తింటారు? తాగుతారు?

మీరు వాళ్ళను రోడ్డు మీద చూస్తే గుర్తు పడతారా?

వారు ఎక్కడ ఉంటారు?

ఆలోచించండి, ఆలోచించండి. మళ్ళీ ఆలోచించండి. మీ మేధోశక్తి కి పదును పెట్టండి. మీకు ఏమైనా గుర్తుకు వస్తోందా?

గట్టిగా ఆలోచించండి. మరి కొద్ది క్షణాలు. నాకు తెలిసి మీకు మీరు ఏమని చెప్పుకుంటున్నారంటే, కానీ నా బట్టలు ఇస్త్రీ చేసే అతని పేరు నాకు తెలుసే? అతనిని నేను ఒకసారి అడిగాను. మీకు న్యూస్ పేపర్ వేసే అతని పేరు మీ ఫోన్ లో భద్ర పరుచుకున్నారు. కానీ వెళ్ళి వెతకండి? అతనికి పేరు ఉండదు. కేవలం, న్యూస్ పేపర్ అతను. ఇలా పెట్టుకొని ఉంటారు అంతే. వీరిలో అందరి పేర్లు అంతే. కూరల అతను, చేపల అతను సెక్టార్ 37, ప్లంబర్ సుశాంత్ కాంప్లెక్స్, ఇస్త్రీ అబ్బాయి, ఈ విధంగా అన్నమాట.

1232 కిలో మీటర్లు అనేది వీరి గురించే. మన రోజువారీ జీవితం వీరి పై ఆధారపడి ఉంది, కానీ వీరు ఏ పని చేస్తారో మనం వీరిని కేవలం దాని ద్వారానే గుర్తు పెట్టుకుంటాం. కోవిడ్-19 మహమ్మారి అనేది రాకపోయి ఉంటే నేనైనా అంతే. నేను ఈ పుస్తకం రాసే వాడిని కాదు, మీ చేతిలో ఇప్పుడు ఇది ఉండి ఉండేది కాదు.

21 రోజుల లాక్డౌన్ ప్రకటన వచ్చింది. (తరువాతి కాలం లో అది చాలా రోజులు పొడిగించటం కూడా జరిగింది.).

ఆ రోజు నాకు అనిపించింది, మధ్య, సంపన్న వర్గాల ప్రజలు ఏదోలా నెట్టుకొని జీవనం సాగిస్తారు సరే, కూరగాయలు అమ్మేవాళ్ళు, బట్టలు ఇస్త్రీ చేసే వాళ్ళు, వార్తా పత్రికలను ఇళ్ల ముందు వేసే వాళ్ళు, చేపలు అమ్ముకొని బ్రతికే వాళ్ళు, వీరి సంగతి ఏంటి? వారి కుటుంబాల సంగతి ఏంటి? వీరందరూ ఒక ఎత్తు అయితే, రోజువారీ కూలీలు ఎవరైతే రోజు మొత్తం, ఆ రోజు రాత్రి ఒక పూట భోజనం కోసం పని చేస్తారో, వారి సంగతేంటి?

ఈ ప్రశ్నల సమాధానం తెలుసుకోవడం కోసం నేను నోయిడా, ఘజియాబాద్, ఫరీదాబాద్ వెళ్ళాను. అక్కడి వారి కథలు చాలా విషాదకరంగా అనిపించాయి. అలాంటి వారిలో ఒక ఆమె మహోబయ అనే ప్రాంతానికి చెందిన, ముప్పై ఐదు ఏళ్ల హబ్బు. నోయిడా లోని 43 వ సెక్టార్ లో ఉంటున్న, ఎనిమిది నెలలు నిండిన గర్భిణీ స్త్రీ. ఈమెకు ఆదాయ మార్గం ఏమి లేదు. రోజూ ఆహారం దొరకటం కష్టం. ఈమె ఉంటున్న క్యాంపుకు వచ్చే ఒక స్వచ్ఛంద సంస్థ వారు అందించే ఆహారం తోనే ఆమె కడుపు నింపుకుంటూ ఉండింది. గర్భిణీ అయినా ఆమె, తోపులాట, గుద్దులాట మధ్యలో రెండు సార్లు కింద పడిపోయింది. ఆ తరువాత గుంపులో వెళ్ళి ఆహారం తెచ్చుకోవటం మానేసింది. ఎవరైనా తనకు ఆహారం తెచ్చి ఇస్తే తినేది.

నేను ఆమెతో మాట్లాడుతున్న సమయం లో ఆమె నన్ను అడిగింది "సార్, వీళ్ళు లాక్డౌన్ ప్రకటించే ముందర కాస్త నా లాంటి గర్భిణీ గురించి ఆలోచన జెయ్యరా" అని. నేను నివ్వెర పోయి, ఏం చెప్పాలో తేలిక మౌనంగా ఉండి పోయాను.

నన్ను దిగ్భ్రాంతికి గురి చేసిన మరో సంఘటన మధ్య ప్రదేశ్ కు చెందిన రేవా నుండి వచ్చిన 34 ఏళ్ల కమలది. ఆమె నోయిడా వారి అడ్మినిస్ట్రేటివ్ ఆఫీసు ముందర ఉన్న కిలోమీటరు పొడుగు ఉండే ఆహారం పంచే క్యూలో నిలబడటానికి అక్కడకు వచ్చింది. పొద్దున 10 గంటల నుండి జనాలు ఈ క్యూలో నిలబడితే, మధ్యాన్నం రెండిటికి వారికి ఆహారం ఇవ్వటం ప్రారంభించే వారు. ఒక్క పూట ఆహారం కోసం, జనాలు 3, 4 గంటలు మండే ఎండలో అలాగే నిలబడే వారు. ఈ ఒక్క పూటా దొరికిన ఆహారం, వారి బాధను ఈ లాక్డౌన్ వేళ కొంత మేరకైనా తగ్గించింది అని వారు నాతో చెప్పారు.

మొత్తం ఆహారం పంచి పెట్టటం అయిపోయాక, తమ తమ ప్లాస్టిక్ కవర్లతో నాకు చాలా మంది కనిపించే వారు. అవి ఖాళీ కవర్లు. తమ ఇళ్లకు తమ వారి కోసం ఆహారాన్ని తీసుకొని వెళ్దాం అని తెచ్చుకున్న కవర్లు అవి. వారు మరుసటి రోజు మళ్ళా వచ్చే వారు. నిన్న దొరకక పోతే, ఈ రోజైన దొరుకుతుంది అని వారి ఆశ. ఇంత మంది పస్తులు ఉండడం మీద వారందరూ, ప్రభుత్వాన్నే దుయ్య పట్టేవారు.

వారు తమ తమ బాధలను నాతో పంచుకుంటూ ఉండంగా, ఒక మధ్య వయస్కురాలు వారందరినీ తోసుకుంటూ నా దగ్గరకు వచ్చింది. కిందకు వంగి తన చీరను తన తొడల వరకు లేపి, నాతో సహా అక్కడ నివ్వెర పోయి చూస్తున్న జనానికి చూపిస్తూ "మేము తిండి కోసం బయటకు వెళితే పోలీసులు మాతో ప్రవర్తించే విధానం ఇది సార్" అని నాతో అనింది. ఆమె రెండు తొడల మీద రెండు ఐదు ఇంచుల గాయాలు, ఆ మొత్తం ప్రదేశం నీలం రంగులో. ఇది చూసి నేను హడలిపోయాను. "ఇది ఎలా జరిగింది" అని నేను అన్నాను.

"మేము ఇక్కడ లైనులో గంటల తరబడి నిలబడినా మాకు తిండి దొరకదు. ఉన్న కొద్దో గొప్పో డబ్బులతో బియ్యం, గోధమ పిండి ఏదైనా కొనుక్కోవడానికి వెళితే మా పరిస్థితి ఇది. పోలీసులు ఈ రోజు పొద్దున్న నన్ను ఇలా చేశారు సార్" అని ఆమె చెప్పింది.

"ఇది సహించ తగినది కాదు. నేను పోలీసు ఉన్నతాధికారులతో మాట్లాడతాను. చీర కిందకు దించండి" అన్నాను నేను.

"వద్దు!" అని బిగ్గరగా అరించిందామె. "దీనిని వీడియో తీసి మోడి గారికి చూపించండి. ఆయనను అడగండి, అమ్మలను, చెల్లెలను చూసుకునే విధానం ఇదేనా అని."

నా నోట మళ్ళీ మాట రాలేదు. చాలా శక్తి హీనుడిగా అనిపించింది నాకా సమయంలో. ఆవిడ వీడియో అయితే నేను తీశాను. కానీ ఆ దృశ్యం నన్ను చాలా రోజులు వెంటాడింది.

తరువాత కొన్ని రోజులకు నాకు తెలిసినది ఏమిటి అంటే, కమల తన మొగుడు, పిల్లల తో కలిసి రేవా కు కాలి నడకన ప్రయాణం ప్రారంభించింది అని. నేను గూగుల్ మ్యాప్స్ మీద చూస్తే దూరం 836 కిలో మీటర్లు. కొన్ని రోజుల తరువాత నాకు అందిన సమాచారం ప్రకారం 30 మంది వలస కూలి కుర్రవాళ్ళు, బీహార్ లో ఉన్న సహర్సా అనే జిల్లాకు తమ ప్రయాణం ప్రారంభించబోతు ఉన్నారు అని తెలిసింది. వారి గుంపులో నుంచి రితేష్ కుమార్ ను నేను కలవగలిగాను. విషం కొనుక్కోవడానికి కూడా వారి దగ్గర డబ్బులు లేవు అని వారు చెప్పటం, నాకు చాలా బాధ కలిగించింది.

అలా నాతో మాట్లాడిన కొన్ని రోజులకే రితేష్, అతని స్నేహితులు తమ ఊరికి తాము పయనం అయ్యారు. వారిది 1232 కిలో మీటరుల ప్రయాణం. దానికి నేను సాక్షిగా నిలిచాను.

కమల నోయిడా నుండి బయలుదేరినప్పుడు అది లాక్డౌన్ యొక్క రెండో వారం. రితేష్ తన ప్రయాణం ప్రారంభించినప్పుడు, అది ఆరవ వారం. అంటే 35 రోజుల తరువాత కూడా తమ తమ ఊర్లకు తాము వెళ్లిపోవాలి అనే కోరిక ప్రజలలో ఇంకా తీవ్రంగా ఉంది. ప్రభుత్వం కానీ, మనం కానీ వారికి సహాయం చేయలేకపోయాము. మీరు ఎక్కడ ఉంటే అక్కడ మీరు బానే ఉంటారు అనే నమ్మకం వారిలో మనం కలిగించలేక పోయాము. ఆరవ వారానికి వచ్చే సరికి కూడా ఇదే కొనసాగుతూ ఉంది అంటే అప్పుడు నాకు అర్థం అయ్యింది – ఇది ఆహారం లేకపోవడం, ఇటువంటి నిత్యావసరాల గురించి కాదు. దీని వెనకాల మరో కారణం ఉంది.

భారత దేశం లో ఈ వలస కూలీల ప్రయాణాలు రెండు విడతల్లో జరిగాయి. మొదటి విడత భయం, ఆందోళనలో తమ వారితో తమ ఉండాలి అనే దాని వల్ల జరిగింది. ఈ భయానికి, ఆందోళనకి కారణం కేవలం లాక్డౌన్ ప్రక్రియ కాదు. 24 మార్చి కి కనీసం రెండు వారాల ముందరే చాలా సినిమా హాళ్లు, మేరేజ్ హాళ్లు, వసతి గృహాలు, హోటళ్లు తమ తమ కార్యకలాపాలను మూసేసే ప్రయత్నంలో ఉండినై. దీని వల్ల సగం మంది వేరే ఊళ్ళ నుండి వచ్చి పని చేసే వారి ఉద్యోగాలు పోయాయి. లాక్డౌన్ వల్ల మిగతా సగం మంది ఉద్యోగాలు పోయాయి.

ఉదాహరణకు ఒక బావులు తవ్వి, సాయంత్రానికి అదే బావి నీళ్ళు తాగే పరిస్థితి ఉన్న కూలికి ఉద్యోగం పోయింది. రెండు వారాల నుండి ఉద్యోగాలు పోతూ వచ్చాయి. మరో మూడు వారాలు ఏ పనులు ఉండవు అని వారికి తెలుస్తోంది. ఈ ఆపత్కర సమయం లో తమ వారితో తము, తమ ఊరిలో ఉండడమే మేలు అని వీళ్లందరికి అనిపిస్తూ ఉంది. ఆ

సమయంలో వీరిలో ఎవరో కొందరు కాలి నడకనో, తమ దగ్గర ఉన్న సైకిళ్ల మీదనో తమ ఊరికి ప్రయాణం ప్రారంభించారు. ఇది మరొకరికి స్ఫూర్తిని ఇచ్చింది. అలా ఒకరిని చూసి మరొకరు. మనకు తెలియకుండానే వలస కూలీల ప్రయాణాలు అనే ఒక సామూహిక ప్రక్రియ మొదలైంది. దీంట్లో లక్షల మంది పాల్గొనే పరిస్థితి వచ్చింది.

కానీ అదే సమయం లో ప్రభుత్వాన్ని నమ్మి, మోసపోయిన వారు ఉన్నారు. 21 రోజుల తరువాత లాక్డౌన్ ముగిసిపోతుంది అని వారు అనుకొన్నారు. దాని తరువాత మళ్ళీ యథా విధిగా తమ జీవనం సాగుతుంది అనుకున్నారు. దానికి కారణం దేశ ప్రధాని చెప్పిన మాటలే.[1] ఈ లాక్డౌన్ సమయంలో ప్రభుత్వం, ప్రజలు తమను చూసుకుంటాయి. తమను, తమ బిడ్డలను ప్రభుత్వం ఆకలితో చావనివ్వదు అని వారు నమ్మారు. కానీ 21 రోజులలో వారి జీవితాన్ని కరోనా అనే వైరస్ కంటే దారుణమైన వైరస్ కుదిపివేసింది. ఇది అవిశ్వాసం అనే వైరస్. వారికి ప్రభుత్వ యంత్రాంగం మీద నమ్మకం పూర్తిగా పోయింది.

మొదటి 21 రోజులు వారికి సమాజం తన అసలు స్వరూపం వారికి చూపించేసింది. తమ బ్రతుకులు పేడలో పురుగుల లాంటివి అని ఈ నగరాల్లో ఉన్న ప్రజలు భావిస్తున్నారు. తమ బ్రతికిన, చనిపోయిన ఎవరు పట్టించుకోరు. అందుకని వీలైనంత త్వరగా ఈ ధగ ధగ మెరిసి పోయే నగరాల నుంచి తాము తమ ఊళ్ళకు వెళ్లిపోవాలి. అప్పుడు మొదలైంది వలస కూలీల ప్రయాణం లోని రెండవ విడత ప్రయాణాల శకం. ఇది అవిశ్వాసం, నిరాశ, నిస్పృహ వల్ల తయారైన ప్రయాణాల పర్వం. దీనిలో మళ్ళీ ప్రభుత్వ అధికారుల నుండి పలు రకాల ఒత్తిళ్లు.

రితేష్, అతని స్నేహితులు ఈ రెండో విడతలో భాగం. రెండవ విడత ప్రయాణాలు, పరిమాణంలో, పరిధి లో కూడా మొదట విడత ప్రయాణాల కంటే పెద్దవి. మొదటి విడతలో ప్రయాణాలు ప్రభుత్వం ఊహించని మలుపు. మనకు రోడ్ల మీద లక్షల్లో జనం కనిపించారు. తరువాత ఒకటి, రెండు వారాలు అంతా అయిపోయింది అని అందరూ అనుకున్నారు. కానీ అప్పుడే రెండవ విడత ప్రయాణాలు మొదలయ్యాయి.

ఈ సారి జనాలు లక్షల్లో కనిపించట్లేదు. కానీ వేల సంఖ్యలో రైల్వే ట్రాక్స్ వెంబడి, రోడ్ల వెంబడి, సందుల్లో, గొందుల్లో, అడవుల్లో తమ ప్రయాణం కొనసాగించారు. వీరిని కనిబెట్టడం కానీ, లెక్కపెట్టడం కానీ వీలు కాలేదు. వారి మౌన ప్రయాణం ఎన్నో కష్టాలతో

---

1. నిష్ఠుల హెబ్బర్, 'పి.ఎమ్'స్ ఎడ్రస్ టు ది నేషన్ అప్ డేట్స్: లాక్ డౌన్ దేశం మొత్తం మరో 21 రోజులు పొడిగించబడింది' అన్నారు ప్రధాని మోడీ, ది హిందూ, 25 మార్చి 2020 . https://www.thehindu-com/news/national/prime-minister-narendra-modi-live-updates-march-24-2020/article311153585.ece,accessed on 26 February 2021.

అలాగే కొనసాగింది. ఇదే సమయం లో ఎంతో మంది వలస కూలీలు రహదారుల్లో తమ తుది శ్వాసను విడిచారు. ఇటువంటి దారుణాలు ఎన్నో. రితేష్, అతని స్నేహితులు ఒక 30 మంది ఇదే విడతలో ఈ ప్రమాదకరమైన ప్రయాణాన్ని కొనసాగించారు. దానికి సాక్షిని నేనే. నేను ఆ ఏడు రోజుల్లో, చూసింది ఈ పుస్తకంలో మీతో పంచుకుంటున్నాను.

మీరు అనుకోవచ్చు ఈ ఏడు మందే ఎందుకు అని? ఈ పుస్తకం చదివితే మీకే అర్థం అవుతుంది. నేను మీతో చెప్పగలిగేదల్లా రితేష్, రామ్ బాబు, సోనూ, ముకేష్, కృష్ణ, సందీప్, ఆశిష్, వీళ్ళంతా మీరు మీ టీవీలలో చూసిన నిరాశతో ఏడుస్తూ ఉన్న లక్షల మందికి నిదర్శనం.

టివీలలో, వార్తా పత్రికల్లో మీరు చూసిన వలస వేరు. అక్కడ నిజంగా జరిగినది వేరు. నిజం చాలా భయంకరంగాను, ప్రమాదకరంగాను ఉంది. దానికి సాక్ష్యం నేనే. కేవలం ఈ ఏడు మందే కాదు, ఈ వలసలో పాల్గొన్న అన్నీ లక్షల మంది అవే ప్రమాదలతో యుద్ధం చేస్తూనే తమ ప్రయాణాన్ని కొనసాగించారు.

వాళ్ళకి ఆకలి వేస్తే వాళ్ళు ఏం తిన్నారు? లాక్డౌన్ వల్ల అన్నీ మూసేసి ఉన్నాయి. ఒకవేళ మరి ఎక్కువ ఆకలి వేస్తే వారం రోజులుగా ఎవరు శుభ్రం చేయని చెత్త బుట్టలే వీరికి ఆహారంగా మారాయా? వారు వెళ్తుండగా దారిలో వచ్చిన ఊర్లో జనాలు ఇన్ఫెక్షన్ భయంతో వీరిని పంపు ముట్టుకొనివ్వకపోతే వారు తమ దాహాన్ని ఎలా తీర్చుకున్నారు? ఎక్కడ పడుకున్నారు? వీరిలో ఎవరికైనా జబ్బు చేస్తే వీరు వైద్య సహాయం ఎలా పొందారు? వీరి సైకిళ్ళు పంక్చర్ అయితే, వాటిని ఎవరు బాగు చేశారు?

ఇటువంటి గంభీర స్థితిలో ఎవరైనా అసలు 700 కిలో మీటర్లు ఎలా నడిచారు? 1000 కి పైగా కిలో మీటర్లు సైకిల్ ఎలా తొక్కారు? వారిలో అందరూ ఇళ్లకు క్షేమంగా చేరారా? రితేష్ అతని స్నేహితులు ఎన్నో లక్షల మంది లాగే అసాధ్యమైన పరిస్థితులలో ప్రయాణం చేశారు. వారి అవగాహన లో, ఈ ప్రయాణం సందర్భంగా వారి మీద చెరగని ముద్ర వేసిన సంఘటన ఏమిటి? ఈ ప్రశ్నల సమాధానం కోసం నేను వారి వెంట బయలుదేరాను. ఈ పుస్తకం కేవలం మిమ్మల్ని వారి ప్రయాణాల మీద మాత్రమే తీసుకొని వెళ్ళడం లేదు. వారి జీవితాలను దగ్గర నుంచి మీకు పరిచయం చేస్తుంది కూడా. ఎవరికి కనిపించకుండా, వారు కనిపించకపోవడమే నయం అనుకునే ప్రజల జీవితాలను ఎన్నో తరాలుగా ఎందరి జీవితాలనో తమ పనులతో సుఖమయం చేస్తున్న వారి జీవితాలను, మీకు చూపిస్తుంది.

నేను మిమ్మల్ని రితేష్కి పరిచయం చేస్తే 22 ఏళ్లకే అతని పరిపక్వత యొక్క స్థాయి మీకు తెలుస్తుంది. 28 ఏళ్ల ఆశిష్ గురించి మీరు చదివినప్పుడు ప్రతి తల్లికి అలాంటి కొడుకు ఉంటే బాగుణ్ణు అని మీకు అనిపిస్తుంది. ఈ ఏడు రోజుల సమయం లో ఈ ఏడు

మంది జీవితాలు నాకు సంగీతంలోని సప్త స్వరాలలా, ఇంద్ర ధనస్సులోని సప్త వర్ణాలలా నాకు కనిపించాయి.

మరో విషయం చెప్పటం మర్చిపోయాను. నేను పుస్తకం రాద్దాము అని బయలుదేర లేదు. ఒక చిత్ర దర్శకుడిగా కేవలం నా కెమెరా లో వీరి జీవితాలను బంధించడం మాత్రమే మొదట నా ఉద్దేశ్యం. కానీ చిత్రాలకు అందనిది అక్కడ ఎంతో జరుగుతూ ఉండడం నేను గమనించాను. తాము ఇళ్లకు చేరేసరికి వారిలో ఒకరో ఇద్దరో మిగలకపోతే అనే భయం. వారి ఇళ్లకు వారు ఫోన్ చేసి మాట్లాడుతూ ఏడుస్తున్నప్పుడు, వారికి కలుగుతున్న బాధ. ఇటువంటి చిన్న చిన్న భావాలను నేను నా కెమెరా లో పట్టుకోలేను. వారి కథకు న్యాయం జరగదు, అనే నా భావననే నన్ను ఈ పుస్తకం రాసేటట్టు చేసింది.

నేను నా సహ ఉద్యోగి మానవ్, ఇద్దరము కొన్ని ఆంక్షలు మాపై మేమే పెట్టుకున్నాము. అవి ఏమిటి అంటే:

మొదటిది: మా వల్ల ఈ వలస కూలీల ప్రయాణంలో ఎటువంటి ఇబ్బందులు రాకూడదు.

రెండవది: కెమెరాల కోసం ఏది చేయమని వారిని అడగము.

ఏదైనా షూట్ చెయ్యాలి అంటే ఒక గౌరవనీయమైన దూరం నుండి మాత్రమే షూట్ చేస్తాము.

వారిని ఎక్కువ ప్రశ్నలు అడగము. ప్రతి రెండు గంటలకోకసారి మాత్రమే ఒక 10 నుండి 15 నిముషాలు మాత్రమే, అది కేవలం రోడ్డు మీద ఎటువంటి ఇబ్బంది లేకుండా, వారు సేద తీరుతున్న సమయంలో మాత్రమే వారితో మాట్లాడడం జరుగుతుంది.

ఇలా వారు మాట్లాడిన చాలా విషయాలను నేను నా ఐఫోన్ లో భద్రపరిచాను. అవే ఈ పుస్తకంగా మారాయి.

వారు ఏడు మంది వారి సైకిళ్ల పైన. నేను నా సహాయకుడు నా వాగన్-ఆర్ కారులో. ఆ సమయంలో నాకు చాలా సార్లు అనిపించింది. వారి విషాదాన్ని నేను అవకాశం తీసుకుంటున్నానా అని. కానీ అలా అనుకుంటే ఇంత అద్భుతమైన కథ మీ ముందరికి వచ్చి ఉండేదే కాదు.

నేను, నా సహాయకుడు, నా కెమెరా, సంబంధిత పరికరాలు. దీనితోనే నా కారు నిండిపోయింది. వారి ఏడుగురిని నేను నా కారులో ఎక్కించుకొని ప్రయాణం చేయలేను. కానీ వారిలో ఎవరి సైకిల్ అయిన పాడైతే మాత్రం అతనిని, అతని సైకిలును మాత్రము మేము కారులో ఎక్కించుకునే వాళ్ళాము. అలాగే వేరే లారీ వాళ్ళను, సహాయం కోసం

అడుగుతూ, వారికి ఆహారం కోసం సహాయం చేస్తూ ఉండేవాళ్లం. ఇప్పుడు ఆలోచిస్తే నేను ఆ సమయంలో చేయగలిగినంత నేను చేశాను అని నాకు అనిపిస్తుంది.

వారు ఏడుగురు తమ ప్రయాణాన్ని 27 ఏప్రిల్ 2020 న మొదలు పెట్టారు. కానీ నేను వారిని ఒక రోజు తరువాత మాత్రమే అందుకోగలిగాను. (ఎందుకో కథ చదివితే మీకే అర్థం అవుతుంది.) దానివల్ల మొదటి రోజు ఏం జరిగినది వారు చెప్తే నేను రాసుకున్నాను. కానీ రెండవ రోజు నుంచి వారు చెప్పేది, నేను రాసుకున్నది, నేను కెమెరా లో చిత్రీకరించనది, నేను చూసినది అన్నీ ఒక ధాటి పైనే నడుస్తాయి.

ఆ 1232 కిలో మీటర్ల ప్రయాణం మా గతం. కానీ ఈ ప్రోలాగ్ చదివి, పుస్తకంలోకి వెళుతున్న వారి భవిష్యత్తు. నా దృష్టికోణం మారింది. ఇప్పుడు మీ వంతు. మొత్తం ప్రయాణాన్ని మీరు మనసుతో అర్థం చేసుకుంటే మీకు జీవితం పట్ల ఉన్నా దృష్టికోణమే కాదు. ఆ పేరు లేని, మొహం ఎవరికి తెలియని లక్షల మంది వలస కూలీల మీద కూడా మీకు ఉన్న దృష్టి మారటం ఖాయం. మీరు ఈ పుస్తకం చదివిన తరువాత ఇంకెప్పుడు మీ న్యూస్పేపర్ అతని పేరు “న్యూస్పేపర్ అతను” అని మీ ఫోన్ లో పెట్టుకోరు. “రమేష్ న్యూస్పేపర్,” “మోహన్ న్యూస్పేపర్,” లేదా “దీపక్ న్యూస్పేపర్” అని మాత్రమే సేవ్ చేసుకుంటారు. ఇది మాత్రం తథ్యం.

1

అనామకులు
గుర్తింపు లేనివారు

అసలు ప్రయాణానికి ముందర ఏం జరిగింది?

ఏప్రిల్ 12, 2020 న నేను ట్విటర్ మీద ఒక పోస్ట్ ను చూశాను. 30 మంది కూలీలు ఉత్తర్ ప్రదేశ్ లో గల ఘజియాబాద్ లోని ప్రాంతంలో గత నాలుగు రోజులగా తిండి లేక ఇబ్బంది పడుతున్నారు అని ఉంది. లాక్డౌన్ ప్రక్రియలో 19 వ రోజు అది.

24 మార్చి 2020 అర్ధరాత్రి నుండి విషయం మొత్తం రెండు అంశాల చుట్టూనే తిరిగింది: ఆరోగ్య సిబ్బందికి లభించని పీ. పీ. ఈ. కిట్ల గురించి, లక్షల మంది వలస కూలీల వలస గురించి. కానీ ప్రధాన స్రవంతికి చెందిన న్యూస్ ఛాన్నళ్ళు, వార్తా పత్రికలు ఈ రెండు అంశాలను వదిలేసి, తబ్లిగి జమాత్ ను ఉపయోగించి ముస్లింలను ఇరికించే ప్రయత్నంలో నిమగ్నం అయి ఉంది. ప్రభుత్వాలు పడుకున్నాయి. వ్యతిరేక కూటములు చచ్చిపోయినట్టు నటిస్తున్నాయి. కేవలం సోషల్ మీడియా మీద మాత్రమే డాక్టర్ల కష్టాలు, వలస కూలీల బాధలు కనబడుతూ ఉన్నాయి.

ఇదే సమయంలో నేను ఆ ట్విటర్ పోస్ట్ ను చూశాను. అదే పోస్ట్ లో రామ్ బాబు పండిత్ అనే అతని ఫోన్ నెంబర్ కూడా ఉంది. నేను ఆ నెంబర్ కి ఫోన్ చేయగా రితేష్ అనే అతను ఫోన్ లేపాడు. తన పూర్తి పేరు రితేష్ కుమార్ పండిత్ అని, అతను, అతని స్నేహితులు మరో 30 మంది చాలా అవస్థలు పడుతున్నట్టు అతను నాతో చెప్పాడు. లోని ప్రాంతం లోని లేబర్ చౌక్ కి దగ్గర్లో తను, తన 30 మంది స్నేహితులు ఉంటునట్టు, తమ దగ్గర తిండి, డబ్బులు అయిపోయినట్టు అతను నాతో చెప్పాడు. వారంతా కూడా బీహార్ లోని సహర్సా, సమష్టిపూర్, దర్భంగా జిల్లాలకు చెందిన వారమని అతను వివరించాడు. వారు 30 మంది నాలుగు గదులలో ఇరుక్కుని ఉన్నామని అని చెప్పాడు. ప్రభుత్వ సహాయం వారికి అందలేదా అని నేను అడగగా “ఏం ప్రభుత్వం? ఏం సహాయం?” అని సమాధానం వచ్చింది.

అతను పూర్తి నిస్పృహతో, ఓటమిని ఒప్పుకుని మాట్లాడుతున్నాడు అని నాకు అర్థం అయ్యింది. నేను రితేష్ తో ఇంకా వివరాల లోకి వెళ్ళి మాట్లాడితే అర్థం అయిన విషయం ఏమిటంటే దగ్గరలోని పారిశ్రామిక కట్టడాలలో పని చేయటానికి వచ్చిన వారు వీరు అని. వారిలో అందరికీ ఒక్కొక పని వచ్చు. వారిలో ఒకరు మెకానిక్ పని చేస్తే, మరొకరు టైల్స్ బిగించే పని, మరొకరు పైకప్పుకి ప్లాస్టర్యింగ్ చేసే పని, ఇంకొందరు బండలు ఎత్తే పని,

ఇలా పనులు తెలిసిన వారు. లాక్డౌన్ కి కేవలం వారం రోజుల ముందర వారిని ఒక కాంట్రాక్ట్ పని మీద ఇక్కడకు పిలిపించటం జరిగింది.

అప్పటి వరకు అంతా సాధారణంగా గడిచిపోతూ ఉన్నది కాస్త, లాక్డౌన్ సందర్భంగా ఒక్కసారిగా అంతా ఆగిపోయింది. దాని తరువాత కాంట్రాక్టర్ తమను పనులకు పిలవలేదు, తమకి అతను బాకీ ఉన్న డబ్బు ఇవ్వలేదు. అతన్ని ఫోన్ చేసి అడిగితే, నాకు డబ్బు ఇవ్వవలసిన వ్యక్తి ఇవ్వలేదు. నేను మీకు ఏమి ఇవ్వలేను అని అతను చెప్పాడట. దీనితో అందరూ తాము ఇంటి నుండి తెచ్చుకున్న డబ్బు తోనే బతికే పరిస్థితి. అది కాస్త 8 ఏప్రిల్ ప్రాంతం నాటికి చివరకి చేరి, అయిపోయింది.

నేను రితేష్ ను అతని ఫోన్ కి కెమెరా ఉందా? వాట్సాప్ ఉందా? తను ఒక వీడియో తయారు చేసి నాకు ఇవ్వగలడా? అని అడిగాను. నేను చేయగలను అని రితేష్ చెప్పిన కొద్ది సేపట్లోనే ఒకటి కాదు ఐదు వీడియోలు నా ఫోన్ లోకి వచ్చాయి. ఈ వీడియోలలో ఖాళీగా ఉన్న బియ్యం డబ్బాలు, గోధుమ పిండి డబ్బాలు, ఖాళీ వంట నూనె సీసాలు దర్శనమిచ్చాయి. మరో వీడియోలో ఎవరో ఒక చేత్తో ఒక చిన్న గ్యాస్ సిలిండర్ను పైకి ఎత్తుతున్నారు, అయిపోయింది అని చూపించడానికి. మరో వీడియోలో పక్క గదుల్లో ఉన్న, విసిగిపోయిన వేరే వలస కూలీల మొహాలు. ఆ వీడియోలు ఎన్నో ఏళ్ల ఉద్యోగానుభవం ఉన్న పాత్రికేయులు చూసినా కూడా, వారూ సిగ్గుపడేలా ఉన్నాయి.

మొదటి సారి ఆ రోజు నేను రితేష్, రామ్ బాబు, ఆశిష్ కుమార్ ల మొహాలను చూశాను. నాకు అవి చేరిన వెంటనే నేను వాటిని ట్విట్టర్ పైన అందరితోనూ పంచుకున్నాను. సరైన అధికారులకి అవి చేరెట్టు కూడా చేశాను. ఘజియాబాద్ పోలీస్ యంత్రాంగం స్పందించింది. అలాగే కొందరు సామాన్య ప్రజలు కూడా స్పందించారు. ఉత్తర్ ప్రదేశ్ ప్రభుత్వం వారి ఫోన్ లైన్ వారు కూడా స్పందించారు. అందరూ కూడా వీరికి సహాయం అందుతుంది అని నాకు హామీ ఇచ్చారు. ఎన్నో గంటలు ఓపికగా ఆగి చూసాము. కానీ ఈ కూలీలకు ఎటువంటి సహాయం అందలేదు.

అప్పుడు నాకు రోహిత్ అనే పత్రికలో పనిచేసే వ్యక్తి నుంచి ఒక ఫోన్ వచ్చింది. "నేను లేబర్ చౌక్ దగ్గర ఉంటాను. నేను రితేష్ ను కలిసి సహాయం అంద జేస్తాను" అని. కొన్ని గంటల తరువాత రితేష్ నుంచి నాకు ఒక ఫోన్. రోహిత్ వారికి 4 రోజులకి 30 మందికి సరిపడా ఆహారం కొనుక్కోవడానికి డబ్బులు అందజేశాడు. తరువాత నాకు రితేష్ ఒక వీడియో పంపాడు. అందులో రేషన్ సామాన్లు ఉన్నాయి. అవి ఉన్నప్పటికీ, అవి తేవడానికి బయటకు వెళ్ళిన సందీప్ కుమార్ ను పోలీసులు ఇష్టం వచ్చినట్టు కొట్టారు. దానితో అతనికి భీభత్సమైన గాయాలు. "మా దగ్గర తిండి లేదు. అందుకే బయటకు వచ్చాను" అని అతను చెప్తునప్పటికి, అతనిని విచక్షణా రహితంగా పోలీసులు కొట్టారు.

నాలుగు రోజులు తరువాత నాకు రితేష్ నుండి మళ్ళీ ఫోన్ వచ్చింది. "5000 రూపాయలతో 30 మంది మనుషులు ఎన్ని రోజులు తినగలుగుతారు మీరే చెప్పండి సార్" అంటూ.

నాకు అప్పుడు అర్థం అయ్యింది. అధికారులు తమ ప్రజలలో మంచి పేరు కోసం ట్విట్టర్ పై స్పందిస్తారు కానీ నిజంగా, వాస్తవంలో వారి వల్ల ఎటువంటి సహాయం అందదు అని. నేను అప్పుడు రితేష్ ను అతని బ్యాంకు ఖాతా వివరాలు అడిగి అందులోకి 5000 పంపించాను. ఇది సరిపోదు అని నాకు తెలుసు. మరో మూడు రోజుల తరువాత నాకు రితేష్ నుండి మళ్ళీ ఫోన్. ఈ సారి నేను ఫోన్ లేపగానే "సార్, ఈ కాల్ మీ నుండి డబ్బులో, సహాయం అడగడానికి కాదు."

"మరీ?" నివ్వెర పోయి అడిగాను నేను.

రితేష్ సమాధానం నా మనస్సుని విరిచేసింది.

"సార్, మేము రోజు కూలీలము. రోజూ రాత్రికి వచ్చే డబ్బులుతో మేము మా భోజనం కొనుకుంటాం. మీ దగ్గర నుండి, ఆ మాటకు వస్తే ఇంకెవ్వరి దగ్గర నుండైన డబ్బులు తీసుకోవడం మాకు అవమానంగా ఉంది. మేము ఎవరి దగ్గరైన అడిగి బ్రతికే వారం అయితే రోజు కూలి చేసేవాళ్ళమే కాదు. మేము ఎందుకు ఇలా మాట్లాడుతున్నామో మీకు అర్థం అయ్యింది అనుకుంటున్నా."

"నాకు అర్థమైంది. కానీ నేను మీకు ఎలా సహాయం చేయగలను? అని నేను అన్నాను. మాకు ఎవ్వరి దాతృత్వము వద్దు సార్. "మా కోసం మీరు నిజంగా ఏదైనా చేయాలనుకుంటే మేమంతా మా ఊరికి వెనక్కి వెళ్ళే ఏర్పాటు చెయ్యండి. మేము ఇక్కడే ఉంటే చనిపోతాము సార్."

"కానీ ఇప్పుడు అది కుదరదు" అని నేనన్నాను. "రైళ్లు, బస్సులు కూడా తిరగటం లేదు. ఈ మహమ్మారి వల్ల మనమందరం కూడా లాక్ డౌన్ లో ఉన్నాం. దీని వల్ల పొంచి ఉన్న ముప్పు నిజమైనది."

నేను చెప్పిన దానికి అవతల నుంచి మౌనమే సమాధానం గా వచ్చింది. నేను ఇంక మాట్లాడి లాభం లేదు అని నాకు అర్థం అయింది. రితేష్ కు విషయం అర్థం అయిందో లేదో నాకు తెలియదు కానీ నాకు ఆ తర్వాత అతని నుంచి ఎటువంటి ఫోన్ కాల్ రాలేదు. నేను నా జీవితం తో బిజీ అయిపోయాను. నిజానికి జరిగింది అంతా నేను మర్చిపోయాను. నాలుగు రోజులు గడిచిపోయాయి. ఏప్రిల్ 26న నాకు ట్విట్టర్ లో ఒక మెసేజ్. మీరు చెప్పిన వలస కూలీల దగ్గరికి వెళ్ళాం. వారు రేషన్ తీసుకోవడానికి నిరాకరిస్తున్నారు. మేము వారి ఇంటి దగ్గరే ఉన్నాము. కానీ వారు మాకు ఎటువంటి రేషన్ వద్దు అని చెప్తున్నారు.

ఇది విని నాకు అయోమయం అనిపించింది. వెంటనే నేను రితేష్ కు కాల్ చేశాను. ఫోన్ అయితే మోగుతూనే ఉంది కానీ అతను ఎత్తలేదు. నేను మళ్ళీ ప్రయత్నించాను. మళ్లీ అదే జరిగింది. వారి ప్రవర్తన పట్ల నాకు కొంచెం కోపం కూడా వచ్చింది. కష్టపడి ఎవరో వారికి కావాల్సిన రేషన్ అందజేస్తూ ఉంటే ఇదేం ప్రవర్తన? నేను వాట్సాప్ మీద రితేష్ కు కోపంగా ఒక మెసేజ్ పెట్టాను. రాత్రి పది గంటల వరకు అతని నుంచి నాకు ఎటువంటి సమాధానం రాలేదు. 10 గంటలకు అతని నుంచి నాకు కాల్. "నువ్వు నా కాల్ స్వీకరించవు. నా మెసేజ్ లకు సమాధానం ఇవ్వవు. ఇవాళ పొద్దున కష్టపడి ఎవరో మీకు రేషన్ అందజేశారు. నువ్వు తీసుకోవడానికి నిరాకరించావు. ఏమిటిది?"

అటువైపు నుండి మౌనం. "సమాధానమివ్వు" అని నేను అరిచాను. ఆ తరువాత అతను చాలా వినయంతో ఇచ్చిన సమాధానం నాలో వణుకు పుట్టించింది. "ఏం చెప్పమంటారు సార్? మేము ఆ ఇంట్లో ఇంక లేము. ఉంటే కదా ఆ రేషన్ తీసుకోవడానికి? మేము బీహార్ లో ఉన్న మా ఊరికి బయల్దేరాం."

ఎప్పుడు? ఎక్కడ? ఎలా? నా మదిలో ప్రశ్నల వర్షం. "సార్ మేము ఈ రోజు ఉదయమే ఆ ఇల్లు ఖాళీ చేశాము. గడచిన మూడు నాలుగు రోజుల నుండి, ఇంటి అద్దె కట్టమని ఇంటి యజమాని మమ్మల్ని సతాయిస్తున్నాడు."

"కానీ వెళ్ళే ముందర నాకు ఒక్క మాటయిన చెప్పచ్చు కదా."

"ఏం చెప్పమంటారు సర్? మాకు ఎవరిని అడుక్కోవడం ఇష్టం లేదు."

"మీరంతా బీహార్ కి వెళ్తున్నారా? మీరు 30 మంది?"

"అవును సార్"

"ఎలా?"

"మా సైకిళ్ల మీద"

ఆ మాటలు వినగానే నా తల మొత్తం గిర్రున తిరిగింది. అతను చెప్పిన దాంట్లో, నేను వింటున్న దాంట్లో ఏదో గందరగోళం ఉన్నట్టుంది. నేను సరిగానే విన్నానా? "నువ్వు అన్నది సైకిలే కదా?" "అవును సార్."

"మా ఊరి నుండి డబ్బులు తెప్పించుకొని, సెకండ్ హ్యాండ్ లో సైకిళ్ళు కొనుక్కున్నాం సార్."

"నీకు మతి కానీ పోయిందా? ఇక్కడ నుండి మీ ఊరు సహర్సాకి సైకిల్ తొక్కుతారా? ఇక్కడ నుండి సహర్సా ఎంత దూరమో తెలుసా?" నా కోపం కాస్తా ఆందోళనగా మారింది.

"మాకు తెలుసు సార్. మా ఫోన్ మీద చూసుకున్నాము. ఇక్కడ నుండి మా ఊరు 1232 కిలో మీటర్లు."

"1232 కిలో మీటర్లు! అంటే ఎంత దూరమో తెలుసా?" నాలో ఇంకా ఆందోళన పెరగసాగింది.

"మాకు తెలుసు సార్. కానీ మేము ఇంక ఏమి చేయగలము? మీకు ఇంకేదైనా దారి తెలిస్తే చెప్పండి సార్." ఏం సమాధానం చెప్పాలో తెలియక నేను మౌనంగా ఉన్నాను. మళ్లీ అటు నుంచి సమాధానం "కానీ మేము ఇంక ఏమి చేయగలము?"

రితేష్ కు ఏ సమాధానం చెప్పాలో నాకు తెలియలేదు. కానీ నేను చెప్పదలుచుకున్నది చెప్పడం చాలా ముఖ్యం. "లాక్ డౌన్ సమయంలో బయట తిరిగితే వైరస్ వచ్చే ప్రమాదం చాలా ఉంది." అతని సమాధానం రాకపోవడంతో అతనికి విషయం అర్థమైంది అని నేను అనుకున్నాను. "కానీ కరోనా కంటే ముందర మేము ఆకలితో చనిపోతే ఎలా సార్?"

ఆకలి. ఈ శబ్దం నా గుండెల్లో ముల్లులా దిగింది. నన్ను నేనే తిట్టుకున్నాను. ప్రభుత్వం మీద ఆధారపడకుండా నేనే వీళ్ళ కోసం ఏదైనా చేసి ఉంటే బాగుండేది, ఆ క్షణం లో అనిపించింది నాకు. విషయాన్ని నా చేతుల్లోకి తీసుకొని ఉంటే బాగుండేది. ఇప్పటికీ నేను ఏదైనా చేయగలను ఏమో?

"నేను మీకు సహాయం చేస్తాను. నా మాట నమ్ము. మీరంతా ఘజియాబాద్ కు వెనక్కి రండి. 30 రోజుల రేషన్ నేను మీకు ఇస్తాను." నేను చేస్తున్న ఈ సహాయాన్ని అతడు నిరాకరించలేదు, అని అనుకున్నాను.

"ఇప్పుడు మేము అక్కడికి వస్తే ఇంటి యజమాని మమ్మల్ని లోపలికి రానివ్వరు సార్."

"అతనితో నేను మాట్లాడి నేను ఒప్పిస్తాను." ఒప్పించడం కష్టం అని నాకు తెలుసు. అయినా సరే ఏదో ఒకటి చేద్దాం అనుకున్నా.

"అతను ఒప్పుకోడు సార్. మేము ఇంటి నుండి బయటకు వెళ్తున్నప్పుడే, అతను ఖరాఖండిగా చెప్పేశాడు. ఇప్పుడు కనుక మీరు వెళ్ళిపోతే కరోనా అయిపోయాకనే మళ్ళీ రండి అని."

"నువ్వు ఏమి భయపడకు. మనము పోలీసువారి సహాయం తీసుకుందాం."

"మేము మీకు వీడియోలు పంపిన రోజే పోలీసు వారు మమ్మల్ని భయపెట్టారు సార్. ప్రభుత్వం గురించి చెడ్డగా మాట్లాడారు అంటే చంపేస్తాం అని."

జరుగుతున్న ఈ మాటల యుద్ధం లో నేను ఓడిపోతూనే ఉన్నాను. కానీ నేను వార్తా పత్రికలో చదివిన దానిని గుర్తు తెచ్చుకుంటే ఇది ఓటమికి సమయం కాదు అని అనిపిస్తోంది. కేవలం నెల రోజుల క్రితమే మార్చి 29న ఒక ట్రక్కు గురుగామ్ లో ఐదుగురిని బలి తీసుకుంది. వారిలో ఇద్దరు ఆడ వాళ్ళు ఇద్దరు పిల్లలు. చనిపోయిన వారంతా కూడా

గురుగామ్ లో నుండి తమ సొంత ఊరు అయిన ఉత్తర్ ప్రదేశ్ లోని బదాఊన్ గ్రామానికి 400 కిలో మీటర్లు ప్రయాణం మొదలుపెట్టినవారే.

39 ఏళ్ల రామ్ వీర్ సింగ్ ను ఎలా మరిచిపోగలను? ఢిల్లీలోని తుగ్లక్ బాద్ ఏరియా లో అతను ఒక హోటల్ లో, ఒక డెలివరీ డ్రైవర్ గా పని చేస్తూ ఉన్నాడు. లాక్డౌన్ తరువాత హోటల్ యజమాని అతడికి పడుకోవటానికి కూడా చోటును ఇవ్వలేకపోయాడు. దీనితో వేరే దిక్కు లేక అతను తన ఊరికి కాలి నడకన ప్రయాణం మొదలు పెట్టాడు. ఢిల్లీ నుండి మధ్య ప్రదేశ్ లోని మొరేనా కు అతను పయనం అయ్యాడు. ఆగ్రా వరకు 200 కిలో మీటర్లు అతను రెండు రోజుల్లో నడిచేశాడు. కానీ స్పృహ తప్పి రోడ్డు మీదే పడి చనిపోయాడు. అతని పోస్ట్ మోర్టమ్ రిపోర్ట్ లో అతను నిర్జలీకరణ వల్ల నిస్సహాయ స్థితి లో గుండె నొప్పితో చనిపోయి పడిపోయాడు అని ఉంది. కనీసం రామ్ వీర్ పేరు జనాలకు తెలుసు. అతని గురించి అక్కడో ఇక్కడో చదివారు. కానీ ఆ సమయం లో శ్మశానాల్లో ఎన్నో మృత దేహాలు పడి ఉన్నాయి. వారు ఎవరో ఏమిటో కేవలం వారి కుటుంబాల వారికే తెలియాలి. అటువంటి కాలం అది.

"రితేష్ నువ్వు న్యూస్ చదువుతావా? ఏం జరుగుతోందో ఏమైనా తెలుసా నీకు? నీలాగా తమ తమ ఇళ్లకు బయలుదేరిన వలస కూలీల పరిస్థితి ఏమవుతోందో తెలుసా?" అతనితో కటువుగా మాట్లాడుతున్నాను అని నాకు లోలోపల తెలుసు. అని ఆ సమయానికి అదే సరైనది అని అనిపించింది.

నేను విన్నాను సార్. వెనక్కి వెళ్తూ చాలా మంది చనిపోయారు అని.

మరి?

మరేంటి సార్?

తెలిసి కూడా నువ్వు నీ నిర్ణయం మార్చుకోవా?

ఇంటికి వెళుతూ చనిపోవడం నయం సార్, ఈ గోలలో నాలుగు గోడల మధ్యా చావడం కంటే. కనీసం ఇంటికి వెళ్ళే ప్రయత్నం చేస్తూ చనిపోయాం అనే తృప్తి మాకు మిగులుతుంది.

నువ్వు ఏం మాట్లాడుతున్నావో నీకు అర్థం అవుతోందా రితేష్? దీని పరిణామాలు ఎలా ఉంటాయో తెలుసా?

తెలుసు సార్. కానీ ఏం చేయను? ఘజియాబాద్ లో నాకు ఒక తమ్ముడు ఉన్నాడు. ఇద్దరము ఇక్కడే ఉండి చనిపోతే మా అమ్మానాన్నలకు తలకొరివి పెట్టే వారు కూడా ఉండరు. అందుకని మాలో ఒక్కరైనా ఊరికి చేరాలి.

వెళ్ళే దారిలో ఇద్దరూ చనిపోతే?

మా తల్లిదండ్రులకు అంతే ప్రాప్తం ఉంది అనుకుని వదిలేస్తాం. అంతకంటే ఏం చేయగలం?

నేను వారి మనస్సులను గాయ పరిచేలా మాట్లాడుతున్నాను అని నాకు తెలుసు. అయిన సరే ఏదో ఒకటి చెప్పాలి, అని చెప్తూ ఉన్నాను. కానీ రితేష్ ను నా మాటలు కదిలించలేక పోయాయి. బహుశా అతను తన జీవితం మొత్తం మీద ఇటువంటి మాటలే వింటూ ఉండి ఇప్పటికీ అలవాటు పడిపోయాడు కాబోలు. వారి మంచే నేను కోరుకుంటున్నా అని వారికి తెలిస్తే చాలు అనిపించింది.

కానీ లోపలి నుండి ఏదో తెలియని ఒక అసహనం. ఏం జరుగుతుందో అనే భయం. వాటి మీద నాకు ఎటువంటి నియంత్రణ లేని సంఘటనలు ఒకదాని వెంట మరొకటి జరుగుతూ ఉన్నాయి. ఈ 30 మంది వలస కూలీల గురించి నేను ఏదైనా చెడుగా వినాల్సి వస్తుందేమో? నేను ఏం చెయ్యను? ఏదో విషాదకరమైన వార్తా నా చెవిన పడే వరకు నేను ఇలానే ఉండిపోవాలా? కనీసం, ఈ 30 మందికి వేరే వారికి పట్టిన గతే పట్టకుండా నేను ఏదోకటి చేయగలనా? నేను కనీసం వీరి వెంట ఈ ప్రయాణంలో తోటి ప్రయాణికుడిగా అయినా ఉండాలి కదా. వీరి ఈ భయంకరమైన, ప్రమాదకరమైన ప్రయాణం లో వీరికి ఎదురయ్యే పరిస్థితులు ఎటువంటివో నేను ఒక సాక్షిగా నిలబడి చూస్తే, జనాలకు చెప్తే ఎలా ఉంటుంది? నాకు వేరే మార్గం తోచడం లేదు. నేను రితేష్ కు ఫోన్ చేశాను. మీ లొకేషన్ నాకు పంపు.

లొకేషనా? ఎందుకు?

నేను మిమ్మల్ని కలవడానికి వస్తున్నా.

దానివల్ల ఏం లాభం?

సహర్సా వరకు నేను మీతో వస్తున్నా.

మీరు మాతో వస్తున్నారా? కానీ ఎందుకు? అతనికి నోటి వెంట మాట రాలేదు. అతను నిర్ఘాంతపోయాడు.

నువ్వు నాకు లొకేషన్ అయితే పంపు, నేను అక్కడకు వచ్చి నీతో మొత్తం మాట్లాడతాను.

రితేష్ నుండి నాకు సమాధానం రాలేదు. వెనకాల ఎవరో బూతులు మాట్లాడడం నాకు వినబడింది.

సార్, నేను మీకు మళ్ళీ ఫోన్ చేస్తాను. పోలీస్ వాళ్ళు వచ్చారు. రితేష్ కాల్ కట్టేశాడు. ఆ వలస కూలీల గతి నాకు అర్థం అయిపోంది.

2

ఘోరమైన అవమానాలు, లాఠీదెబ్బలు

మొదటిరోజు: 27 ఏప్రిల్, 2020

సహార్సాకి 1232 కిమీ

అరిగిపోయిన ఒక చెప్పుల జత, అంతే ఇదిగా నలిగిపోయి ఉన్న ఒక చిన్న పిల్లల ఆట బొమ్మ. ఇవి రెండు రోడ్డు మధ్యలో పడి ఉన్నాయి. పోలీస్ వారు అక్కడే తిరుగుతున్నారు. అక్కడ నుండి వెళ్తున్న ప్రతి వాహనం కొంచంలో వాటిని తాకకుండా వెళ్లిపోతున్నాయి. అలా జరిగిన ప్రతిసారీ, ఆశిష్ గుండె కలుక్కుమంటోంది. ఒక మురికి కాలువ దగ్గర కూర్చుని ఉన్న ఆశిష్ కు తెలుసు, పోలీస్ కి వీటితో ఏ ఉపయోగం లేదని. ఇదే వేరే ఏదైనా రోజు అయ్యి ఉంటే, అతను తాపీగా రోడ్డు మధ్యలోకి వెళ్ళి, ఎంతో సునాయాసంగా ఆ వస్తువులను తెచ్చేసుకునేవాడు. కానీ ఇవ్వాళ అన్నీ రోజుల లాంటిది కాదు. అతను కనుక అటు వెళితే మరో లాఠీ దెబ్బ తప్పదు అని అతనికి తెలుసు.

30 మంది కూలీలు ఉన్న ఆ సమూహాన్ని పోలీస్ వారు ఆపి 10 నిమిషాలు కావొస్తోంది. వారిని ఆపగానే పోలీస్ అతను, వారి మీద బూతుల వర్షం కురిపించాడు. చాలా అసభ్యమైన భాషలో వారిని తిట్టసాగాడు. అమ్మ ఇంటి దగ్గర ఆకలితో ఉంది సార్, అందుకే... అని రితేష్ ఏదో చెప్పే లోపే, పోలీస్ వాడినే ఎదిరిస్తావా నువ్వు, అని ఆ సబ్-ఇన్స్పెక్టర్ చాలా కటువుగా మాట్లాడుతూ పోయాడు.

రితేష్ కు అర్థం అయిపోయింది. తాను ఒక్క మాట మాట్లాడిన పోలీస్ చేతిలో దెబ్బలు తప్పవు అని. అతను మౌనంగా ఉండిపోయాడు. పోలీస్ ఇతనిని విడిచి పెట్టే ఉద్దేశ్యం తో అస్సలు లేడు. ఇప్పుడు నోరు పడిపోయిందా ఏమిటి? అంటూ రితేష్ మీద అరవసాగాడు.

రితేష్ అలానే మౌనంగా ఉండిపోయాడు. కానీ ఆ సబ్-ఇన్స్పెక్టర్ అక్కసు ఇంకా తీర లేదు. ఏరా, ఇక్కడ నుంచి గంగా నది కేవలం 100 మీటర్ల దూరం లో ఉంది. ఘజియాబాద్ 80 కిలో మీటర్లు. మాకు మిమ్మల్ని ఎక్కడ పడేసి చేతులు దులుపుకోవటం సులువో మీరే ఆలోచించుకోండి, అని అన్నాడు.

గంగమ్మ కేవలం 100 మీటర్ల దూరం లో ఉందా? గర్హముక్తేశ్వర్ దగ్గర ఉన్న గంగ ఇదేనని ఆశిష్ కు అప్పుడు అర్థం అయ్యింది. బీహార్లో తనతో పాటు పని చేసిన ఒక కాంట్రాక్టర్ తన అన్న గారి అంతిమ కర్మలు జరిపించడానికి ఇక్కడికే వచ్చాడు. ఆ కాంట్రాక్టర్ చెప్పిన దాని ప్రకారం పాట్నా లో ప్రవహించే గంగా, గర్హముక్తేశ్వర్ లో

ప్రవహించే గంగా ఒక దానికొకటి ఉపనదులు. కేవలం గర్హముక్తేశ్వర్ వరకే గంగమ్మ తన పవిత్ర తత్త్వాన్ని కోల్పోకుండా, స్వచ్ఛంగా ప్రవహిస్తుంది అని అతను చెప్పిన మాటలు ఆశిష్ కు గుర్తు వచ్చాయి. అప్పటి నుండి ఆ గంగమ్మ చూడాలి అని ఆశిష్ మనస్సులో బలంగా నాటుకుపోయింది. ఇప్పుడు దానికి ఇంత దగ్గర్లో ఉన్నప్పుడు చావు నెత్తి మీద నాట్యం చేస్తోంది. తను కాకుండా కేవలం తన అస్థికలు మాత్రమే ఆ గంగకు చెరతాయేమో అని అతనికి భయం వేస్తోంది.

ఇది ఇలా ఉండగా ఆ సబ్-ఇన్స్పెక్టర్ మాటలు తమ ప్రభావాన్ని బానే చూపించాయి. 30 మంది వలస కూలీలు అక్కడే బొమ్మల్లా, తమ తమ సైకిళ్ళని గట్టిగా పట్టుకొని నిల్చున్నారు. అన్నీ వైపులా మౌనం. వారు ఇంకొక్క మాట మాట్లాడిన దెబ్బలు తప్పవని వారికి అర్థం అయిపోయింది. మాటలతో వారిని విజయవంతంగా భయపెట్టాను అనే విజయ గర్వంతో అతను, వెళ్ళండి, ఇంకా మీకు ఇక్కడ పనేంటి? అంటూ, తన మాస్క్ ను పైకి పెట్టుకొని అటు నుండి వెళ్ళిపోయాడు.

కూలీలు వెనక్కి తిరిగారు. ఒక మనస్సాక్షి చనిపోయిన వ్యక్తి తో తాము ఏం చర్చిస్తారు? తమను అతడు మనుషులుగా కూడా చూడటం లేదు అని వారికి అనిపించింది. అందరికంటే ముందుండి, కొంచం గట్టిగా మాట్లాడే రితేష్ నిరాశగా వెనక్కి తిరిగి వెళ్తుండటం, ఆశిష్ గమనించాడు. అతనికి ఇంటి యజమాని బన్వరి లాల్ మాటలు గుర్తుకొచ్చాయి. "నేను మానవత్వం అని చూసుకుంటే నా పిల్లల కడుపేలాగు నింపేది? అందుకని కనీసం సగం డబ్బులు అయిన కట్టి ఈ ఇంట్లో ఉండండి. లేదంటే ఇల్లు ఖాళీ చేయండి."

ఆశిష్ అందుకని ధైర్యం చేసి పోలీస్ వైపు తిరిగాడు. "సార్, మేము వెనక్కి వెళితే మా ఇంటి యజమాని మమ్మల్ని రానివ్వడు. అతనికి ఇవ్వడానికి మా దగ్గర రూపాయి కూడా లేదు."

"అయితే?" అని అడిగాడు పోలీస్.

"అయితే, చెప్పండి సార్, మేము ఎక్కడ ఉండా..." ఇంకా మాట పూర్తి కాక ముందరే ఆశిష్ చెంప ఛెళ్లుమనిపించాడు ఆ పోలీస్ వాడు. "పోలీస్ నే అయితే అంటావు రా? అయితే మేమేం చెయ్యాలి? మీకు ఇళ్ళు వాకిళ్ళు వెతికి పెడ్తూ కూర్చోవాలా ఏంటి?" కూలివాళ్ళు భయభ్రాంతులకు గురయ్యారు.

"వద్దు సార్. మీరు ఏమి చేయనక్కరలేదు. మమ్మల్ని వెళ్లనివ్వండి చాలు," బ్రతిమాలాడు రితేష్. ఇంక ఆ పోలీస్ వాడి కోపం కట్టలు తెంచుకుంది. రితేష్ సైకిల్ని తన్నేశాడు. రితేష్ను కింద పడేశాడు. వేరే పోలీస్ చేతిలో ఉన్నా కర్ర లాక్కొని మరి రితేష్ ని

కొడుతూ పోయాడు. "గుంపుకి నాయకుడివి అవుదామని చూస్తున్నావేమిట్రా? లాక్డౌన్ ఉంది, పంపడం కుదరదు అని మామూలుగా చెప్తే వినడం లేదు? దాని మీద నుండి పోలీస్ వాడితోనే పరచకలా?" అని బిగ్గరగా అరవసాగాడు. "తరిమేయండి రా ఈ నా కొడుకలని."

వాళ్ళ పై అధికారి నుండి పచ్చ జండా వచ్చేయడం వల్ల ఇంక ఆ పోలీస్ గుంపు, ఈ కూలీల గుంపు మీద పడి దాడి చేశారు. ఈ 30 మంది ఏ దిక్కులో వారు ఆ దిక్కులోకి పారిపోయారు. దాక్కున్నారు. ఆశిష్ ఒక కాలువ పక్కన దాక్కునాడు. అటు నుండి అతనికి తమ వస్తువులన్నీ మట్టి కొట్టుకుపోయి కనిపిస్తూ ఉన్నాయి. తమ సైకిళ్ళు, తాము తెచ్చుకున్న నీళ్ళ డబ్బాలు, తమ సంచీలు, దారిలో తినడానికి తెచ్చుకున్న మరమరాలు. అన్నీ మట్టి పాలు అయిపోయాయి. వాటి పక్కకే ఆశిష్ అరిగిపోయిన చెప్పులు, తన కూతురి కోసం కొన్న బొమ్మ పడివున్నాయి.

అయిదు రోజుల క్రితమే, అతని కూతురు ఆశిష్ ను ఊరి నుండి వస్తూ, ఆడుకోవడానికి ఒక బొమ్మ, సైకిల్, తాను పాలలో కలుపుకుని తాగటానికి కాంప్లాన్, ఇవి అడిగింది. ఈ కరోనా వైరస్ మహమ్మారి, దాని వల్ల తాను ఎదురుకుంటున్న ఇబ్బందులు, ఆ నాలుగు ఏళ్ల పాపాకి చెప్పటం ఆశిష్ కి కష్టం అయ్యింది. తన దగ్గర డబ్బులు లేవు. మళ్ళీ ఎప్పుడు వస్తాయో? ఇవన్నీ ఎలా తన కూతురికి చెప్పటం?

తాను తన ఇంటి యజమాని బన్వరి దగ్గరకు వెళ్ళినప్పుడు, అతను ఇంటి మీద ఉన్న బకాయిలు చెల్లించకుండా ఇంట్లో మాత్రం ఉండడం వీలు కాదు అని చెప్పాడు. చాలా సేపు ఆ వాగ్వాదం తరువాత ఆశిష్ వెళ్లిపోతూ వరండా లో ఆ బొమ్మను చూశాడు. నేను ఇది నా కూతురి కోసం తీసుకు వెళ్లొచ్చా? అని అడిగాడు. బన్వరి కూతురికి 14 ఏళ్లు. ఈ బొమ్మలతో ఆడే వయసు పోయింది. అందుకని బన్వరి కూడా సరేనన్నాడు.

ఆశిష్ కు తన చెప్పులు కూడా కావాలి. అవి లేకుండా తాను సైకిల్ ఎలా తొక్కాలి? సైకిల్ తొక్కకుండా సహర్సా దగ్గర ఉన్న మోహన్ పూర్ గ్రామం ఎలా చేరుకోవాలి? ఈ 1232 కిలో మీటర్ల ప్రయాణం, చెప్పులు లేకుండా ఎలా? అప్పటికి పోలీస్ వాళ్ళు ఇంకో గుంపుని ఆపే ప్రయత్నంలో పడ్డారు. వాళ్ళను కొడుతూ ఉంటే వారి కేకలు ఆశిష్ కి వినిపిస్తూనే ఉన్నాయి. కానీ ఆ బొమ్మ, చెప్పులు తాను తెచ్చుకోవడానికి ఇదే ఆఖరి అవకాశం. రాం బాబు అతన్ని ఆపాడు. అయిన అతను చాలా త్వరగా, కళ్ళు మూసి తెరిచే లోపు ఆ చెప్పులు, బొమ్మ తెచ్చేసుకున్నాడు. ఆశిష్ అతని స్నేహితులు ఊపిరి పీల్చుకున్నారు.

కొద్దిసేపటి క్రితమే పోలీస్ ఆశిష్ ను చెంప ఛెళ్లు మనిపించిన సంగతి అందరికీ ఇంకా గుర్తుంది.

ఇక్కడ నుంచి వెళ్లిపోదాం అని అతను అందరినీ బతిమాలాడు. కానీ ఎటు వెళ్తాం, పోలీస్ వాళ్ళు అన్నీ వైపులా పొంచి ఉన్నారు, అని రాంబాబు అన్నాడు.

పోలీస్ వాళ్ళు రోడ్డు కాపలా కాస్తున్నారు. మనము వంతెన దాటి నది వైపుకి వెళ్దాము. అప్పుడు మనం ఏం చేద్దామో ఆలోచిద్దాం అని రితేష్ చెప్తే అందరూ ఒప్పుకున్నారు. ముగ్గురు నలుగురుగా మనము విడిపోదాం అని రాంబాబు అన్నాడు. 30 మందిమి ఒకటేసారి ఊరు నుండి ఊరికి కదులుతుంటే పోలీస్ వారికి అనుమానం వస్తుంది. అతని ఆలోచన సరైనది అని అందరూ భావించారు.

ఈ ముప్పై మంది ఉన్న గుంపులో ఆశిష్ అతని ఇద్దరు తమ్ముళ్ళు, రితేష్, అతని తమ్ముడు కూడా ఉన్నారు. ఈ ముప్పై మంది మూడు సమూహాలుగా విడిపోయారు. రితేష్ నడిపిస్తున్న గుంపులో, ఆశిష్, రామ్ బాబు, సందీప్, ముఖేష్, సోను, కృష్ణ ఉన్నారు. రామ్ బాబు తప్పించి మిగతా అందరూ కూడా సహర్సా లోని మోహన్ పూర్ గ్రామానికి చెందిన వారే. రామ్ బాబు సమస్తిపూర్ లోని బైతాన్ అనే గ్రామం నుంచి వచ్చాడు. 22 ఏళ్ల వయస్సులో రితేష్ గుంపులో అందరి కంటే చిన్నవాడు. అదే సమయంలో 35 ఏళ్ల వయస్సులో రామ్ బాబు గుంపులో అందరి కంటే పెద్దవాడు. రితేష్ గుంపులో అందరికంటే చిన్నవాడైనా సరే, అతనే ఆ గుంపుకు రారాజు.

రామ్ బాబు తన గుంపులో రితేష్ ను పెట్టుకోడానికి రెండు కారణాలున్నాయి. మొదటిది రితేష్ తన తోడల్లుడు. తన భార్య, రితేష్ భార్య ఇద్దరు అక్కచెల్లెళ్ళు. ఒకే దుకాణం వాడు తమ ఇద్దరిని మోసం చేశాడని వారు నవ్వులాటగా అనుకుంటూ ఉండేవారు. తన కంటే 13 ఏళ్లు చిన్నవాడైన రితేష్ కి ఏదైనా జరిగితే తను తన భార్యని కానీ, మరదలుని కానీ, ఎలా ఎదుర్కోగలడూ? ఎనిమిదో క్లాసు వరకే చదువుకున్నా రితేష్ అన్ని విషయాలను తెలుసుకుంటూ ఉండేవాడు. ఇది రెండో కారణం. గుంపులో అందరినీ స్మార్ట్ ఫోన్ కొనుక్కున్నట్టు చేసిందే రితేష్. అతని పట్టుదల వల్లే గుంపులో అందరూ స్మార్ట్ఫోన్ కొనుక్కున్నారు. అతను వారందరికీ అందులో వాట్సాప్ ఎలా వేసుకోవాలి, వీడియో కాల్ ఎలా చేయాలో నేర్పించాడు. ఇంత సుదీర్ఘ ప్రయాణంలో రితేష్ ఎలా చెప్తే వారందరూ అలా వెళ్లాలని నిర్ణయించుకున్నారు. మొత్తం ప్రయాణంలో తాము ఎక్కడున్నా సరే గూగుల్ మ్యాప్ మీద తాము ఎక్కడున్నది పెట్టి, తమ ఎటు వెళ్లాలో సరైన నిర్ణయం తీసుకునే చాకచక్యం రితేష్ కు మాత్రమే ఉంది. తమతో పాటు రితేష్ ఉంటే తాము కనీసం తప్పిపోరు. ఇది రామ్ బాబు కు తెలుసు.

రామ్ బాబును రితేష్ కు దగ్గర చేసిన మూడవ కారణం కూడా ఉంది. కొద్దిరోజుల క్రితమే కృష్ణను ఒక ఘోరమైన తప్పు చేయడం నుంచి రితేష్ కాపాడాడు. వారంతా ఇళ్లకు సైకిల్ మీదే వెళ్దామని నిర్ణయించుకున్నారు. ఆ సమయంలో తమ తమ ఇళ్ల నుండి డబ్బును చాలా త్వరగా తెప్పించుకున్నారు. కేవలం కృష్ణ కు మాత్రమే డబ్బులు అందలేదు. డబ్బులు ఇంటి నుండి వస్తున్నాయి అని కృష్ణ తన స్నేహితులకు అబద్ధం చెప్పాడు. కానీ నిజానికి కృష్ణ కి వాళ్ల తల్లిదండ్రులు ఫోన్ చేసి తమకు డబ్బులు పంపించమని అడుగుతూ ఉన్నారు. తను ఇంతకు ముందు పనిచేసిన కాంట్రాక్టర్ తో కృష్ణ మాట్లాడాడు. ఆ కాంట్రాక్టర్ తన సైకిల్ కు 1500 రూపాయలు కావాలని కృష్ణతో చెప్పాడు. కృష్ణ దగ్గర కేవలం మూడు వందల 45 రూపాయలు మాత్రమే ఉన్నాయి. లాక్ డౌన్ అయిపోగానే తనకు వచ్చే దాంట్లో నుంచి మిగిలిన డబ్బు తీసుకోమని కృష్ణ ఎంత చెప్పినా ఆ కాంట్రాక్టర్ వినలేదు.

తన వల్లే మిగతా వారందరూ ఆగి పోతున్నారని కృష్ణకు తెలియగానే ఆ సైకిల్ను దొంగతనం చేద్దామని కృష్ణ నిర్ణయించుకున్నాడు. తను రేపొద్దున కాళ్ళ సైకిల్ తేకపోతే మిగతా వాళ్లందరూ తనను వదిలేసి వెళ్ళిపోతారు అని కృష్ణ కు తెలుసు. అందుకని అందరూ పడుకున్నాక తను ఇల్లు విడిచి బయటకు వెళ్లాడు. కానీ అతను మర్చిపోయింది ఏమిటంటే అదే సమయంలో రితేష్ తన భార్య సముతాల్ దేవితో తో వీడియో కాల్ మాట్లాడుతూ ఉంటాడని. రితేష్ కు కొత్తగా పెళ్లయింది. దీనివల్ల ఆ కాల్ మెల్లగా చాలా రసవత్తరంగా మారేది. అది అలా గంటలు గంటలు కొనసాగేది. కృష్ణ ఇంటి నుండి బయటకు వెళ్లడం రితేష్ కు కనిపించింది. “ఇంత అర్ధరాత్రి పూట బయటకు వెళ్తున్నాడు ఏంటి?” అని రితేష్ అనుకున్నాడు. నేను నీకు మళ్ళీ ఫోన్ చేస్తాను అని తన భార్యకు చెప్పేసి రితేష్ కృష్ణ వెంబడే వెళ్ళాడు. కృష్ణ కాంట్రాక్టర్ ఇంటికి చేరడం రితేష్ కు కనిపించింది.

అక్కడకు చేరగానే ఏం జరగబోతుందో రితేష్ కు అర్థమైపోయింది. ఆ కాంట్రాక్టర్ ఇంటి తలుపులు కృష్ణ తెరవబోయాడు. కానీ అంతలోపే రితేష్ అతన్ని పక్కకు లాగేశాడు. రితేష్ ని చూడగానే కృష్ణ గట్టిగా ఏడ్చేశాడు.

నేనేం చేయాలి చెప్పు? నన్ను విడిచి పెట్టి మీరంతా రేపు వెళ్లిపోతారు. నేను ఒక్కడినే ఇక్కడ ఉండి పోతాను. ఏంటి? రితేష్ఆశ్చర్యంగా అడిగాడు. నిన్ను విడిచి పెట్టి మేం వెళ్ళిపోతాము అనుకుంటున్నావా? అని రామ్ బాబు అన్నాడు. అవును కానీ మేము ఏదో కొద్దిగా మాట్లాడుకుంటున్నాం అంతే. ఏ నిర్ణయానికి రాలేదు. పద వెళ్దాం అని రితేష్ కృష్ణను అక్కడినుంచి తీసుకుని వచ్చేశాడు. కానీ మరి నా సైకిల్ అని కృష్ణ అనగానే, అది నీ సైకిల్ కాదు కాంట్రాక్టర్ది. పిచ్చి పిచ్చి ఆలోచనలు పెట్టుకోకు అని రితేష్ కృష్ణ తల నిమిరాడు. కృష్ణ చిన్నగా నవ్వాడు.

తరువాతి రోజు పొద్దున్నే రితేష్ కృష్ణకు 1155 రూపాయలు కావాలని లెక్కించాడు. మిగిలిన 29 కూలి వాళ్లనూ ఒక్కొక్కరిని 40 రూపాయలు ఇవ్వవలసిందిగా రితేష్ బ్రతిమాలాడు. వారు దానికి ఆనందంగా సరే అన్నారు. అంతే, ఇంక వారి దగ్గర కావలసిన దానికంటే అయిదు రూపాయలు ఎక్కువ చేరింది. రితేష్ కృష్ణ వెంటబెట్టుకుని కాంట్రాక్టర్ ఇంటికి వెళ్ళాడు. అక్కడి నుండి ఈ సైకిల్ కొనుక్కుని వెనక్కి వస్తుండగా కృష్ణ దగ్గర్నుంచి ఆ మిగిలిన ఐదు రూపాయలు తీసుకుని "దేవుడి హుండీలో వేస్తాను, ఆ దేవుడే మనల్ని కాపాడుతాడు" అని రితేష్ చెప్పాడు. ఈ సంఘటన తర్వాత గుంపులో రితేష్ ఒక హీరో అయిపోయాడు. దీనివల్ల రితేష్ కు తన మీద తనకే నమ్మకం పెరిగి గుంపులో తన ప్రతి నిర్ణయాన్ని చాలా నమ్మకంతో అందరికీ చెప్తూ పోయాడు.

3

భయంకరంగా మారిన అడ్డదారి

రెండవ రోజు: 28 ఏప్రిల్, 2020

1124 కిలోమీటర్ల దూరంలో సహార్సా

అర్ధరాత్రి దాటింది. వారు సహర్సా జిల్లా నుంచి ఇంకా చాలా దూరం లో ఉన్నారు. ఆ 30మంది కూలి వాళ్ళు 3 గుంపులుగా విడిపోయి గార్హ ముక్తేశ్వర్ గంగా వైపుకు వేరే వేరే దిక్కుల నుండి ప్రయాణిస్తున్నారు. 10 గంటల సైకిల్ తొక్కి, ఆ తర్వాత పోలీసు వారి చేతిలో లాఠీ దెబ్బలు తిని ఉన్న ఆ కూలి వాళ్ళు ఇప్పుడు ఎవ్వరి కంట పడకుండా, ఎంతో జాగ్రత్తగా ప్రయాణిస్తున్నారు.

ఒక అడవి, మూడు పొలాలను దాటి, మూడు గంటల నుండి రితీష్ గుంపు నడుస్తూనే ఉన్నారు. కాసేపు ఎక్కడైనా ఆగి సేద తీరుదాం అని ఆ గుంపు అనుకున్నారు. కృష్ణ అయితే ఒక గంట ఏకంగా పడుకుందామని అనుకున్నాడు. కానీ రితేష్ మొత్తం గుంపుకు చెప్పాడు – ఎవరైతే ఆగి పోతారో వారిని అక్కడే విడిచి గుంపు ముందరికి వెళ్ళిపోతుందని. పోలీసు వారు తమని ఇప్పటికీ పట్టుకునే అవకాశం చాలా ఉంది. ఈ మాటల ప్రభావం గుంపు పై బాగానే పనిచేసింది. అందరూ ముందుకు కదుల్తూనే ఉన్నారు. ఆ ఏడు మంది బల్వా పూర్ గ్రామానికి, ఒక అడవికి మధ్యలో ఉన్న ఒక పొలం దగ్గర ఆగారు. ఆ రోజు రాత్రి అక్కడ గడపడం సురక్షితం అని రితేష్ భావించాడు. తమ సైకిళ్లను తమ చుట్టూ పేర్చుకున్నారు. తాము తినడానికి తెచ్చుకున్న వాటిని చేతుల్లో గట్టిగా పట్టుకుని అలా నిద్ర లో కి జారిపోయారు. అడవిలో కీచురాళ్ళ శబ్దం. పక్కనే నది ప్రవహిస్తున్న శబ్దం. మధ్య మధ్యలో అప్పుడప్పుడూ ఆ అడవి తల్లి అలసిపోయిన వీరి దేహాల కోసమే అన్నట్టుగా ఒక గాలిని వీచెట్టు చేస్తోంది. అయితే దోమల దాడి తక్కువగా ఏం లేదు. అయినా ఒంటి మీద స్పృహ లేకుండా అందరూ నిద్రపోయారు.

పొద్దున్నే నాలుగింటికి రితేష్ ఫోన్ మోగడం ప్రారంభించింది. అతను పెట్టుకున్న అల్లారం కూత అది. కలత నిద్రలో అలాగే తన షర్టు జేబులోంచి ఆ ఫోన్ ను బయటకు తీసే ప్రయత్నం అతడు చేశాడు. కానీ ఆ అల్లారం శబ్దం అడవిలో అలా మోగుతూ ఉంది. రితేష్ నిద్ర లోనే ఉన్నాడు. అందరూ శవాల్లా పడి ఉన్నారు.

మళ్లీ అరగంటలో అలారం మోగటం మొదలుపెట్టింది. ఈసారి తన తల ఒక మట్టి దిబ్బ మీద పెట్టుకుని పడుకున్న రాంబాబు, రితేష్ ను మెల్లగా చెంపమీద నిమిరాడు. కానీ తాను మళ్లీ పడుకున్నాడు.

రితేష్ ఒక్కసారిగా లేచాడు తన ఫోన్ వైపు చూసుకున్నాడు ఇప్పుడు చూస్తే టైం 4:30 కావస్తోంది. బిగ్గరగా అరిచినంత పని చేశాడు. ఒక్కొక్కరి దగ్గరికి పరిగెత్తి టైం గురించి చెబుతూ పోయాడు.

సోను 5 అయిపోయింది, లే!

రాంబాబు ఆరు అయిపోయింది, లేచి కూర్చో!

ఇంకో పావుగంటలో అందరు మళ్లీ ప్రయాణానికి సిద్ధం అయిపోయారు. దగ్గరలో ఎక్కడా వారికి నీళ్లు కనిపించలేదు. అందుకని ఒక రాంబాబు తప్పా మరి ఎవరు కూడా బాత్రూంకి గట్రా వెళ్లలేదు. స్నానాలు సమస్యే లేదు. రాంబాబు తనను తను ఎలా శుభ్రపరుచుకునే వాడో ఎవరికీ తెలీదు – పాతరోజుల్లో లాగా రాళ్లు అవి వాడే వాడేమో మరి?

ఇప్పుడు మరి ఇంకేం చేద్దాం? రాంబాబు అందర్నీ అడిగాడు. అందరూ మౌనంగా ఉన్నారు. పోలీసులు మనల్ని రోడ్డు నుండి వెళ్ళనీయకపోతే మనం నది దాటుకుని, సైకిళ్ళు మోసుకుంటూ వెళ్దాం అని రితేష్ అన్నాడు.

ఈ మాట వినగానే 28ఏళ్ల కృష్ణకు మాత్రం చాలా భయం వేసింది. నది దాటుతున్న సమయంలో అందరూ మునిగిపోతే ఎలా? వృద్ధాప్యంలో ఉన్న తన తల్లిదండ్రులు, తన నలుగురు పిల్లల మోహాలు అతనికి గుర్తు వచ్చాయి. ఎనిమిది మంది ఉన్న తన కుటుంబాన్ని పోషించడానికి అయినా తాను బ్రతికి ఉండాలి. ఏడేళ్ల అతని కొడుకు అందరిలోకి పెద్దవాడు. మరో కొడుకు కావాలనే కోరిక వల్ల ముగ్గురు కూతుళ్ళని కన్నాడు. ఎన్నో ఏళ్ల క్రితం తన తల్లిదండ్రులు ఇదే పని చేశారు. కృష్ణ తన కుటుంబంలో అందరిలోకి పెద్దవాడు. కృష్ణ తల్లిదండ్రులు, అతని తరువాత ఇంకో కొడుకు కావాలనే కోరికతో నలుగురు కూతుళ్ళని కన్నారు. తనకున్న బాధ్యతల వల్ల కొంచెం ప్రమాదం పొంచి ఉందని తెలిసినా ఆ పని చేయడం నుంచి కృష్ణ వెనుకాడే వాడు. ఇప్పుడు సైకిల్ నెత్తిమీద పెట్టుకుని గంగ దాటాలన్న అదే పరిస్థితి.

ఈ ఆలోచనలతో కృష్ణ సతమతం అవుతుండగా, 23 ఏళ్ల సోను కుమార్ అందరితోనూ ఇలా అన్నాడు – ఊరికి వరదలు వచ్చినప్పుడు మన నెత్తిమీద మన సామాన్లు పెట్టుకుని మనం నది దాటటం లేదా? ఇది అంతే! సోను చెబుతున్నది నిజం. పదండి అందరం పోదాం, అని రితేష్ అంటుండగా కృష్ణ అందర్నీ ఆపాడు.

ఇదేం మామూలు నది అనుకుంటున్నారా? గంగా నది. ఇక్కడ ప్రవాహం గట్టిగా ఉంటుంది. పోలీసులు మనల్ని కొట్టడం వల్ల మన బుర్రలు చెడిపోయాయా ఏంటి?

మనము ఘజియాబాద్ కు వెనక్కి వెళ్లలేం. అక్కడకు వెళ్దామంటే ఇంటి ఓనర్ మనల్ని రానివ్వడు. ఇలాగే భూమి మీద కొనసాగితే పోలీసు వాళ్ల చేతుల్లో దెబ్బలు తప్పవు. అదే చచ్చేదేదో గంగలో మునిగి చస్తే కనీసం మోక్షం అయినా వస్తుంది. ఈ మాట విని అందరు నివ్వెరపోయారు. నేనైతే పోతున్నా. ఇష్టం ఉన్నవారు నా వెనకాల రావచ్చు. లేని వాళ్ళు ఇక్కడే ఉండి పోండి, అని రితేష్ గుంపుతో అన్నాడు. ఇష్టం ఉన్నవారు చేతులు పైకి లేపండి అని రితేష్ అనగానే, కేవలం సోనూ, రామ్ బాబు మాత్రమే చేతులు పైకి లేపారు. కనీసం పొద్దు పొడిచే వరకూ ఆగుదాం రితేష్, అని ముకేశ్ ఒక ఆఖరి రాయి విసిరాడు. పోలీస్ క్రూరత్వానికి పొద్దున రాత్రి తో సంబంధం ఏంటి అని విసుక్కున్నాడు రితేష్. కానీ గంగ గుండా వెళ్లడం ఆత్మహత్య ప్రయత్నం అవుతుంది రామ్ బాబు కనీసం నువ్వైనా చెప్పు అని ఆశిష్ ప్రాధేయపడ్డాడు.

అందరిలోకి పెద్దవాడైన రాంబాబుకి ఇందులో ఉన్న ప్రమాదం అర్థమైతే కనీసం అతడు అయినా రితేష్ కు అర్థమయ్యేలా చేస్తాడని అందరూ భావించారు. కానీ రామ్ బాబు ఎప్పుడూ రితేష్ మాట జవదాటలేదు. మనకు ఇంకో మార్గం లేదు ఆశిష్. మనం ఇదే పని చేయాలి. తప్పదు. సైకిళ్లతో గంగ దాటడం కష్టం అనిపిస్తే సైకిళ్లను వదిలేసైనా మనము గంగ దాటాల్సిందే. ఇక్కడే అయితే ఉండిపోలేం కదా, అని రాంబాబు అన్నాడు.

రామ్ బాబు అన్న మాటలతో మరింత ధైర్యం తెచ్చుకున్న రితేష్ ముందుకు కదల సాగాడు. అతడి వెంటే రామ్ బాబు, సోను కూడా వెళ్లారు. తాము ఏదైనా చేయకపోతే ఇంకా సేపట్లో, ఏడు మంది ఉన్న తమ గుంపు కేవలం నలుగురు గానే మిగులుతుంది అని మిగతా నలుగురు అనుకున్నారు. రితేష్ అని అరిచాడు కృష్ణ. ఆగు సోదరా మనం ఇంకో దారి వెతుకుదాం. కానీ రితేష్ ముందుకు వెళ్తూనే ఉన్నాడు.

ముఖేష్, ఆశిష్ ఏదైనా చెప్పండి అంటూ, కృష్ణ బతిమాలాడు.

రితేష్! రామ్ బాబు! సోను! ఆగండి ఆగండి! అంటూ వారు నలుగురు అరుస్తూ పోయారు. వారితో పాటే ఊర కుక్కలు మొరుగుతున్నాయి. ఈ చప్పుడు మొత్తం విన్నారంటే ఊర్లో వాళ్లు లేస్తారు. పోలీసులకు చెప్తారు. అదే జరిగింది అంటే తమ ప్రయాణం అక్కడే ఆగిపోవాల్సి వస్తుంది. అది కృష్ణకు కూడా ఇష్టం లేదు. అందుకని ఇక మనం ఆపేద్దాం అన్నట్టుగా మిగతా ముగ్గురికి సైగ చేసాడు కృష్ణ. అప్పటికే రితేష్, మిగతా ఇద్దరూ గంగ ఒడ్డుకు చేరుకున్నారు. దయ్యం పట్టిన వాడిలాగా కృష్ణ పరిగెత్తాడు. ఆశిష్, ముఖేష్, సందీప్ కూడా అతని వెంటే పరుగు తీశారు.

రితేష్ రామ్ బాబు సోను అప్పటికే గంగ ఒడ్డుకు చేరుకున్నారు. వంగి నమస్కారాలు పెడుతున్నారు. తల లేపి చూస్తే కృష్ణ. వారి స్నేహితులను చూసి వారికి ఉలిక్కిపడ్డ అంత పని అయింది. రితేష్ మనం వేరే ఏదైనా ఆలోచిద్దాం. రాంబాబు అందరిలోకి పెద్దవాడివి. కనీసం నువ్వైనా చెప్పాలి కదా? ఏమిటిది? దీనంగా అన్నాడు కృష్ణ. వాడికి ఏదో ఒకటి సర్దిచెప్తాను కృష్ణ. కానీ నా అంతరాత్మకు నేను ఏమని సమాధానం చెప్పుకుంటాను? నువ్వే చెప్పు అని రాంబాబు అన్నాడు.

అదిగో చేపలు పట్టే వారు లేచినట్టు ఉన్నారు, అంటూ ఇద్దరి వైపు కృష్ణ తన వేలు ని చూపించాడు. అందరూ అటువైపుగా చూశారు. వారితో వెళ్లి మాట్లాడదాం అని అన్నాడు. ఏమో వారి వల్ల మన అదృష్టం కూడా మారచ్చు కదా? రితేష్ కు కూడా ఆశగా, నమ్మకంగా అనిపించింది. అప్పుడే తమతమ పడవలను విప్పుతున్న ఆ మత్స్యకారులకు ఏడు మంది కొత్తవాళ్ళు తమ సైకిళ్లతో వారి ముందు ప్రత్యక్షమవడం వాళ్లనూ ఉలికిపాటుకు గురిచేసింది.

ఏం సోదరా ఏంటి సమస్య? వారిలో ఒకరు గుంపు వైపు తిరిగి అన్నాడు.

ఏం లేదన్నా మేము బీహార్లోని సహర్సాకు చేరుకోవాలి. ఘజియాబాద్ నుండి ఇక్కడకు వస్తున్నాం అని రితేష్ అన్నాడు.

ఇక్కడికి ఎలా చేరుకున్నారు? అని మరో మత్స్యకారుడు అడిగాడు.

రహదారి మీద పోలీసులు మమ్ములను బాగా కొట్టారు. దానితో అడవి నుండి ప్రయాణించి, గంగను దాటుదామని మేము నిర్ణయించుకున్నాము. మాకు కొంచెం సహాయం చేయండి అన్నా, అని రితేష్ అన్నాడు.

ఆ మత్స్యకారులు ఒకరి మొహాలు ఒకరు చూసుకున్నారు. నువ్వు చెప్పింది నిజమే తమ్ముడు. ప్రతి చిన్నదానికి, దొరికిందే అదును గా పోలీసులు మమ్మల్ని కూడా కొడుతూనే ఉన్నారు.

అందుకే అన్నా మాకు సహాయం చేయండి అన్నాడు రితేష్.

ఇప్పుడే చెప్పాను కదా తమ్ముడు, పోలీసులు మమ్మల్ని కూడా కొడుతూనే ఉన్నారు. నిన్న రాత్రే ఇతగాడి తమ్ముణ్ణి జైల్లో వేసి చితకబాదారు, అంటూ ఇంకో మత్స్యకారుడు వైపు చూపించాడు. అతను చేసిన తప్పేంటో తెలుసా? ముగ్గురు సైకిల్ మీద వచ్చిన వలస కూలీల కీ తన పడవలో ప్రయాణించే అవకాశం కల్పించటం.

మమ్మల్ని కూడా అలాగే ఎలాగోలా దాటి చేయండి అన్నా, అన్నాడు కృష్ణ.

చెప్పాను కదా మా నడ్డి విరగ కొడుతున్నారు పోలీసు వాళ్ళు.

చూడండి అన్నా, యాభయ్యో వందో తీసుకుని మిమ్మల్ని దాటించేయ రాదు? అని కృష్ణ బతిమాలుతూ పోయాడు.

డబ్బుల గురించి కాదు తమ్ముడు గోల. పోలీస్ లాఠీ ల గురించి. వాళ్లు మమ్మల్ని కొడుతూ ఉంటే ఎవరు ముందుకు వస్తారు చెప్పు? మా బదులు మీరు తింటారా దెబ్బలు?

మేము తింటాం అన్నా నిజంగానే దెబ్బలు అన్నాడు రితేష్. రితేష్ ఎంతో నిజాయితీగా నే ఆ మాట అన్నా సరే ఆ మత్స్యకారులకు మాత్రం అది రితేష్ వేళాకోళం చేస్తున్నట్లుగా అనిపించింది.

ఏం మజాక్ అయితుందా మీకు, విసుక్కున్నాడు ఆ మత్స్యకారుడు.

లేదన్నా నిజంగా చెబుతున్నా. ఏదో ఒకటి చేసి గంగ దాటించేయండి అన్నా అని బతిమాలాడు రితేష్.

మాకు ఈ లొల్లి లన్ని వద్దు బై, అన్నాడు మొదటి మత్స్యకారుడు.

ఆ మత్స్యకారులని ఎంత బతిమాలుకున్న లాభంలేదని రితేష్ కు అర్థమైపోయింది. సరే అన్నా పర్లేదులే. నువ్వు పద సోను, అంటూ రితేష్ అక్కడి నుంచి కదిలాడు.

రితేష్ వెంటే గుంపంతా నది ఒడ్డుకు చేరుకుంది. కానీ కృష్ణకు మనసొప్పలేదు. ఆఖరిగా ఒక ప్రయత్నం చేద్దాం అనుకున్నాడు. అన్నా దయచేసి సహాయం చేయండి అన్నా. మేము పన్నెండు వందల కిలోమీటర్లు వెళ్లాలి.

మేము చేయలేము తమ్ముడు. ఏమి అనుకోకు, మొదటి మత్స్యకారుడు అన్నాడు. పొద్దు పొద్దున్నే మమ్మల్ని సతాయించకు, వెళ్ళు.

వాడి మీద జాలి కలిగిందో ఏమో, రెండో మత్స్యకారుడు అన్నాడు "వాళ్ళని ఆపురా అక్కడ నీళ్ల లోతు 20 30 ఫీట్ల వరకు ఉంది. వాళ్ళు కొట్టుకుపోయారు అంటే వాళ్ళ శవాలు కూడా దొరకవు."

నది ఒడ్డు వైపు పరిగెడుతూ, కృష్ణ అరవసాగాడు అక్కడ నీళ్ల లోతు 20 ఫీట్ల వరకు ఉందని ఈయన చెప్తున్నారు. వెళ్ళకండి.

కానీ రితేష్, రామ్ బాబు, సోను నడుస్తూనే ఉన్నారు. నీళ్లు వాళ్ళ మోకాలిలోతుకు చేరుకున్నాయి. కృష్ణ మళ్లీ అరుస్తున్నాడు. గంగ లో మొసళ్ళు ఉన్నాయట. మొసలి అనే పేరు వినగానే వారందరిలో కొంచెం భయం కలిగింది. కానీ వారు అలాగే ముందుకు సాగుతున్నారు. ఇప్పుడు చూస్తే నీళ్లు వాళ్ళ నడుము వరకు వచ్చాయి. వాళ్లకి ముందుకి అడుగులు వేయడం చాలా కష్టం గా ఉంది. ప్రతి అడుగు వాళ్ళు ఎంతో జాగ్రత్తతో

వేస్తున్నారు. అప్పటికి మిగతా వాళ్ళందరూ కూడా కృష్ణ వెనకాలే నది ఒడ్డుకు చేరుకున్నారు. అందరిలోకి పొట్టి వాడైనా రితేష్ కి ఇప్పుడు నీళ్ళు మెడ వరకు వచ్చేసాయి. మిగతా కూలివాళ్లు, మత్స్యకారులు ఆశ్చర్యంతో చూస్తున్నారు. ఇంకో కొద్ది క్షణాల్లో వారందరి ప్రాణాలు గంగానదిలో కలవడం ఖాయం. సైకిల్ నెత్తి మీద పెట్టుకుని నది దాటడం ఎవరి వల్లా అయ్యేపని కాదు. గుంపులోని అందరూ కూడా ఊపిరి బిగబట్టి చూస్తూ ఉన్నారు. కృష్ణ కి ఏమో మనసొప్పడం లేదు. ఆగు రితేష్, ఆగు సోను అతను అరుస్తూనే ఉన్నాడు. కానీ వారు ఆగడంలేదు. ఇంకో కొన్ని క్షణాల్లో వాళ్ళు చనిపోవడం ఖాయం. గుంపు లోని మిగతా వారు కూడా అరవ సాగారు. అయినా ఈ ముగ్గురు మాత్రం ఆగడం లేదు.

ఒక్కసారిగా రెండో మత్స్యకారుడు అరిచాడు "ఆగండి వెధవల్లారా! ఆగండి రా చవటల్లారా! నా పడవలో నేను మిమ్మల్ని నది దాటిస్తాను. మొదటి మత్స్యకారుడు రెండో మత్స్యకారుడు వైపు చాలా ఆశ్చర్యంతో చూశాడు. కానీ అతనికి కూడా తెలుసు, ఆ క్షణం లో ఆపి ఉండకపోతే వారి ప్రాణాలు గాల్లో కలిసిపోయేవని.

4

అన్నదమ్ముల బృందం

రెండవ రోజు కొనసాగింపుగా...

1074 కిలోమీటర్ల దూరంలో సహారా

ఏప్రిల్ 28 పొద్దున 7:30 గంటలకి రితేష్ నుండి నాకు 4 మిస్డ్ కాల్స్ వచ్చాయి. నేను సహజంగా పడుకునే ముందర నా సెల్ ఫోన్ సైలెంట్ మోడ్లో పెడతాను. దానివల్ల ఐదారు గంటలైనా ఎవ్వరూ నన్ను లేపటానికి వీలు ఉండకుండా, మంచి నిద్ర నాకు దొరుకుతుందని. కానీ ఆ రోజు పొద్దున్న నన్ను నేను తిట్టుకున్నాను. రితేష్ వెనకాల నేను వెళ్తానని అతనికి నేను చెప్పాను. అలాంటప్పుడు ఇలా ఎలా చేశాను? అతడికి నా అవసరం ఉంటుంది, అని నాకు తెలుసు. ఒక్క క్షణం కూడా వృధా చేయకుండా నేను అతడికి వెంటనే కాల్ చేశాను. అతడు నా కాల్ లేపిన వెంటనే, నేను మాట్లాడటం మానేసి వినడం మొదలు పెట్టాను. 10 నిమిషాల పాటు మా ఇద్దరికీ జరిగిన సంభాషణలో నా పాత్ర, మౌనం వహించింది.

రాత్రి వారిని పోలీసులు కొట్టిన విషయం, వారు గర్హముక్తేశ్వర్ దగ్గర గంగను దాటే విషయం, అన్నీ విషయాలు రితేష్ నాకు చెప్పు కుంటూ వచ్చాడు. వింటూ ఉంటే నా నోట మాట రాలేదు. ఏం చెప్పాలో తోచలేదు. వారిని సహర్సా వరకు వెంబడించాలి అనే నా ఆలోచన ఇప్పుడు ఇంకా బలోపేతం అయింది. ఏది ఏమైనా వారి వెంట మేము ఉండాలి అని నేను నిర్ణయించుకున్నాను.

అయితే మీరు అంత ఇప్పుడు ఎక్కడ ఉన్నారు? అని నేను రితేష్ ను అడిగాను.

మాకు అది కచ్చితంగా తెలియదు సార్ అని అతడు అన్నాడు.

మీరు నిన్న బ్రిజ్ఘాట్ లో ఉన్నారు. కాబట్టి ఇప్పటికీ కనీసం మొరదాబాద్ చేరి ఉంటారు కదా. బరేలీ నుండి 100 కిలోమీటర్ల దూరంలో నాకు కొంత ఆస్తి ఉంది. దాన్నిబట్టి నేను ఆ విషయం చెప్తు ఉన్నాను.

లేదు సార్ మేము మొరదాబాద్ వెళ్లడం లేదు అన్నాడు రితేష్.

అదేంటి మొరదాబాద్ కాకపోతే మరి ఎటువైపు ప్రయాణిస్తున్నారు? వారు తీసుకుంటున్న నిర్ణయం తార్కికంగా అనిపించలేదు.

అవును సార్ నిజానికి దారైతే మొరదాబాద్ వైపు నుంచి ఉంది. కానీ పోలీసులు హైవే మీద పోలీసులు అందర్నీ కొడుతున్నారు. అందుకని మేము మా దారిని గ్రామాల గుండా, అడవుల గుండా తయారు చేసుకున్నాము.

రహదారి నుంచి పక్కకొచ్చి నడిస్తే, మీకు దారి ఎలా తెలుస్తుంది? అని నేను అడిగాను.

గూగుల్ మ్యాప్ మీద, నడిచే వాళ్ళ కోసం ఒక ఫీచర్ ఉంది సార్. దానిని నేను ఆన్ చేసుకున్నాను అని అతను చెప్పాడు.

ఆ మాట వినేసరికి నాకు సంతోషంతో ఆశ్చర్యం కలిగింది. ఎనిమిదవ క్లాస్ తో అతను తన విద్యా బోధనను ఆపేశాడు. కానీ అతనికి లోకరీత్యా జ్ఞానం చాలా ఉందని నాకు అర్థమైంది. గూగుల్ మ్యాప్ మీద 3 ఎంపికలు మనకు దర్శనమిస్తాయి. ఒకటి కారు. రెండవది బైకు. మూడవది నడిచే వారికి అనుకూలమైన దారి. అతను మూడవ దానిని ఎంచుకున్నాడు. ఆ కుర్రాడి తెలివితేటల పై ముచ్చట కలిగింది. అయితే మీరు ఉన్న స్థలాన్ని నాకు వాట్సాప్ కు సందేశం పంపు అని నేను అన్నాను. సహజంగా అయితే క్షణాల్లో సందేశం పంపించే రితేష్ ఈ సారీ ఏం మాట్లాడటం లేదు.

రితేష్ నా మాట నీకు వినబడుతోందా?

వినబడుతోంది సార్.

మరి సందేశం పంపు. ఏం ఆలోచిస్తున్నావ్?

మేము ఎక్కడున్నామో తెలుసుకుని మీరు ఏం చేస్తారు సార్? అతనికి నా నుండి సమాధానం కావాలి.

సహర్సా వరకు మీ వెనకాలే వస్తాను అని నీకు ఎప్పుడో చెప్పాను కదా?

కానీ ఎందుకు? వచ్చి ఏం చేస్తారు?

మనం కలిసినపుడు చెప్తాను. ఇప్పుడు కేవలం నీ స్థలాన్ని నాకు పంపించు.

అటువైపు నుంచి మళ్ళీ మౌనం. అతను ఈ విధంగా ఎందుకు ప్రవర్తిస్తున్నాడు నాకు అర్థం కావడం లేదు. నాకు మీరు ఉండే స్థలాన్ని చెప్పటంలో మీకు ఏమైనా ఇబ్బంది ఉందా? అని నేను ముక్కు సూటిగా అడిగాను.

నాకు స్థలాన్ని సందేశం గా గా ఎలా పంపించాలో తెలియదు సార్.

రితేష్ మీకు ఒకవేళ ఎక్కడున్నావో చెప్పడం ఇష్టం లేకపోతే అదే చెప్పు. అంతేకానీ అబద్ధం ఎందుకు చెప్తావ్? అతను ఏదో దాస్తున్నాడని నాకు అర్థమైంది.

అది కాదు సార్.

మరి ఏంటి?

నిజం ఇప్పుడు బయటకు వచ్చింది. మేము ఎక్కడున్నది మీకు చెబితే, మీరు అది పోలీసులతో చెప్తారని గుంపులో అందరూ అంటున్నారు సార్.

ఆ మాట వినగానే నాకు చాలా బాధ వేసింది. బుర్ర కానీ చెడిపోయిందా ఏంటి? అని నేను అన్నాను. ముందు రోజు రాత్రి పోలీస్ వారు వీరిపై చేసిన అఘాయిత్యం వారికి నా మీద ఉన్న నమ్మకాన్ని పోగొట్టింది అని నాకు అర్థమైంది.

నాకు మీ మీద నమ్మకం ఉంది సార్. కానీ గ్రూపులో వేరే వారు నమ్మడం లేదు.

ఇప్పటికీ గుంపులో అందరి నమ్మకం నేను గెలుచుకోలేకపోయాను అని నేను చాలా బాధ పడ్డాను. అదే విషయం అతనికి వ్యక్తపరిచాను.

అలా అనకండి సార్. నేను గుంపులో మిగతా వారితో మాట్లాడతాను. మాట్లాడి మీకు మళ్లీ కొద్దిసేపట్లో కాల్ చేస్తాం.

అతడు జవాబు ఏం వచ్చినా నేను వెళ్లడం తథ్యం. మధ్యదారిలో ఎక్కడో ఒకచోట వారిని నేను కలుసుకుంటాను. నన్ను నేను ఈ ప్రయాణానికి సిద్ధం చేసుకోవాలి, అని నేను నిర్ణయించుకున్నాను.

జట్టుని వెతుక్కోవడం

ఒక డాక్యుమెంటరీ చిత్రకారుడికి ఏం వస్తువులు కావాలి? ఎవరెవరు వెంట రావాలి? ఒక మంచి కెమెరా, ఒక కెమెరామ్యాన్, ఒక అసిస్టెంట్, ఒక సౌండ్ రికార్డిస్ట్. లాక్ డౌన్ సమయం లో ఎట్టి పరిస్థితుల్లో నాకు అవసరమైన ఈ పనిముట్లను, వాటిని వాడే పని వాళ్ళని వెతకడం చాలా కష్టం అని నాకనిపించింది. అది నిజమే అని కూడా తెలిసింది.

నాకు తెలిసిన అందరు కెమెరా వాళ్ళు నాతో రావడానికి ససేమిరా ఒప్పుకోలేదు. లాక్ డౌన్ సమయం లో మంచి కెమెరా ఎవ్వరూ అద్దెకు ఇవ్వరు అని, వారు అన్నారు. మా దగ్గర సోనీ ఎఫ్ ఎస్ 5 అనే కెమెరా ఉంది అని నేను చెప్పగానే, వారు వారి మాటలను మారుస్తూ, మాకు ఇంకా చాలా వస్తువులు కావాలి, అసిస్టెంట్ కావాలి, లైట్లు కావాలి. ఈ సమయంలో సౌండ్ రికార్డిస్ట్ దొరకడం కూడా కష్టమే అంటూ తమ కష్టాలను చెప్పుకోసాగారు.

నా దగ్గర లైట్లు లేవు కానీ మంచి మైకులు అయితే ఉన్నాయి అని నేను వారితో అన్నాను. అవి ఉంటే సరిపోయిందా? ఇంకా ఎన్నో వస్తువులు కావాలి, అని వారు నాకు ఒక పొడుగైన సామాన్ల పట్టిక ఇస్తూ పోయారు – ట్రైపాడు, ఫిల్టర్లు, కెమెరా లెన్సులు, ఇలా ఎన్నో మరెన్నో. వారు చెప్తున్న ఈ మొత్తం సామాన్ల వెనుక అసలు కారణం వేరే ఉంది. అదే కరోనా వైరస్ భయం. కానీ నా మొహం మీద ఎవరు ఆ విషయం మాత్రం చెప్పట్లేదు.

వారి భయానికి అర్థం లేకపోలేదు. లాక్ డౌన్ ప్రక్రియ మొత్తం ఉద్దేశ్యమే, ఇళ్ళలో జనాలను ఉంచి దాని ద్వారా వైరస్ యొక్క వ్యాప్తిని అరికట్టడం. మా ఇంట్లో వారికి కూడా నేను వెళ్లడం ఇష్టం లేదు. నేను వెళ్ళకుండా ఉండే విధంగా నన్ను ఒప్పిదాము అని కూడా చూశారు. వెళ్లడం లో ఉన్న ప్రమాదం నాక్కూడా తెలుసు. కానీ ఎటువంటి భయంకరమైన స్థితిలో అయినా తమ ప్రాణాలను పణంగా పెడుతూ పనిచేయాల్సిన అవసరం ఉన్న ఎంతో

మంది ఉన్నారు. అదృష్టవశాత్తు నేను అటువంటి ఒక పనిలో ఎన్నో ఏళ్లుగా ఉన్నాను.

తమ నిరసనలను నా దగ్గర వ్యక్తపరిచాక, నా కుటుంబ సభ్యులు, నా పని వల్ల ఇది అవసరం అని గుర్తించి నా ప్రయాణానికి సరే అని అన్నారు. కానీ ఒక టీము ఏర్పాటు చేసుకునే బాధ్యత నన్ను ఇంక కలవర పరుస్తూనే ఉండింది.

ఇది ఇలా ఉండగా నా టీం లో అందరికంటే పాత వాడు, నాకు అందరి కంటే నమ్మకస్తుడు అయినా మానవ్ యాదవ్ ను నేను ఒకసారి కలుద్దాం అనుకున్నాను. అతడు ఒక్కడే ఎంతోమంది చేసే పని చేయగలడు. 26 ఏళ్ల కుర్రాడే కానీ, అతడే సౌండ్ రికార్డింగ్, కెమెరా పని, డైరెక్షన్, ఎడిటింగ్, అవసరమైతే లీగల్ డాక్యుమెంట్ల తయారీ తో సహా, అన్ని చేయగల సమర్ధుడు. అతను చేయలేని పని లేదు. అన్నిటికీ మించి అతడు ఎప్పుడూ కూడా పని నుండి వెనకడుగు వేసింది నాకు తెలీదు. అతనితో వచ్చిన చిక్కల్లా ఏమిటంటే సంవత్సరానికి ఒకటి రెండు సార్లు ఎవరో ఒకరిని ప్రేమిస్తూ ఉంటాడు. ఆ అమ్మాయి అతడిని విడిచి వేరే వాళ్ళని పెళ్లి చేసుకుంటే ఉంటుంది. దానితో ఇతను కాస్త డిప్రెషన్లోకి వెళ్తూ ఉంటాడు. ఈ లాక్డౌన్ సమయంలో కూడా అతను ఇటువంటి ఒక స్థితిలోనే ఉన్నాడు అని నాకు తెలిసింది. దానివల్ల ఈ పని అతని బుర్రను కాస్త వేరే ఆలోచనలు వైపు మళ్ళిస్తుందని నేను అనుకున్నాను.

నేను ఈ పని గురించి చెప్పగానే అతను ఎగిరి గంతేశాడు. వెంటనే ఒప్పుకున్నాడు. మేము ఇద్దరమే మొత్తం పని అంతా చూసుకుంటామని మేము అనుకున్నాం. మా సోనీ కెమెరా మీద, ఐఫోన్ మీద మేము మొత్తం చిత్రీకరిస్తాం అని మేము నిర్ణయించుకున్నాం. గతంలో ఎన్నో డాక్యుమెంటరీలు ఐఫోన్ మీద చిత్రీకరించారని నాకు తెలుసు. అదే మాకు స్ఫూర్తి. ఈ నిర్ణయాలన్నీ తీసుకున్నాక మేము ఇంకో గంటలో నోయిడా లో కలిసి మా ఈ అనిశ్చిత ప్రయాణం ప్రారంభిద్దాం అని నిర్ణయించుకున్నాము.

మేము కలుసుకోవడం...

నోయిడా వదిలేసే ముందర నేను రితేష్ కు కాల్ చేసే ప్రయత్నం చేశాను. కానీ అతడు నా కాల్ లేపడం లేదు. అతడు ఎక్కడ ఉన్నదో మాకు తెలియదు. అతడు తన ఫోన్ ని సైలెంట్ లో పెట్టాడు ఏమో? లేదా ఇంకేదైనా కారణం చేత నా కాల్ లేపడం లేదు ఏమో? కాసేపట్లో చూసుకొని నాకు తిరిగి కాల్ చేసిన చెయ్యచ్చు. ఏదైతే అది అయ్యింది అని నేను, మానవ్ మా ప్రయాణాన్ని మొదలు పెట్టాము. ఆ జాతీయ రహదారి ఒక దెయ్యాల కొంపలా ఉంది. ఎవరూ లేరు. రోడ్ల వెంబడి మొత్తం నిశ్శబ్దం. నిర్మానుష్యంగా ఉంది. ప్రతీ కొన్ని కిలోమీటర్ల కి ఒక్కసారి మాకు ఏదో ఒక బండి కనిపిస్తూ ఉంది. అందులో అత్యవసర సామాన్లో, లేక

అత్యవసర సేవలను అందించే వారో వెళ్తూ ఉన్నారు. అలాగే ప్రతీ సారి ఒక గుంపు వలస కూలీలు కూడా కనిపిస్తూ ఉన్నారు.

జాతీయ రహదారి 24 మీద మాకు ఒక బోర్డు దర్శనం ఇచ్చింది. 3 కిలోమీటర్ల లో బ్రిజ్ ఘాట్ అని. నిన్న రాత్రి ఆ కూలీల గుంపు పోలీసుల జులుం కి గురి అయిన ప్రాంతం అదే. నేను అది చూడగానే రితేష్ కు మళ్ళీ కాల్ చేశాను. మళ్ళీ అతని నుండి నాకు ఎటువంటి సమాధానం రావడం లేదు. పోనీ నా ఫోన్ లో నుండి చెయ్యండి అని మానవ్ అన్నాడు. అతని దగ్గర నా నెంబర్ లేదు కదా, అందుకని లేపుతాడు ఏమో? నా మొత్తం జీవితం ఇటువంటి పనులు చెయ్యడం తప్పు అని నేను అనుకునే వాడిని. కానీ ఆ సమయానికి అది మంచి పనిలా తోచింది. మానవ్ ఫోన్ నుండి కాల్ చేశాము. అయిన సమాధానం మాత్రం లేదు.

రితేష్ కావాలనే నా ఫోన్ ను లేపడం లేదు అని మాత్రం నాకు అనిపించలేదు. లేపలేని ఏదో స్థితి లో అతడు ఉన్నాడు అని నాకు అర్థం అయ్యింది. ఇంతలో నా ఫోన్ మోగింది. దాని స్క్రీన్ మీద చూస్తే "రితేష్ లాక్డౌన్." అది చూసి నాకు చాలా ఆనందం వేసింది. నా కాల్స్ ఎందుకు లేపడం లేదు అని నేను అతడిని అడిగాను.

సార్ మేము ఒక ఆశ్రమం లో ఆగాము. ఫోన్లను ఛార్జింగ్ లో పెట్టాము అని అతను చెప్పాడు. కావాలని మాత్రం లేపకపోవటం అయితే లేదన్న మాట అని నేను అనుకున్నాను.

మీరు ఇప్పుడు ఎక్కడ ఉన్నారు? నేనైతే బ్రిజ్ ఘాట్ లో ఉన్నాను. నోయిడాకు వెనక్కి వెళ్ళే ఆలోచనాయితే నాకు లేదు అని నేను చెప్పాను.

మీరు నిజంగానే బ్రిజ్ ఘాట్ లో ఉన్నారా? రితేష్ ఆశ్చర్య పడుతూ అడిగాడు.

అవును సోదరా! కావాలంటే, నేను నా లైవ్ లొకేషన్ నీకు వాట్సాప్ మీద పంపిస్తాను, చూడు అని నేను అన్నాను.

లేదు సారు. నేనే నా లొకేషన్ మీకు పంపిస్తున్నా అని రితేష్ నుండి సమాధానం.

ఇప్పుడు ఇక రితేష్ కు నా మీద పూర్తి నమ్మకం వచ్చేసింది అని నాకు అర్థం అయ్యింది. 2 నిమిషాల్లో అతను ఉన్న స్థలం నాకు వాట్సాప్ మీద సందేశం రూపం లో వచ్చింది. మా నుండి వారు కేవలం 46 కిలోమీటర్ల దూరం లో ఉన్నారు అని మాకు తెలిసింది. వారు గార్హముక్తేశ్వర్ దగ్గర గంగ నుండి 46 కిలోమీటర్లు సైకిల్ తొక్కారు అని మాకు అర్థం అయ్యింది. పొద్దున సమయం లో ప్రయాణించి కూడా వారు ఇంకా ఎక్కువ కిలోమీటర్లు ఎందుకు ప్రయాణించలేక పోయారు అని నేను అన్నాను. మట్టి రోడ్లలో వారు అంత తొక్కినదే ఎక్కువ. అది చాలా గొప్ప విషయం అని మానవ్ అన్నాడు. అతని తర్కం నాకు సారి అయినది గానే తోచింది. వాళ్ళు విశ్రాంతి కోసం కాసేపు ఎక్కడైనా ఆగి ఉండచ్చు. కానీ పోలీసుల నుండి తప్పించుకోవడానికి ఇదే సరయిన మార్గం. చూడండి

మన దేశం యొక్క దుస్థితి? కూలి చేసుకొని బ్రతికే వాడు పోలీస్ లారీ కి బలి అవుతూనే ఉన్నాడు, ఉంటాడు. ఆ లారీ నుండి తప్పించుకోవడం అతనికి ఒక వరం. ఇది నిజం.

గూగుల్ మ్యాప్స్ ప్రకారం మేము కేవలం 12 కిలోమీటర్ల దూరం లోనే ఉన్నాము. నాకేమో చాలా ఉత్సాహంగా ఉంది. ఎన్నో వేల గుంపుల మధ్యలో ఒక వలస కూలీల గుంపుతో నేను ప్రయాణం చేయబోతున్నా. కేవలం నేను ఒక్కడినే ఏమో కూడా ఇటువంటి ప్రయాణం చేస్తున్నది. దానిని నేను చిత్రీకరించబోతున్నా. వారిని ఏదో వీడియో కాల్ లో చూడడమే కానీ, వారితో నాకు ముఖ పరిచయం లేదు. ఈ దెబ్బతో అది జరిగిపోతుంది. 28 ఏప్రిల్ న మొదటిసారి నేను వారిని కలుసుకుంటా. ఇలా నాలో ఉత్సాహానికి అవధులు లేకుండా, నేను ఆలోచనల మధ్యలో కొట్టు మిట్టాడుతూ ఉన్నాను.

కానీ అదంతా ఒక వైపు అయితే, మేము మా కార్లో సుఖం గా ప్రయాణిస్తున్న అదే సమయం లో ఆ వలస కూలీలు కిలోమీటర్ల కొద్ది సైకిల్ తొక్కి తొక్కి అలసిపోయి ఉంటారు. వారిని తలుచుకుంటేనే చాలా బాధగా కూడా ఉంది. వారికి తిండి కూడా దొరికే అవకాశం చాలా తక్కువ. రహదార్ల పైన ఉన్నా దూకాణాలు కట్టేశారు. ఊర్లలో వారు సహాయం చేయడానికి నిరాకరించే అవకాశం చాలా ఉంది. ఈ విషయాలు దృష్టి లో ఉంచుకుంటూ మేము, తిండి కోసం వెదకసాగాము.

8 కిలోమీటర్లు నడుపుకుంటూ వెళితే, భీమ్ నగర్ అనే ఒక గూడెం వచ్చింది. అన్నీ దుకాణాలు మూసేసి ఉన్నాయి. కేవలం ఒక కిరాణా కొట్టు మాత్రం సగం తెరిచి ఉంది. ఒక పళ్ల బండి అతను కూడా చెట్టు కింద నీడలో తన బండి పెట్టుకుని కూర్చున్నాడు. నేను 20 నుండి 30 పాకెట్లు పార్లే-జీ బిస్కట్లు ఒక 3 డజన్ అరటి పళ్ళు కొనేశాను.

ఆ వస్తువులన్నీటిని నా కార్లో కుక్కాను. గూగుల్ మ్యాప్స్ ప్రకారం మేము ఒకరినొకరు కలుసుకునే చోటు కేవలం ఇంక 1 కిలోమీటర్ దూరం మాత్రమే ఉంది అని కనిపిస్తోంది. మేము కలుసుకునే చోటు ఎట్టి పరిస్థితుల్లో దాటిపోకూడదు అనే కంగారులో మానవ్ నుండి స్టీరింగ్ నేను తీసుకున్నాను. ఇంక నా కళ్ళు ఆ విరిగి పోయిన రోడ్లని, పక్కనే పరిగెడుతున్న పొలాలని వెతుకుతూ పోయాయి. మేము ఉన్నా వేగం లో వారు మాకు కనిపించకపోయే అవకాశం లేకపోలేదు. ఫోన్లో విన్నది కేవలం వారి గొంతులని మాత్రమే. షేర్ చేసిన వీడియోల్లో చూసినది ఇప్పుడు గుర్తు పట్టడానికి పెద్దగా సరిపోదు. ఇలా నేను అనుకుంటూ ఉండగా 200 మీటర్ల దూరం లో ఒక ఒంటరి సైకిల్ అతను ఒక అతను కనబడ్డాడు. అతను సైకిల్ మీద వాలిపోయి ఏదో వెదుకుతూ ఉన్నాడు. అతని సైకిల్ వెనుక ఒక పెద్ద అంబుజా సిమెంట్ బస్తా ఒకటి కట్టి ఉంది.

సహర్సాకు వెళ్ళే గుంపు లో వాడివా నువ్వు? నా కార్ ఆపుతూనే నేను అడిగాను. ముఖం లో ఎటువంటి మార్పు లేకుండా అతను తల ఊపాడు, అంతే.

వేరే వాళ్ళు ఎక్కడ ఉన్నారు?

వాళ్ళు నాకంటే ముందరికి వెళ్ళి పోయారు.

నువ్వేనా రితేష్ వి? కంగారులో నాకు మిగతా పేర్లు గుర్తుకు రావడం లేదు. ఇతను అయి ఉండడు అని తెలిసి కూడా నేను అతన్ని ఆ ప్రశ్న వేశాను.

కాదు నేను ఆశిష్ ని, అతని నుండి సమాధానం.

రితేష్ ప్రకారం ఒక బొమ్మ కోసం, ఒక జత చెప్పుల కోసం తన ప్రాణాలను పణంగా పెట్టిన ఆశిష్ ఇతడే అన్నమాట. అతను తెల్లగా ఉండి, రింగు రింగుల జుట్టు తో ఉన్నాడు. మొదటి చూపులో ఒక కూలీ వాడి గురించి మనం ఊహించుకునే దానికి చాలా భిన్నంగా ఉన్నాడు.

నువ్వు ఎలా వెనకబడ్డావ్ ఆశిష్?

ఏమో తెలియదు, కానీ సైకిల్ చైన్ బిగుసుకు పోయింది. అందుకని నేను ఆగిపోయాను.

వాళ్ళు నిన్ను వదిలి వెళ్లిపోతే?

వెళ్లరు. అతను చిరునవ్వుతో సమాధానం ఇచ్చాడు.

అంత ఖచ్చితంగా ఎలా చెప్పగలవ్?

ఎందుకంటే వారి కిచిడి నా దగ్గర ఉంది, అని ఆశిష్ అన్నాడు, తన దగ్గర ఉన్న ఒక ప్లాస్టిక్ కవర్ ను చూపిస్తూ.

ఇంత కఠినమైన పరిస్థితుల్లో కూడా అతను నవ్వటానికి ఒక కారణం వెత్తుకోవడం నాకు భలే ముచ్చటగా అనిపించింది. కిచిడి ఎవరు ఇచ్చారు? నేను అడిగాను.

కొన్ని కిలోమీటర్ల వెనక దారిలో ఒక స్వచ్ఛంద సంస్థ వారు పంచి పెడుతూ ఉన్నారు సార్, అని అతడు అన్నాడు.

ఆశిష్ సైకిల్ పరుగు తీయడానికి మళ్ళీ సిద్ధం అయిపోయింది. ఆ కొద్ది నిమిషాల విశ్రాంతి, అతనికి రెట్టింపు ఉత్సాహాన్ని ఇచ్చింది. నన్ను ఆశ్చర్య పరచడం కోసమే తొక్కుతున్నట్టు నాకు అనిపించింది. చాలా శరవేగం తో అతను సైకిల్ తొక్కుతూ ఉన్నాడు. నేను కార్ ను అతని పక్కగా పోనిచ్చి "కాస్త మెల్లగా వెళ్ళు, పర్లేదు" అని చెప్పాను.

లేదు సార్, మీ గురించి అందరూ ఎంతో సేపటి నుండి ఎదురు చూస్తున్నారు, అని అతడన్నాడు.

ఓహో.

అవును సార్.

కానీ మొదట్లో తను ఉన్నా స్థలాన్ని నాకు రితేష్ చెప్పడానికి ఇష్ట పడలేదు మరి?

అప్పుడు కూడా మాకు తెలుసు సార్, మీరు వస్తారు అని. బ్రిజ్ ఘాట్ వరకు సార్ కనుక వస్తే మన లొకేషన్ సార్ కు పంపుదాం అని రితేష్ అన్నాడు సార్.

వాళ్ళ తర్కం పట్ల, సులువుగా నడిచిపోయే వారి ఆలోచన పట్ల, వారి కలుపుగోలుతనం పట్ల నాకు ఆశ్చర్యం కలిగింది.

మాకు అబద్ధం చెప్తే మీకు మాత్రం ఏం వస్తుంది సార్?

నిజమే.

రితేష్ కు మేము అందరం కూడా అదే చెప్పాము, ఆయన కనుక అక్కడి వరకు వస్తే ఎక్కడున్నది చెప్పమని.

కలిసిన ఐదు నిమిషాల్లో ఆశిష్ నా మనసు గెలుచుకున్నాడు.

ఆరుగురు మనుషులు వాళ్ళ వాళ్ళ సైకిళ్ల తో కొద్ది దూరం లో మాకు నిలబడి కనిపించారు. ఆశిష్ వెనకాలే మేము వస్తు ఉండడం చూసి వారికి మేము ఎవరో అర్ధం అయిపోయింది. మేము అక్కడికి చేరుకోగానే, అంత నా చుట్టూ చేరడం మొదలు పెట్టారు. కానీ అందరికీ మాస్కులు ఉండడం వలన ఎవరు ఎవరనేది నేను అస్సలే గుర్తు పట్టలేకపోయాను. కానీ వారిని ఒకరి తరువాత ఒకరిని, తమని తామే కెమెరా కు పరిచయం చేసుకోవాలసిందిగా నేను కోరాను.

కానీ మొదటగా, “మీలో రితేష్ ఎవరు?” అని నేను అడిగాను.

ఒక చాలా బక్కగా, పుల్లలా ఉన్న శరీరం తో, ఒక చిన్న పిల్లోడు గుంపులో నుండి బయటకు వచ్చాడు. అతను చామన ఛాయ రంగులో ఉన్నాడు. వంటి పైన ఒక్క ఎర్రటి అంగీ. “నేనే సార్ రితేష్ ని.”

ఎంత వయసు ఉంటుంది నీకు? నేను ఆశ్చర్యం తో అడిగాను. అతను అంత చిన్నవాడు అని నేను అనుకోలేదు.

ఇరవై రెండు ఏళ్లు అండీ, అటు నుండి సమాధానం.

నువ్వే అందరిలోకి చిన్న వాడివా?

అవును సార్.

అందరిలోకి పెద్ద వాళ్ళు ఎవరు?

అక్కడ నుంచున్నాడే, అతనే రామ్ బాబు. అతనికో ముప్పై ఐదు ఉంటాయండి.

రితేష్ చూపించిన మనిషి చెట్టు వెనకాల నుంచొని ఎవరితోనో చాలా కంగారుగా మాట్లాడుతూ ఉన్నాడు.

అతను ఎవరితో మాట్లాడుతున్నాడు?

అతని పెళ్ళాం తో సార్. నిన్నటి గొడవ తరువాత ఇళ్ల దగ్గర అందరూ చాలా కంగారుగా ఉన్నారు అండీ.

నేను అందరి వైపు చూశాను. భయం వారి మోహల మీద కొట్టొచ్చినట్టు కనిపిస్తూ ఉంది.

రితేష్ నన్ను అందరికీ పరిచయం చేస్తూ పోయాడు – కృష్ణ, సోనూ, సందీప్, ముకేష్. ఒక్క రామ్ బాబు తప్ప మిగతా వారు అంత ఇరవై నాలుగు నుండి, ఇరవై ఎనిమిది ఏళ్ల లోపు కుర్రాళ్ళే. అలాగే ఒక్క రామ్ బాబు తప్ప మిగతా వారు అంత కూడా సహర్సా జిల్లా లోని మోహన్ పూర్ గ్రామానికి చెందిన వారే. కానీ రితేష్, రామ్ బాబు ఒక ఇంటి అక్కా చెల్లెలను చేసుకున్న కారణం గా ఒకరినొకరు అంటి పెట్టుకొని ప్రయాణిస్తూ ఉన్నారు.

పొద్దుటి నుండి మీరు ఏమైనా తిన్నారా లేదా? నాకు కార్ లోపల ఉన్నా బిస్కట్లు, అరటి పళ్ళు గుర్తు వచ్చాయి, వారి నీరసించిపోయిన మొహాలు చూడంగానే.

లేదు సార్, ఇంతలో రామ్ బాబు మా వైపుగా వస్తూ అన్నాడు.

మీ అందరి దగ్గర కిచిడీ ఉంది కదా, ఎందుకు తినలేదు? అని నేను అడిగాను.

ఏదో నన్ను ఒప్పించడం కోసం అన్నట్లుగా, రితేష్ చాలా దృఢం గా మాట్లాడాడు.

లేదు సార్. మేము ఇప్పుడే అది తినము. ఇప్పటికీ ఎలాగోలా మేము గడిపేసుకుంటాం. ఎందుకంటే రాత్రికి మాకు తిండి దొరుకుతుందో లేదో మాకు తెలియదు.

ఆ మాటలు విని నేను నిర్ఘాంత పోయాను. వారి బాధ నాకు అర్ధం అయిన కూడా, వారికి చెప్పడం భావ్యం అనిపించి, "పొద్దుటి నుండి సైకిల్ తొక్కి తొక్కి, ఈ మండే ఎండలో పూర్తిగా అలసిపోయి ఉంటారు. ఇప్పుడు మీరు ఏమి తినకపోతే, దానివల్ల మీలో ఒక్కరికీ ఏదైనా జరగరానిది జరిగితే సహర్సా వెళ్ళాలి అనే మీ కల కేవలం కలగానే మిగిలిపోతుంది.

వారు నేను అన్న ఈ మాటలకు కదల్లేదు మెదల్లేదు. గౌరవంతో మౌనం గా ఉండిపోయారు.

మీ కిచిడి కావాలంటే మీరు తరువాత తినండి. ప్రస్తుతానికైతే నా కార్లో అరటి పళ్ళు ఉన్నాయి. అవి తీస్కోండి. సోనూ, డోర్ తెరిచి తీసుకోమని నేను అన్నాను. సోనూ ఏ మాత్రం మొహమాట పడకుండా కార్లో నుండి అరటి పళ్ళు తీసుకున్నాడు. సోనూ రెండు తిన్నాడు. మిగతా వారు ఒక్కొకరు మూడు తిన్నారు. నేను కాస్త కుదుట పడ్డాను. కనీసం వారికి ఇంకొంత దూరం సైకిల్ తొక్కే శక్తి లభిస్తుందిగా దీనివల్ల అనుకున్నాను. కిచిడీ ఉన్న పాకెట్ ఆశిష్ సైకిల్ కు అలాగే వేలాడుతూ ఉంది.

ఈ దొరికిన కొద్ది నిమిషాల వ్యవధిలో ఆశిష్ నాకు జరిగినది చెప్పటం ప్రారంభించాడు. తన ఇద్దరు అన్నలు, రితేష్ వాళ్ళ అన్న, వారు ముగ్గురు కూడా తమతోనే ప్రయాణం చేశారని, పోలీస్ దెబ్బకు భయపడి గుంపు మొత్తం చెదిరిపోయిందని, వారి ఆచూకీ తమకు ఇంకా తెలియదని ఆశిష్ నాతో చెప్పాడు. అదే విషయానికి జోడిస్తున్నట్లుగా రితేష్ కూడా నాతో మాట్లాడసాగాడు. నేను వారికి మొరదాబాద్ – రాంపూర్ – బరేలి –

రహదారి గుండా వెళ్ళ వద్దు, పోలీసులు ఉంటారు, దొరికితే మళ్ళీ మనకి మోతే అని నేను వారిని హెచ్చరించాను సార్ అన్నాడు రితేష్. కానీ వారు అదే దారి నుండి ప్రయాణించారు ఏమో అని ఆశిష్ తన భయాన్ని నాతో వ్యక్తం చేశాడు. అయితే ఆశిష్ వారు ఆ మార్గాన్ని అనుసరించి ఉండవచ్చునని ఆందోళన చెందాడు. అటుగా వెళ్తే జరిగే పరిణామాల గురించి ఆలోచిస్తూ వణికిపోయాడు. సహర్సాలోని వారి కుటుంబాలు బ్రిజ్‌ఘాట్‌లో పోలీసు చర్యల గురించి తెలుసుకున్నప్పుడు, వారి ఆకలిని దుఃఖం, ఆందోళన, మింగేసింది.

ఉదయం నుండి, ఇళ్లలో ఎవరూ వంటగది మంటలను వెలిగించలేదు, ఎవరూ ఏమీ తినలేదు సార్.

'మీరు ఇప్పుడు సురక్షితంగా ఉన్నారని మీరు మీ కుటుంబ సభ్యులకు చెప్పాలి' అని నేను అన్నాను.

'సర్, మేము వారికి చెప్పాం' అన్నాడు రితేష్. 'అయితే మేము మా ప్రాణాలను పణంగా పెట్టి రోడ్డుపై పోరాడుతున్నప్పుడు వారు ఎలా తినాలని వారు మమ్మల్ని అడిగారు.'

'పిల్లలు కూడా తినడం లేదు' అని ఆశిష్ చెప్పాడు.

'మీ పిల్లలా?'

'అవును సార్. నీల్ కమల్, అంజనీ ఇద్దరు కూడా తినడం లేదు.'

'కానీ మీ పిల్లలు చాలా చిన్నవారు, కదా?'

'అవును సార్, నీల్ కమల్ వయసు ఎనిమిది నెలలు, అంజనికి నాలుగు సంవత్సరాలు.'

'అలాంటి చిన్నపిల్లలు అంతగా ఎలా గ్రహిస్తారు, ఆశిష్?' నేను అయోమయంగా అడిగాను.

'వారు ఇంటి వాతావరణాన్ని పసిగట్టగలరు సార్' అని ఆశిష్ అన్నాడు.

ఒక మేరకు, అతను చెప్పింది నిజమే. నేను బహుశా నాలుగు సంవత్సరాల వయస్సులో ఉన్న ఒక సమయాన్ని నేను గుర్తుచేసుకున్నాను, మేము జమ్మూ కాశ్మీర్ రాష్ట్రంలో ఉన్న ఉధంపూర్‌లో నివసించాము. రోజంతా భారీ వర్షం కురుస్తోంది పైకప్పు లీక్ కావడం ప్రారంభమైంది. అప్పుడు ఒక వైపు ఒక గోడ దారి ఇవ్వడం ప్రారంభించింది. నా తల్లిదండ్రులు రాత్రంతా మెలకువగా ఉన్నారు, ఇల్లు కూలిపోకుండా కాపాడటానికి ప్రయత్నించారు, ఆ సమయంలో మా అమ్మ కూడా నన్ను ఏడుపు ఆపేసి తినిపించడానికి ప్రయత్నించింది. నా తల్లితండ్రులు ఎదుర్కొంటున్న సంక్షోభం యొక్క తీవ్రత గురించి నాకు తెలియకపోయినా, రాత్రంతా ఏడవడం నాకు గుర్తుంది. నాకు తెలిసిందల్లా ఏదో భయంకరమైనది జరుగుతోంది.

'గుంపుకి నాయకుడు ఎవరు?' వాతావరణాన్ని తేలికపరచడానికి నేను అడిగాను.

'రామ్ బాబు,' రితేష్ వెంటనే సమాధానమిచ్చాడు.

'లేదు సార్, రితేష్' అని రామ్ బాబు అన్నాడు.

'రితేషే ఎందుకు?' నేను అడిగాను.

'ఎందుకంటే నేను రెండు తరగతి వరకు చదివాను. అతను ఎనిమిదో తరగతి వరకు చదువుకున్నాడు.'

రామ్ బాబు లాజిక్ చూసి అందరూ నవ్వడం ప్రారంభించారు.

'ఈ గుంపులో రితేష్ కంటే అక్షరాస్యులు ఎవరైనా ఉన్నారా?' నాకు వారి గురించి మరింత తెలుసుకోవాలని ఆసక్తిగా ఉంది.

'అవును సార్, నేను గ్రాడ్యుయేట్' అన్నాడు ఆశిష్.

నేను ఆశ్చర్యపోయాను. 'భేష్, ఏ సబ్జెక్ట్?' నేను అడిగాను.

'సంగీతం.'

'మరి కూలీగా ఎలా అయ్యావు?' అని నేను అన్నాను.

'సార్, సహర్సా నుంచి ఎవరైనా సంగీతంలో పట్టభద్రులైతే వారు కూలీలుగానే పని చెయ్యాలి' అని అతను సమాధానమిచ్చాడు.

'లేదు, నీకు ప్రతిభ ఉంటే నువ్వు ఒక గొప్ప చోటుకి చేరుకోవచ్చు.

నువ్వు పాడతావా? 'అని అడిగాను.

ఆశిష్ మౌనంగా ఉన్నాడు.

'నువ్వు ఏదైనా వాయిద్యం వాయిస్తావా?' అని నేను మళ్ళీ అడిగాను.

'లేదు సార్, బీహార్‌లో విద్యార్థులు అధిక మార్కులు సాధించడానికి సంగీతాన్ని ఎంచుకుంటారు. ఉపాధ్యాయులు కూడా సంగీతాన్ని ఎంచుకోవడానికి మిమ్మల్ని ప్రోత్సహిస్తారు. చదువుకోకుండానే ఎక్కువ మార్కులు సాధించవచ్చు 'అని అతడు వివరించారు.

కొన్నేళ్ల క్రితం వార్తల్లో నిలిచిన ఒక అపఖ్యాతి పాలైన కేసును నేను గుర్తుచేసుకున్నాను. బీహార్ స్టేట్ బోర్డ్ ఎగ్జామ్ టాపర్లలో సంగీతం ప్రధాన సబ్జెక్టుగా ఉంది. లయ మరియు శ్రావ్యతపై ప్రశ్నలు వేసినప్పుడు, వారు సమాధానం ఇవ్వలేకపోయారు. కానీ, ప్రస్తుతం, ఈ విషయాల గురించి చర్చించడంలో అర్థం లేదు. నేను ఆశిష్ వాస్తవాలను వాస్తవంగా అంగీకరించేంత సూటిగా ఉన్నాడని, ఎంత చెడ్డగా ఉన్నా నిజం చెప్పావని నేను ప్రశంసించాను.

'అయినప్పటికీ, నువ్వు గుంపులో అత్యంత అక్షరాస్యుడివి.'

'లేదు సార్' అని అతడు సమాధానమిచ్చాడు. 'ఆ విద్యకు పెద్దగా అర్థం లేదు. మా నాయకుడి విషయానికొస్తే, అది నిస్సందేహంగా రితేష్. '

వారు ఎంత సరళంగా, అమాయకంగా ఉన్నారో గ్రహించాను. వారు నిజంగా వేరే ప్రపంచానికి చెందినవారు. నేను వారిని కలవడం అదృష్టంగా భావించాను. నేను వారి ప్రయాణమంతా దగ్గరి నుంచి చూసి వారిని అర్థం చేసుకునే అదృష్టం నాకు కలిగింది. ఇంకా, కూలీలు అనేక సందర్భాల్లో పని చేయడానికి నా ఇంటికి వచ్చినప్పుడు, నేను వారి పేర్లు అడగడానికి కూడా ఆలోచించాను.

'ప్లాస్టర్ పని ఎప్పుడు పూర్తవుతుంది?' 'మీరు టైల్స్ ఎప్పుడు వేస్తారు?' 'జాగ్రత్తగా ఉండండి, అవన్నీ నేలపై చిందించవద్దు.' 'సాయంత్రం బయలుదేరే ముందు, దయచేసి ప్రతిదీ శుభ్రపరచండి.' ఇది కార్మికులతో ఊహించదగిన సంభాషణ.

వారు ఎక్కడి నుండి వచ్చారో తెలుసుకోవడానికి నేను ఎప్పుడూ ప్రయత్నించలేదు. వారి కుటుంబాలలో ఎవరు ఉన్నారు? వారు ఇక్కడ ఒంటరిగా ఉన్నారా, లేదా కుటుంబంతో ఉన్నారా? వారు ఎంత సంపాదించారు? వారి కాంట్రాక్టర్ వారికి న్యాయంగా, సమయానికి చెల్లించారా? ఈ ప్రశ్నలు ఎప్పుడు గుర్తుకు రాలేదు. నేను అలా అడగనూలేదు. కానీ, నా తల్లిదండ్రులు పెంచిన విధానం వల్ల, నేను వారికి ఎప్పుడు నీరు, టీ, చల్లని పానీయాలు ఇచ్చేవాడిని. రోజులో రెండుసార్లు, మేము వారికి టీ, బిస్కెట్లు అందించే వాళ్ళాము. కానీ అంతకు మించి ఏమీ లేదు.

ఇప్పుడు, ఈ ఏడుగురితో నా అనుబంధం ద్వారా లక్షలాది మంది కార్మికుల జీవితాలు ఎలా ఉంటాయో తెలుసుకోబోతున్నాను అని నేను అనుకున్నాను.

ఒక కొత్త రకం అస్పృశ్యత

మధ్యాహ్నం 3 గంటల సమయం. సూర్యుడు పడమర వైపు కదులుతున్నాడు, మా చక్రాల క్రింద ఉన్న భూమి స్టవ్ మీద పాన్ లాగా వేడిగా ఉంటుంది. కూలీలందరూ చెమటతో తడిసిపోయారు. చివరి గంటలో ఒక్క క్షణం కూడా ఎవరూ ఆగలేదు. చెమట పట్టిన అరచేతుల కారణంగా, వారి సైకిల్ హ్యాండిల్స్‌పై వారి పట్టు నిరంతరం జారిపోతోంది. ఆగాలి అని వారిలో ఒక్కరికి అనిపించినా ఆ ఆలోచనను వారు అక్కడికి అక్కడే పాతిపెట్టేస్తూ ఉన్నారు. తమ ప్రయాణాన్ని ప్రారంభించడానికి ముందు, వారి సైకిల్ విరిగిపోతే లేదా ఎవరైనా అనారోగ్యానికి గురైతే మాత్రమే ఆపాలని నిర్ణయించుకున్నారు. లేకపోతే, విరామం తీసుకునే ముందు రెండు గంటల పాటు నాన్-స్టాప్ సైకిల్ నడపడం అలిఖిత నియమం. మా మార్గంలో పెరుగుతున్న దుకాణాల సంఖ్య మొరదాబాద్ జిల్లాలోని సంబల్ అనే చిన్న పట్టణాన్ని మేము సమీపిస్తున్నాం అని సూచించింది. కొంత సమయం

లో, మేము అజాన్ శబ్దాన్ని విన్నాము. మధ్యాహ్నం నమాజ్ ప్రార్థనలతో పాటే ఆ ఊరిలోకి మా ప్రవేశం జరిగింది.

ఇప్పటివరకు ఆహారం లేదా నీరు గురించి ఎటువంటి హామీ లేదు. ఇది బహుశా కొనసాగుతుంది కూడా. వారు ఈ బాధను అంతా ఎంత నిశ్శబ్దంగా భరిస్తున్నారో అనే ఆలోచన నాకు నచ్చలేదు. కరోనావైరస్ సంక్షోభం వల్ల జరిగే ఒక సంఘటన జరిగింది. మేము సంబల్ నుండి బయలుదేరిన నాలుగు లేదా ఐదు కిలోమీటర్ల తర్వాత, సోను, సందీప్ చాలా దాహంగా ఉన్నారు. వారు ఒక చిన్న గ్రామాన్ని దాటుతున్నారు. సోను రోడ్డు పక్కన ఒక చేయితో కొట్టే పంపును గుర్తించాడు. అతను ప్రతి ఒక్కరినీ ఆపమని సూచించాడు. వారు తమ సైకిళ్లను వారి స్టాండ్‌లపై ఉంచి ఆ పంపుకు చేరుకోగానే, గ్రామస్థులు వారి వద్దకు వచ్చారు.

'సోదరా, ఇక్కడ కాదు' అని గ్రామస్తులలో ఒకరు చెప్పారు. మరొకరు, 'మీరు నీరు తాగాలనుకుంటే, మీరు ఇంతకు ముందు చూసిన చేతి పంపు వద్ద ఎందుకు ఆగలేదు? మీరు అక్కడ తాగడం ఎందుకు ఆపలేదు? అన్నారు.

'అది పనికిరానిది' అని అంటూనే సోను తన కోపాన్ని అదుపులో ఉంచుకున్నాడు.

గ్రామాలలో నీటి వనరులు, వేరు చేయబడితే, కుల ప్రాతిపదికన చేయబడ్డాయి, ఏదైనా ఉపయోగం తిరస్కరించడం ఒక అవమానంగా పరిగణించబడుతుంది – అయితే మేము త్వరలో నేర్చుకున్నట్లుగా ఇక్కడ ఉద్దేశం అది కాదు.

'మరో 1.5 కిలోమీటర్లు కదులుతూ ఉండండి. అప్పుడు మీరు ఒక పాఠశాలను చూస్తారు. అక్కడ చేతిపంపు పనిచేస్తోంది. అక్కడ నుండి మీరు నీళ్ళు తాగండి, ' అని ఒక వ్యక్తి సూచించాడు.

మరొక వ్యక్తి పంపులో కంచె వేసిన ఆవరణలోకి వచ్చేశాడు అడ్డుగా.

'ఇది కేవలం నీరు, సోదరా ... మేము తాగుతాము, బయలుదేరుతాము. అంతే.' వారి పరిస్థితిని వారు అర్థం చేసుకుంటారని భావించి రితేష్ అన్నాడు.

'అవి నీళ్ళు కాబట్టే మేము చాలా జాగ్రత్తగా ఉంటాం' అటువైపు నుండి సమాధానం వచ్చింది.

'ఈ చేతిపంపు నుంచి గ్రామం మొత్తం తాగుతుంది. మీరు ఎలాంటి రుగ్మతలతో వస్తున్నారో మాకు తెలియదు కదా? '

రామ్ బాబు హుషారు కోల్పోయాడు. 'నగరంలోని మనుషులు మమ్మల్ని మనుషులుగా చూడలేదు, ఇప్పుడు మీరు కూడా మాకు అదే చేస్తున్నారు.' కొంచం కోప స్వభావం గల వ్యక్తి, అతను తనను తాను నిలువరించలేకపోయాడు.

'ఏం చేయాలి సోదరా? మీరు చెప్పండి. ఇది మహమ్మారి. ముంబై, ఢిల్లీ నుండి తిరిగి వచ్చిన వ్యక్తులు గ్రామ సరిహద్దులోకి ప్రవేశించడానికి అనుమతించబడని ప్రదేశాలు ఉన్నాయి, 'అని ఆ వ్యక్తి సమాధానమిచ్చాడు. అతని స్వరంలో నిస్సహాయత, కూలీల పట్ల అతని సానుభూతిని మేము గ్రహించగలిగాము.

మూడవ వ్యక్తి మిగిలిన ఇద్దరితో చేరి వివరించాడు, 'ఇక్కడ పరిస్థితి బాలేదు సోదరా. మీరు మీ సొంత గ్రామానికి చేరుకుంటారు. అప్పుడు మీ సొంత వ్యక్తులు మిమ్మల్ని లోనికి అనుమతించరు చూస్తూ ఉండండి. '

ఈ విషయం గురించి మరింత చర్చించడంలో అర్థం లేదని కూలీలు గ్రహించారు. ఇప్పుడు, నీటి కంటే, ఈ మాటలు తీవ్ర ఆందోళన కలిగిస్తున్నాయి. రితేష్ నా వైపు తిరిగాడు. మేమంతా స్కూల్ వైపు నడవడం ప్రారంభించాము.

'సార్, ఆయన చెప్పింది నిజమేనా? మా గ్రామంలోని ప్రజలు మమ్మల్ని లోపలికి రానిస్తారా?'

'చూడు,' నేను వివరించడానికి ప్రయత్నించాను, 'బయటి నుండి వచ్చే ఎవరైనా క్వారంటైన్‌లో ఉంచబడ్డారు. అంటే వారు కొన్ని రోజుల పాటు కుటుంబ సభ్యులకు దూరంగా ఉంటారు. మీ స్థలంలో కూడా ఇలాంటివి చేయబడుతుండవచ్చు. '

నేను చెప్పినదాని గురించి ఆలోచిస్తూ వారందరూ నిశ్శబ్దంగా ఉండిపోయారు. మాకు, ఇది కొత్త అనుభవం. దీనికి ముందు, గ్రామాల్లో కుల సంబంధిత అంటరానితనం గురించి మాత్రమే మాకు తెలుసు. క్వారంటైన్ ఇక్కడ ప్రధాన సమస్యగా ఉండడం, నాకు విచిత్రంగా అనిపించింది. గ్రామస్తులు తమలాంటి వ్యక్తులకు కూడా నీరు అందించడానికి నిరాకరించారు – వారి గ్రామం నుండే పని చేయడానికి నగరానికి వెళ్లిన గ్రామంలోని పురుషులు, ఇప్పుడు ఇంటికి తిరిగి రావాలని తహతహలాడుతున్నారు.

నీరు పొందడానికి ఆ గుంపు చేస్తున్న పోరాటం మాకు చాలా బాధను కలిగించింది; కోవిడ్ –19 సంక్షోభం మానవతా విలువలను మరింత దిగజార్చినట్లు అనిపించింది.

పాఠశాలలో చేతిపంపు పనిచేసింది. అందరూ దాని నుండి తాగి, తమ సీసాలను నింపుకున్నారు. అందరూ పూర్తి చేసిన తర్వాత, ఆశిష్ కిచిడీ ప్యాకెట్‌ను తెరిచాడు. 'మీరు ఇప్పుడే ఎందుకు ప్యాకెట్‌ని తెరుస్తున్నారు?' ఇప్పటివరకు మౌనంగా ఉన్న ముఖేష్ కుమార్ అడిగాడు. 'ఇప్పుడే మనకు నీళ్ళు దొరికాయి!'

'నేను దానిని తెరవడానికి కారణం అదే. మన కడుపులో నీరు నిండి ఉంది, కాబట్టి మనం తక్కువ తింటాము. రాత్రికి మనకు ఏమీ లభించకపోతే మిగిలిపోయినది తినవచ్చు' అని ఆశిష్ చెప్పాడు.

అతని ఆలోచన అందరికీ నచ్చింది. రితేష్ తన సంచి నుండి కొన్ని పాత వార్తాపత్రికలను తీసి, వాటిని భూమిపై విస్తరించాడు. ఆ కాగితంపై కిచిడీ పంపిణీ చేయబడింది.

'సర్, కొంచెం తినండి.' ఆశిష్ నా వైపు చూశాడు.

'లేదు, లేదు, మీరు కానివ్వండి; నాకు ఆకలిగా లేదు, 'నేను ముక్కుసూటిగా అబద్ధం చెప్పాను. గత్యంతరం లేకపోయినా ఆ కిచిడీ రాత్రికి వారికి కావాలి. మానవ్ నేను వారితో చేరితే, ఏమీ మిగిలేది కాదు.

'సర్, మీరు ఉదయం నుండి ఏదైనా తిన్నారా?' ఆశిష్ అడిగాడు.

'మా దారిలో ఏదో తిన్నాము. ప్రస్తుతం, నాకు ఆకలి లేదు. నేను తరువాత ఏదో తింటాను.'

'సర్, అన్నీ మూతపడ్డాయి. మీరు ఏమి తింటారు? 'రితేష్ ఆందోళన చెందాడు.

'మా భోజనం ఉంది; మాకు అరటిపండ్లు ఉంటాయి, 'అన్నాడు మానవ్, నన్ను రక్షించడానికి చెప్తున్నట్లు. మాకు ఆకలి కష్టం తెలుసు. అది మానవులను స్వార్థపరులను చేస్తుంది, కానీ ఇక్కడ, వ్యతిరేకం నిజం అనిపించింది. కూలీలు తమ పరిమిత ఆహారాన్ని మాతో పంచుకోవడానికి సిద్ధంగా ఉన్నారు. కిచిడీని ఏడు భాగాలుగా విభజించి, దానిలో కొంత భాగాన్ని పక్కకి పెట్టారు.

'ఆగండి! కిచిడీ పాతది. వాసన వస్తోంది, 'అని రితేష్ అకస్మాత్తుగా చెప్పాడు. ప్రతి ఒక్కరూ తమ కిచిడీని తాము ధృవీకరించుకున్నారు.

'లేదు, ఇది పాతది కాదు' అన్నాడు రామ్ బాబు.

'అవును, వాసన లేదు.' రామ్‌కు మద్దతుగా సోను అన్నాడు.

'ఇది పాత కిచిడీ వాసన. మీరు దానిని పసిగట్టలేరా? మీ ముక్కుకి ఏమైంది? 'అడిగాడు రితేష్.

'అది కిచిడీ కాదు, నీ శరీరం వాసన వస్తోంది' అని రామ్ బాబు చెప్పాడు, అందరూ నవ్వడం ప్రారంభించారు. రామ్ బాబు తినడం మొదలుపెట్టాడు. ఇతరులు అతనితో చేరారు. రితేష్ కూడా తినడం తప్ప వేరే మార్గం లేదు. కొద్ది సమయంలోనే, ఆశిష్ రాత్రికి తాను మిగిల్చిన కిచిడీని బయటకు తీసి పంపిణీ చేయడం ప్రారంభించాడు. వారు ఎంతసేపు ఆకలితో అలమటిస్తారు?

కూలీలు భోజనం చేసిన తర్వాత, మేము వారి కథనాలను సేకరించే వీడియోను కొంత సమయం పాటు చిత్రీకరించాము, ఆపై కొద్ది కిలోమీటర్ల దూరం ప్రయాణించి వారి కోసం వేచి ఉన్నాము. ఇప్పుడు రాత్రి 7 గంటలు అయింది. చందౌసి 3 కిలోమీటర్ల ముందు ఉన్నట్లు ప్రకటించే ఒక మైలురాయిని చూశాము. మేము భీమ్‌నగర్ అనే చిన్న పట్టణం

బయట ఉన్నాము. ఇది చందౌసీ, భీంనగర్. రాబోయే ఐదు నిమిషాల్లో కార్మికులు కనిపించినట్లయితే, వారు అతి తక్కువ సమయంలో 27 కిలోమీటర్ల దూరాన్ని (భోజన విరామంతో సహా) పూర్తి చేసిన వారు అవుతారు అని మేము లెక్కించాము. ఎలా చూసిన, ఇది చాలా కష్టం. పది నిమిషాలు గడిచాయి, కానీ వారు కనిపించలేదు.

మేము U-టర్న్ చేసి, వారిని ఆపుతున్న విషయాన్ని కనుగొనడానికి వెనక్కి వెళ్లాము. కానీ మేము చాలా దూరం రాకముందే, మేము వారిని దూరం లో గుర్తించాము -వారందరూ తమ సైకిళ్లను తీసుకెళుతూ లేదా తోసుకుంటూ నడుస్తున్నారు.

'ఏం జరిగింది?' నేను అడిగాను.

'ఆశిష్ సైకిల్ టైర్ గాలి ఒత్తిడిని నిలుపుకోలేదు. సోను సైకిల్‌లోని గొలుసు సమస్యలను ఇస్తోంది' అని నిరాశ చెందిన రామ్ బాబు నాకు చెప్పాడు.

'అయితే మీ దగ్గర గాలి కొట్టే పంపు ఉన్నట్లు నాకు చెప్పారు?'

'అవును, కానీ అది ఇతర బృందంతో ఉంది' అని రితేష్ నాకు చెప్పాడు, అతని భుజాలు మునిగిపోయాయి.

'చింతించకండి, ముందు ఒక చిన్న పట్టణం ఉంది. అక్కడ సైకిల్ సరిచేసే దుకాణం దొరుకుతుందో లేదో చూద్దాం.'

భీమ్‌నగర్ ఒక నిశ్శబ్దం, నిష్క్రియాత్మకతతో నిండిపోయిందని నాకు తెలిసినప్పటికీ, నేను వారిని ఓదార్చడానికి ప్రయత్నించాను. కరెంటు లేదు. కొవ్వొత్తులు కొన్ని ఇళ్ల లోపల మెరిశాయి, కొంతమంది వ్యక్తులు తమ మొబైల్ ఫోన్‌లో టార్చ్ నుండి వెలుతురును కూడా ఉపయోగించడాన్ని మేము చూశాము. తెరిచి పనిచేస్తున్న సైకిల్ రిపేర్ షాపును నేను ఎక్కడ కనుగొనగలను? మేము ఒకదాన్ని కనుగొన్నప్పటికీ, రెండు సైకిళ్ల సమస్యలను పరిష్కరించడానికి కనీసం ఒక గంట పడుతుంది. రాత్రికి బిసౌలీకి చేరుకోవడం ప్రశ్నార్థకం అవుతుంది. అప్పుడు మేము ఇక్కడే రాత్రికి బస చేయాలి.

మేము భీంనగర్‌లోకి ప్రవేశించే సమయానికి, చీకటి పడింది. రితేష్ కొంత ఉత్సాహాన్ని చూపించడానికి ప్రయత్నించాడు. కనిపించిన ఒక మధ్య వయస్కుడిని అడిగాడు, 'సోదరా, సమీపంలో ఏదైనా సైకిల్ పంక్చర్ షాప్ ఉందా?'

ఈ చిన్న పట్టణంలో వారు ఎంత ఎక్కువ సమయం వృధా చేస్తున్నారో అతనికి తెలుసు. దానిని తరువాత అధిగమించడం ఎంత కష్టమో, అప్పుడు వారు ఇక్కడ రాత్రి గడపడం తప్ప వేరే మార్గం ఉండదు అని కూడా అతనికి తెలుసు. ఈ వాస్తవం కంటే, కోల్పోయిన కిలోమీటర్లు అందరినీ ఇబ్బంది పెట్టాయి. జట్టు మొత్తం వారి ప్రణాళికాబద్ధమైన రోజువారీ కిలోమీటర్లకు కనీసం 30 కిలోమీటర్ల దూరంలో ఉన్నామని వారికి తెలుసు. మరుసటి రోజు వారు దానిని అధిగమించాలి.

'ఒకటి ఉంది, కానీ లాక్‌డౌన్ కారణంగా ఇది మూసివేయబడింది' అని ఆ వ్యక్తి సమాధానమిచ్చాడు.

'చందౌసి ఎంత దూరంలో ఉంది?' రితేష్ అడిగాడు.

'4 కిలోమీటర్లు ఉండవచ్చు, కానీ అక్కడ కూడా ప్రజలు లాక్ డౌన్ నిబంధనలను పాటిస్తున్నారు' అని ఆ వ్యక్తి చెప్పాడు.

'ఈ సైకిల్ రిపేర్ షాపు యజమాని ఎక్కడ నివసిస్తున్నారు?'

'అతను మసీదు సమీపంలో నివసిస్తున్నాడు.'

రితేష్ ఇది విన్న వెంటనే, అతని కళ్ళు ప్రకాశించాయి. 'ఓహ్, బాగుంది!' అన్నాడు. 'సోదరా, మీరు నాకు గొప్ప వార్త ఇచ్చారు. ఇప్పుడు అతని పేరు మరియు చిరునామా ఇవ్వండి.'

'నా దగ్గర చిరునామా లేదు. 200 మీటర్లు వెళ్ళండి, ఆపై కుడివైపు తిరగండి, మీరు అప్పుడు అతనున్న గల్లీకి చేరుకుంటారు. అక్కడ అష్రఫ్ పంక్చర్‌వాలా ఎక్కడ నివసిస్తున్నారో ఎవరినైనా అడగండి. వారు మీకు దారి చూపెడతారు.

ఈ సమాచారం ప్రతిఒక్కరికీ సరికొత్త శక్తిని అందించింది. వారు పరుగెత్తి, ఇరుకైన సందులు దాటి, మసీదుకు చేరుకున్నారు. ఆ ప్రదేశం పూర్తిగా నిర్మానుష్యంగా కనిపించింది. బయటి వ్యక్తులు, అందునా ఏడుగురు తమ పరిసరాల్లో ఉన్నారని తెలిస్తే స్థానికులు ఏమి చేస్తారనే విషయంలో భయాన్ని రామ్ బాబు తర్వాత నాతో పంచుకున్నాడు. గత కొన్ని సంవత్సరాలుగా సమాజంలో పరస్పర అపనమ్మకం ఎంతగా వ్యాప్తి చెందిందో దానివల్ల దారుణమైన సంఘటనలు ఎలా సంభవించాయో చూపించే వార్తల గురించి అతనికి తెలుసు.

'మనం ఈ స్థలాన్ని విడిచిపెట్టాలని నేను అనుకుంటున్నాను. ప్రజలు ఎలా అనుకుంటారో నాకు తెలియదు.' కృష్ణ తన భయాలను తెలిపాడు. ఒక్క మలుపు తప్పు తిరిగినా దాని వల్ల కలిగే ప్రమాదాల గురించి అతనికి బాగా తెలుసు. ఆకస్మికంగా ఏమీ చేయవద్దని బృందానికి అతడు సలహా ఇచ్చాడు. రితేష్ గంగానదిని కాలినడకన దాటకుండా ఆపడానికి అతను ఎన్ని ప్రయత్నాలు చేశాడు? అందరూ కృష్ణుడి ఆందోళనలు అర్థం చేసుకుని, బయలుదేరబోతున్నప్పుడు ఒక కూరగాయల విక్రేత నెమ్మదిగా తన బండిని తమ వైపుకు నెట్టడం చూసి, వారు అతడిని అష్రఫ్ చిరునామా అడిగారు.

క్షణాల్లో మొత్తం గుంపు అతని ఇంటి ముందు ఉంది. వారిలో ఎవరు తలుపు తడతారో అని ఆలోచిస్తున్నారు. సోను ముందుకొచ్చాడు. అతని సైకిల్ చైన్ సరిగా పనిచేయడం లేదు. కేవలం ఐదు నెలలే వయస్సులో రితేష్ కంటే పెద్దవాడు. అతని వయసు ఇరవై మూడు సంవత్సరాలు. అతను తన గ్రామానికి తిరిగి వెళ్ళటానికి ప్రయత్నించడంలో

బలమైన కారణం ఉంది. అతను కేవలం రెండు నెలల క్రితం తండ్రి అయ్యాడు. తన కుమార్తెను చూసే అవకాశం ఇంకా రాలేదు.

సోను అష్రఫ్ తలుపు తట్టాడు. క్షణాల్లోనే తలుపు తెరుచుకుంది. ముప్పై ఏళ్ల వయస్సులో ఉన్న ఒక వ్యక్తి వారి ముందు నిలబడ్డాడు. 'నీకు ఏమి కావాలి?' అని అడిగాడు.

సోను నేరుగా విషయానికి వచ్చాడు. 'సోదరా, నాకు అష్రఫ్‌తో కొంత పని ఉంది.'

'అవును, నేను అష్రఫ్; చెప్పండి.'

'అష్రఫ్ భాయ్, ఇతను ఆశిష్. అతని సైకిల్ ఒక టైర్లో గాలి నిలవడం – '

సోనుకి అడ్డుపడ్తూ అష్రఫ్. 'లేదు, లేదు, అది ఇప్పుడే సాధ్యం కాదు. వెలుగు లేదని మీరు చూడలేదా? '

'సోదరా, దయచేసి మాకు సహాయం చేయండి.' ఈసారి ఆశిష్ వంతు వచ్చింది సహాయం కోసం వేడుకోవడానికి.

'అది సాధ్యం కాదని నేను మీకు చెప్పాను. నా బిడ్డకు ఆరోగ్యం బాగోలేదు. దయచేసి రేపు ఉదయం 8 గంటలకు తిరిగి రండి '

'మేము ఉదయం ఎలా వస్తాం?' రితేశ్ అడిగాడు. 'మేము బీహార్ వెళ్తున్నాం.'

అష్రఫ్ ఆశ్చర్యపోయాడు. 'బీహార్?'

'అవును, బీహార్‌లో సహర్సా.'

'మరి మీరు ఎక్కడి నుంచి వస్తున్నారు?'

'లోని, ఘజియాబాద్.'

'బీహార్ ఇక్కడికి ఎంత దూరంలో ఉంది?'

'1100 కిలోమీటర్ల దూరం.'

సోనూ, రితేష్, ఆశిష్, అష్రాఫ్ మెల్లిగా ఆలోచనలో పడ్డాడని ఇంక ఒక సారి అడిగితే చాలు అని గమనించారు. 'దయచేసి మాకు సహాయం చేయండి సోదరా. మా ఇంటి ప్రయాణంలో మేము నిన్ను గుర్తుంచుకుంటాము' అన్నారు.

కొద్దిసేపు ఆలోచిస్తూ అక్కడ నిలబడ్డ అష్రఫ్, తర్వాత త్వరగా తలుపు మూసి లోపలికి వెళ్లాడు. తరువాత ఏమి చేయాలో అని ఆలోచిస్తూ అందరూ అయోమయంలో పడ్డారు, అకస్మాత్తుగా తలుపులు తెరుచుకున్నప్పుడు, వారు అష్రఫ్ సంచితో బయటకు రావడం చూశారు. 'సరే, ఎవరి చక్రంలో పంక్చర్ ఉంది?'

బృందం ఆనందంతో నాట్యం చేయడం ప్రారంభించింది. అష్రాఫ్ ఆశిష్ సైకిల్‌పై పంక్చర్‌ను, సోనుపై గొలుసును పరిష్కరించడమే కాకుండా, అందరి సైకిల్స్‌లో నిశ్శబ్దంగా తనిఖీ చేసి చిన్న సమస్యలను పరిష్కరించాడు. కూలీలు అతనికి డబ్బులు అందించడానికి ప్రయత్నించినప్పుడు, అతను చేతులు ముడుచుకుని, 'నేను మీలాగే ఏ రోజైనా

చిక్కుకున్నట్లయితే, నేను కూడా దేవుడి నుండి సహాయం పొందమని దేవుడిని ప్రార్థించండి' అని చెప్పాడు.

అందరి కళ్ళు ఇప్పుడు తడిగా ఉన్నాయి. అష్రఫ్ యొక్క మానవత్వం, సహాయం చేయడానికి అతని సుముఖత వారందరికీ శక్తినిచ్చింది. ఇప్పుడు రాత్రి 8 గంటలు అయ్యింది, వారు ఏమి చేయాలని అనుకుంటున్నారో నేను వారిని అడిగాను. వారు ఇప్పటికే ఎంతసేపు సైకిల్ తొక్కారు? సైకిల్స్ సమస్య కలిగించకపోతే వారు రాత్రిపూట ప్రయాణించవచ్చని రామ్ బాబు చాలా ఉత్సాహంతో సమాధానమిచ్చాడు.

ఆకలి, నిస్సహాయత

వాస్తవానికి, అది అసాధ్యం. అయినప్పటికీ, వారు బయలుదేరారు. వారి ఉత్సాహం క్షీణించిన గంటలోపే; వారు అలసిపోయారని వారు గ్రహించారు. పెడలింగ్ అసాధ్యం అవుతోంది. ప్రతి ఒక్క పెడల్‌తో, ఇద్దరు లేదా ముగ్గురు వ్యక్తులు సైకిల్ క్యారియర్‌ని పట్టుకుని వెనక్కి లాగుతున్నట్లు ఆశిష్ భావించాడు. రెండు సార్లు, అతను చుట్టూ తిరిగి, అరుస్తూ, అన్నాడు

'ఎవరు ఉన్నారు', కానీ ఎవరూ లేరని త్వరగా గ్రహించాడు.

ఇప్పుడు రాత్రి 11 గంటలు అయింది. ఒక చిన్న విరామం మినహా, వారు పద్దెనిమిది గంటల పాటు తొక్కుతూనే ఉన్నారు – ఉదయం 5 గంటల నుండి పోలీసులను తప్పించుకోవడానికి, వారు రహదారులను వదిలిగ్రామాలు, మట్టి రోడ్ల గుండా వెళ్లారు. అది వారిపై ప్రభావం చూపింది. వారు పొద్దున నుంచి ఏం తిన్నారు? కొన్ని అరటిపండ్లు, బిస్కెట్లు తరువాత ఆ సంస్థ అందించిన పాతబడిపోయిన, కంపు కొట్టిన కిచిడీ. కూలీలు దానిని తినడం ఆలస్యం చేసినందున కిచిడీ పాతది అయ్యిందా లేక అలాగే ఆ సంస్థ వీరికి ఇచ్చిందా? అని అంచనా వేయడం కష్టం. మధ్యాహ్నం 1 గంటకు వారికి లభించిన కిచిడీ. 5.30 గంటలకు తిన్నారు.

మరో మాటలో చెప్పాలంటే, వారి చివరి భోజనం ఆరు గంటల క్రితం. వారు ఎక్కువగా ఖాళీ కడుపుతో సైక్లింగ్ చేస్తున్నారు. అయితే, ఆశిష్ యొక్క అలసట–ప్రేరిత భ్రాంతులు ఉన్నప్పటికీ, ఆపడం మంచిది కాదు అని వారి ఆలోచన.

చందౌసి, బిసౌలి మధ్య హైవేకి సాధారణంగా ఎక్కువ ట్రాఫిక్ ఉండదు, ఇప్పుడు, లాక్డౌన్ కారణంగా, ఇది దాదాపు నిర్మానుష్యంగా ఉంది. అప్పుడప్పుడు ఒక ట్రక్కు ప్రతి అరగంటకు వారిని దాటుతోంది. చక్రాల ద్వారా వచ్చే శబ్దాలతో మాత్రమే నిశ్శబ్దం అప్పుడప్పుడు పోతోంది.

రితేష్ నేతృత్వంలో, గుంపు మధ్యలో ఆశిష్ స్వారీ చేస్తున్నాడు, ఆ తర్వాత రామ్ బాబు, కృష్ణ అనుసరిస్తున్నారు. సోను, సందీప్, ముఖేష్, ఆశిష్ వెనుక స్వారీ చేస్తున్నారు. సోను చక్రం ఇబ్బంది కలిగిస్తోందని అతనికి తెలుసు కాబట్టి ఆశిష్ సోనుని తన వెనుక ఉంచుకున్నాడు. కాబట్టి ఈ విధంగా, అతని చక్రానికి ఏదైనా జరిగితే అతను అతనికి సహాయం చేయగలడు. అయితే ప్రస్తుతం, హైవేకి ఇరువైపులా ఉన్న దట్టమైన అటవీ ప్రాంతాన్ని వారు ఎలాగైనా దాటాలని అతను ప్రార్థిస్తున్నాడు.

కొన్ని గంటల క్రితం, ఒక ట్రక్ డ్రైవర్ వారికి 15 నుండి 20 కిలోమీటర్ల దూరంలో రెండు దాబాలు ఉన్నాయని చెప్పాడు. వారు అక్కడికి చేరుకున్నప్పుడు ఇవి తెరిచి ఉండవచ్చు. ఆశిష్, ఇతరులు ఈ సమాచారంపై భరోసాతో ఉన్నారు. రెండు గంటల పాటు సైక్లింగ్ చేసిన తరువాత, దాబాల యొక్క సంకేతం లేనప్పుడు, ఆశిష్ నిరాశకు గురైనట్లు అనిపించింది. అతను ఆశ కోల్పోవడానికి కారణాలు ఉన్నాయి. కార్మికులందరూ దూరాలను గంటల పరంగా లెక్కించారు. గత రెండు రోజుల్లో, వారు ఒక గంటలో 10 నుండి 12 కిలోమీటర్లు ప్రయాణించగలరని వారు అనుకున్నారు. దాని ప్రకారం, వారు ఇప్పటికి దాబాలకి చేరుకోవాలి.

ప్రతి ఒక్కరూ సరైన భోజనం తినాలని, కొన్ని గంటలు నిద్రించడానికి స్థలాన్ని కనుగొనాలని కలలు కన్నారు. ఇది మరో రెండు గంటల పాటు వారిని నెట్టివేసిన అందమైన కల, కానీ దాబాలు కనిపించలేదు. ట్రక్ డ్రైవర్ చెప్పింది అబద్ధమా? లేదా వారు అతనిని సరిగ్గా వినలేదా?

ఆశిష్ రామ్ బాబు వద్దకు వచ్చి అతడిని గట్టిగా అడిగాడు. అతను సమాధానమిచ్చాడు, 'మనం మరో ఇరవై నుండి ఇరవై ఐదు నిమిషాల్లో చేరుతాం.'

'మేము గత రెండు గంటలుగా సైక్లింగ్ చేస్తున్నాం' ఆశిష్ నిరసన తెలిపాడు.

'అవును, నాకు తెలుసు, కానీ నేను కూడా నా వేగాన్ని కోల్పోయాను, కదా? నేను ప్రస్తుతం ఒక గంటలో ఆరు లేదా ఏడు కిలోమీటర్లకు పైగా తొకుతున్నా'అని రామ్ బాబు అన్నాడు.

ఆశిష్ ఈ వివరణ విని, మరో ఇరవై నుండి ఇరవై ఐదు నిమిషాల విషయం, అని తనను తాను ఒప్పించుకోవడానికి ప్రయత్నించి, తిరిగి తన స్థానానికి వెళ్లాడు. రామ్ బాబు తనకు ఏమి చెప్పాడో అతను సోనుకు చెప్పాడు. సోను, ముఖేష్ సందీప్‌లకు కూడా చెప్పాడు.

కొద్దిసేపటి తరువాత, ఆశిష్ తాను రామ్ బాబు మాట్లాడి ఇరవై నుండి ఇరవై ఐదు నిమిషాలు గడిచిందని లెక్కించాడు. అతను సోను ముఖేష్‌ను నిర్ధారణ కోసం అడిగాడు. ముఖేష్, పెడలింగ్ చేసేటప్పుడు నిరంతరం జారిపోతున్న నిర్జీవ కాళ్ళతో గొణుక్కుంటూ,

'నాకు తెలియదు మనం దాబా చేరుకున్నామా లేదా అని నేను పట్టించుకోను. నేను మరింత ముందుకు వెళ్ళడానికి ఇష్టపడను' అన్నాడు. అతను సైకిల్ దిగి రోడ్డుపై పడుకున్నాడు. సందీప్, సోను కూడా ఆగిపోయారు. ఆశిష్ భయాందోళనకు గురై, 'రితేష్! రామ్ బాబు! ' అని అరిచాడు.

కొద్ది సేపట్లోనే అందరూ ముఖేష్ చుట్టూ నిలబడ్డారు.

'ఇది నిమిషాల విషయం, ముఖేష్,' రామ్ బాబు అతడిని ఉత్సాహపరిచే ప్రయత్నం చేశాడు.

'మమ్మల్ని మళ్ళీ మోసం చేయవద్దు' అని కృష్ణ అన్నాడు. ముఖేష్ అలసిపోయి రోడ్డుపై నిశ్శబ్దంగా పడుకున్నాడు.

'నేను నిన్ను మోసం చేస్తే, నేను కూడా బాధపడను?' రామ్ బాబు సున్నితంగా అడిగాడు.

'రామ్ బాబు చెప్పింది సరైనది కృష్ణా' అని ఆశిష్ ఏదో సర్దిచెప్పడానికి ప్రయత్నించాడు.

అతను ముఖేష్‌ని లేవమని ప్రోత్సహించాడు, 'మేము మరో 2 లేదా 3 కిలోమీటర్లు పెడల్ చేస్తాము.'

'లేదు' అన్నాడు ముఖేష్ సూటిగా. 'నాకు శక్తి లేదు. మీరు కొనసాగించండి, నేను ఇక్కడే ఉంటాను. 'అతను రోడ్డు మీద పడుకోవడం కొనసాగించాడు.

'అలా అనకు, ముఖేష్' అన్నాడు రితేష్. 'ఇది అడవి. మేము ఇక్కడ ఆగలేము. ఇది కేవలం రెండు కిలోమీటర్లు. లే! 'ముఖేష్ సమాధానం ఇవ్వకపోయినా, అతను ఇప్పుడు లేస్తాడని అందరికీ తెలుసు. ముఖేష్‌తో సమస్య ఏమిటంటే, కేవలం ఇరవై తొమ్మిది సంవత్సరాల వయస్సులో ఉన్నప్పటికీ, అతను చాలా బలహీనంగా ఉన్నాడు. అతని చట్రం చాలా సన్నగా ఉంది. బలమైన గాలికి అతను కొట్టుకుపోతాడు. అతను మిగతా వారి కంటే సులభంగా అలసిపోయాడు.

కానీ చివరకు, అతను లేచాడు.

వారు కొద్ది నిమిషాల పాటు ప్రయాణించారు, ఆశిష్ ఎడమవైపు లైట్లు వెలుగుతున్నట్లు గుర్తించారు. ట్రక్కు డ్రైవర్ వారికి చెప్పిన దాబా ఇదే కావచ్చు. ప్రతిఒక్కరూ భోజనం చేస్తారు, దాబా వెలుపల మంచాలపై కనీసం మూడు లేదా నాలుగు గంటలు నిద్రపోతారు. కష్టమైన రోజును సంతోషంగా ముగించాలని కలలు కంటూ, వారు కాంతి కన్పించిన దగ్గరకి చేరుకున్నారు. అది నిజంగానే దాబా! ఒక లారీ డ్రైవర్ల జంట బయట కూర్చుని భోజనం చేస్తున్నారు. అంటే ఆహారం ఉందని అర్థం. పిల్లులు బయట పడుకుని ఉన్నారు. వారు అక్కడ కూడా నిద్రపోవచ్చని దీని అర్థం.

'అవును, మీకు ఏమి కావాలో చెప్పండి?' బలంగా ఉన్న ఒక మధ్యవయస్కుడు బయటకు వచ్చాడు. అతను యజమాని అని స్పష్టమైంది. గోడపై వేలాడుతున్న బోర్డులో 'రాజు యాదవ్ దాబా' అని రాసి ఉంది –వారి ముందు నిలబడి ఉన్న వ్యక్తి రాజు యాదవ్.

ఆశిష్ తన గ్రాడ్యుయేషన్ వరకు ఉన్న విద్యను ఉపయోగిస్తూ రాజు యాదవ్‌తో మర్యాదగా మాట్లాడటానికి ప్రయత్నించాడు. 'రాజు సర్, మేము ఘజియాబాద్ నుండి వస్తున్నాము, బీహార్‌లోని సహర్సాకు వెళ్తున్నాము. ఇది దాదాపు 1200 కిలోమీటర్లు. ఉదయం నుండి మాకు సరైన భోజనం లేదు. మీరు మాకు ఆహారాన్ని అందించగలిగితే, అది చాలా బాగుంటుంది. '

దాబా యజమాని కార్మికులను చూశాడు.

'రాజు సర్ ...' ఆశిష్ ప్రారంభించాడు.

'మీరు ఘజియాబాద్ నుండా? లేదా ఢిల్లీ నుంచి వస్తున్నారా? ఢిల్లీలో అనేక కరోనా కేసులు ఉన్నాయని నేను విన్నాను.

'మేము ఘజియాబాద్ నుండి వస్తున్నాము' అని ఆశిష్ చెప్పాడు.

అతను దాబా యజమాని సందీప్ వైపు చూస్తూ ఉండడం చూశాడు, అతను ఇప్పుడు ఆవరణలో ఒక చేతిపంపు వైపు నడుస్తున్నాడు.

'సోదరా, అక్కడికి వెళ్లవద్దు. హ్యాండ్‌పంపును తాకవద్దు. నీకు నీరు కావాలా? '

'అవును.'

'పింటూ, అతని సీసాలో నీళ్లు నింపండి. అవును, మీరు ఏమి చెబుతున్నారో చెప్పండి. ' దాబా యజమాని మరోసారి ఆశిష్ వైపు తిరిగాడు.

'మేము తినడానికి ఏదైనా దొరికితే ... ఉదయం నుండి –'

'పింటూ, ఏదైనా ఆహారం మిగిలి ఉందా?'

'కొంచెం. ఇది పూర్తి కానుంది. '

'ఏడుగురు వ్యక్తులు, రూ. 700. నేను ఒక్కొక్కరికి రూ .100 వసూలు చేస్తాను, మీలో ప్రతి ఒక్కరికి రెండు చపాతీలు, పప్పు లభిస్తుంది. నేను దానిని ప్లేట్లలో మీకు అందించను. వార్తాపత్రికపై చపాతీలు, పాలీథీన్ సంచీలో పప్పు ఇస్తాను. '

'రూ .700 చాలా ఎక్కువ. సోదరా, మీరు దానిని రూ .400 చేయగలరా? '

ఆశిష్ మరింత మర్యాదగా అడిగాడు.

'మేము ఇక్కడ ఉండి కొన్ని గంటలు విశ్రాంతి తీసుకో గలిగితే చాలా బాగుంటుంది' అని రామ్ బాబు అన్నాడు.

'నేను మీకు సదుపాయాన్ని కల్పించడానికి ప్రయత్నిస్తున్నాను, మీరు ఏమో నెత్తికి ఎక్కుతున్నారు. మీ కోసం ఏమీ లేదు. ఇంకో దాబా కోసం వెతకండి 'అన్నాడు యజమాని

కోపంగా. దాబా యజమాని బిల్లును రూ .700 నుండి రూ .400 కి తగ్గించాలని కోరినందున, లేదా రామ్ బాబు చేసిన అదనపు అభ్యర్థన అతడిని ప్రేరేపించిందా అని ఆశిష్ గ్రహించలేకపోయాడు.

'సోదరా, నా మాట వినండి–'

'నేను ఏమీ వినడానికి ఇష్టపడను. బయటి వ్యక్తులకు సహాయం చేయవద్దని పోలీసులు ఇప్పటికే మాకు చెప్పారు. నేను మానవీయంగా ఉండటానికి ప్రయత్నిస్తున్నాను, కానీ నా దాబాను మూసివేయడం నాకు ఇష్టం లేదు. దయచేసి వేరే చోటు కోసం వెతకండి 'అని చెప్పి, త్వరగా లోపలికి వెళ్లాడు.

ఏడుగురికి వెనక్కి వెళ్లిపోవడం తప్ప వేరే మార్గం లేదు. వారు తమ సైకిళ్లతో నడిచారు. వారు ధాబాను విడిచిపెట్టిన తర్వాత, రితేష్ వారిని ఆపమని సూచించాడు.

'మనకు ఏది ముఖ్యమో మనం నిర్ణయించుకోవాలి' అని అతడు అన్నాడు. 'తిండా లేదా నిద్రా? మనము రెండింటినీ ఒకేసారి ఎక్కడా పొందలేము. ప్రతిదీ మూసివేయబడింది.'

'సరే, అప్పుడు పడుకోవడానికి చోటు అడుగుదాం' అన్నాడు రామ్ బాబు.

'రాత్రి భోజనం కోసం మనం మరమరాలు తీసుకోవచ్చు.'

'మేము దానితో కడుపు నింపలేము' అని ఆశిష్ జోక్యం చేసుకున్నాడు.

'ఇంకా మనం ఆకలితో ఉంటే రేపు మనం సైకిల్ ఎలా తొక్కుతాము?'

'చూడండి,' అని రామ్ బాబు, తన ఆలోచనను వివరిస్తూ, 'మనకు అత్యంత ముఖ్యమైనది ఈ సైకిల్, దాని భద్రత. మనం దానిని పోగొట్టుకుంటే, మిగిలిన దూరాన్ని మనం ఎలా పూర్తి చేస్తాము?

అందుకే మన సైకిళ్లను రాత్రిపూట దొంగిలించకుండా సురక్షితంగా పార్క్ చేసి విశ్రాంతి కోసం ఒక స్థలాన్ని మనం కనుగొనవలసి ఉంది. ఒక్క సైకిల్ దొంగిలించబడితే కూడా, మనమందరం చిక్కుకుపోతాము. లేదా మనం ఆ వ్యక్తిని వదిలి ముందుకు వెళ్తామని మీరు అనుకుంటున్నారా? '

'లేదు, మనం ఒకరిని వదిలేసి ఎలా వెళ్తాము?' రామ్ బాబు చెప్పడానికి ప్రయత్నిస్తున్నది ఆశిష్‌కు అర్థమైంది.

రితేష్ అందరి తుది సమ్మతిని కోరాడు. 'కాబట్టి, తదుపరి దాబాలో మనం విశ్రాంతి, నిద్రించడానికి మాత్రమే మాట్లాడతాం, ఆహారం కోసం కాదు. నీకు అది సమ్మతమేనా?'

ఎవరూ సమాధానం ఇవ్వలేదు. వారి నిశ్శబ్దం వారికి వేరే మార్గం లేదని స్పష్టం చేసింది.

జాతీయ రహదారులపై ప్రతి 25 నుండి 30 కిలోమీటర్ల దూరంలో ఉన్న కొన్ని దాబాలు మాత్రమే లాక్‌డౌన్ ద్వారా పని కొనసాగించడానికి ఎంపిక చేయబడ్డాయి. నిత్యావసర వస్తువులు, సేవా సిబ్బంది, పోలీసులు, ఆసుపత్రి సిబ్బందిని తీసుకెళ్లే టెంపోలు, ట్రక్కులకు మాత్రమే ఆహారాన్ని సరఫరా చేయడానికి ప్రభుత్వం వారికి అనుమతి ఇచ్చింది – వేరేవారికి కాదు.

వేరే వారికి ఆహారం లేదా ఆశ్రయం కల్పించే దాబాలపై శిక్షార్హమైన చర్యలు ఉంటాయి అని పోలీసులు బెదిరించడంతో, యజమానులు భయపడుతున్నారు. కానీ చాలామంది దాబా యజమానులు వలసకూలీలకు ఆహారాన్ని సరఫరా చేస్తున్నారు, కానీ పెంచిన ధరల ప్రకారం. ఇవన్నీ ఉన్నప్పటికీ, ఏడుగురు కూడా రెండవ దాబా వారికి కనీసం నిద్రించడానికి ఒక స్థలాన్ని అందిస్తుందని ఆశించారు.

పదిహేను నిమిషాల సైక్లింగ్ వారిని బిసౌలి నుండి రెండు కిలోమీటర్ల దూరంలో ఉన్న పాఠక్ దాబా చేర్చింది. యజమాని దీపక్ పాఠక్ అలియాస్ బంటుతో మాట్లాడటానికి వారు ఆశిష్‌ని పంపారు.

బంటు వారిని ధాబా వెనుక ఉన్న చోట పడుకోడానికి ఒప్పుకున్నాడు, కానీ ఒక హెచ్చరిక చేశాడు. ఉదయం, వారు బయలుదేరే ముందు మొత్తం స్థలాన్ని శుభ్రం చేయాలి. వారు ఎంత చెల్లించాలి అని ఆశిష్ అడిగినప్పుడు, బంటు ఆ స్థలం ఏడాది పొడవునా ఖాళీగా ఉందని చెప్పాడు. అతను ఇప్పటి వరకు దాని నుండి ఒక్క పైసా కూడా సంపాదించనప్పుడు, మహమ్మారి సమయంలో ప్రత్యేకంగా డబ్బులు చెల్లించేలా చేయడం ద్వారా అతను ఎందుకు చెడ్డ కర్మను అనుభవించాలి? అని అన్నాడు.

ఆశిష్, బంటు మంచి మనస్సు ఉన్న వ్యక్తి అని చూసి తిండి కూడా అడగాలని తాపత్రయపడ్డాడు. అర్ధరాత్రి కూడా, అతను ఆహారాన్ని సిద్ధం చేయడం, లోపల ఇద్దరు లేదా ముగ్గురు వ్యక్తులు తినడం చూశారు. అతను రితేష్ వైపు చూశాడు –వారు ఆహారం అడగగలరా? కానీ రితేష్ నిశ్చయంగా అడ్డంగా తల ఊపాడు. సురక్షితమైన రాత్రి బసకు హాని కలిగించడానికి ఎవరూ సిద్ధంగా లేరని స్పష్టమైంది.

అర్ధరాత్రి 1 గంటకు, వారందరూ మరమరాలు తిన్నారు. నేలపై పడుకున్నారు. వారు నిద్రించడానికి కేవలం నాలుగు గంటలు మాత్రమే ఉన్నాయి, కానీ ఎవరూ నిద్రపోలేదు. తన భార్యతో వీడియో కాల్‌లో బిజీగా ఉన్న సందీప్ దూరంలో నిలబడి ఉండటం ఆశిష్ చూశాడు. అతనికి పెళ్లయి అయిదేళ్లయింది, కానీ పిల్లలు లేరు. అతని తమ్ముడికి ఇద్దరు పిల్లలు. సహర్సా సమీపంలో సంప్రదించని డాక్టర్, హకీం లేదా వైద్యుడు లేరు. మతపరమైన ఆచారాలు, సమర్పణలు క్రమం తప్పకుండా నిర్వహించబడ్డాయి. సందీప్‌తో సమస్య ఉందని కొందరు అనుకుంటే, ఇతరులు అతని భార్య రజనీని

నిందించారు. సందీప్ డబ్బు ఆదా చేయాలని, రజనీని చికిత్స కోసం ఢిల్లీకి తీసుకురావాలని నిర్ణయించుకున్నాడు. కానీ అప్పుడు లాక్డౌన్ ప్రకటించబడింది. ఇప్పుడు ప్రాధాన్యతలు మారాయి.

'సందీప్, వచ్చి పడుకో' అన్నాడు ఆశిష్. ఆశిష్ వారి దుస్థితిని అర్థం చేసుకున్నాడు; వారు చాలా ఆకలితో ఉన్నారు. వారిలో ఒకరు రాత్రి సమయంలో మరణిస్తే? ఎవరూ మరణించకపోయినా, వారు ఇంకా తీవ్రమైన అలసటతో వ్యవహరించాల్సి ఉంటుంది. శక్తి లేకుండా వారు తమ ప్రయాణంలో ఎలా కొనసాగుతారు? అతను దూరంగా కుక్కల పోరాటం విన్నాడు. అతను లేచి, తాను ఉపశమనం పొందబోతున్నానని అందరికీ చెప్పి నెమ్మదిగా ధ్వని వైపు నడిచాడు. అతను లేచిన వెంటనే, అతని తల తిరుగుతున్నట్లు అతను భావించాడు. కానీ అతను తనను తాను నిలబెట్టుకుని నడుస్తూనే ఉన్నాడు. కుక్కలు పెద్ద డ్రమ్ చుట్టూ ఉన్న చిన్న ముక్కల మీద పోరాడుతున్నాయి.

ఆశిష్ దగ్గరకు రాగానే, అవి ఆవేశంగా మొరగడం ప్రారంభించాయి, కానీ వెనక్కి తగ్గాయి. అతను డ్రమ్ లోపల చూసాడు. దేవుడు వారి ప్రార్థనలకు సమాధానం ఇచ్చినట్లుగా భావించాడు. ఇది అదృష్టం. అతను ఇంకా ఏదో అడిగినా – బహుశా అది కూడా మంజూరు చేయబడుతుందేమో అని అనుకున్నాడు. డ్రమ్‌లో కనీసం పది నుండి పన్నెండు వరకు పాత లేదా కాలిన చపాతీలు, కొంచెం పప్పు, కూరగాయలు ఉన్నాయి. వండిన అన్నం పాలిథిన్ సంచిని నింపింది. మరింత ఆలస్యం చేయకుండా, అతను తన చేతుల వేసి వాటిని తీయడం ప్రారంభించాడు. అకస్మాత్తుగా అతనికి ఒక స్వరం వినిపించింది. 'ఎవరక్కడ? నువ్వు అక్కడ ఏం చేస్తున్నావు?'

అది విన్న క్షణం, అతని మొహం నుండి జీవం హరించుకుపోతున్నట్లు అతను భావించాడు. అతని వెనుక, దాదాపు 10 మీటర్ల దూరంలో, దాబా యజమాని బంటు పథక్ నిలబడి ఉన్నాడు. అతని అస్పష్టమైన ముఖం చీకటిలో కనిపించింది. 'నువ్వు ఇక్కడ ఏమి చేస్తున్నావు?'

ఆశిష్ వద్ద సమాధానం లేదు. అతను భయపడ్డాడు. అతని కాళ్లు వణుకుతున్నాయి. ఈ పొరపాటు మిగిలిన కూలీలపై ప్రభావం చూపుతుంది. వారందరూ ఈ సమయంలో దాబా నుండి బయటకు వేయబడతారు. బంటు ఆశిష్ వద్దకు చేరుకున్నాడు. అతను ఏమి చేయాలని ప్రయత్నిస్తున్నాడో తెలుసుకోవడానికి ప్రయత్నిస్తున్నాడు. అతను మూర్ఛపోతున్నట్లు ఆశిష్ భావించాడు.

'నీకు ఆకలిగా అనిపిస్తే, నువ్వు నాకు ఎందుకు చెప్పలేదు?'

బంటు పాఠక్ బదులుగా అడిగాడు. 'నేను నిన్ను అడిగాను, కాదా?' ఈ మాటలతో అతను ఆశిష్ భుజాలపై చేతులు ఉంచాడు. దానితో ఆ యువకుడు తన పై ఉంచిన భారీ బరువు ఎత్తినట్లు భావించాడు.

'అందరినీ పిలవండి. నేను భోజనానికి ఏర్పాట్లు చేస్తాను, 'అని బంటు చెప్పి, దాబాకు తిరిగి వెళ్లాడు. ఆశిష్ నిలబడి ఉన్నాడు, అతని చూపులు భూమికి పాతుకుపోయాయి. అతను చాలా సిగ్గుపడ్డాడు, అతను బంటు కళ్ళల్లోకి చూసేంత ధైర్యం చేయలేకపోయాడు. కేవలం ఒక సాధారణ కృతజ్ఞత చెప్పగలడు. అందరూ పడుకున్నట్లు నటిస్తూ ఉన్న ప్రదేశానికి తిరిగి వెళ్లి, రాత్రి భోజనం చేయడానికి రమ్మని చెప్పాడు యజమాని అన్నాడు. అందరూ ఆశ్చర్యపోయారు. ఒక భోజనం, కొంత విశ్రాంతి పొందుతాం అని ఆనంద పడ్డారు.

ఆ రాత్రి, వారు దేవుడిని రెండు మానవ రూపాల్లో చూశారు – అష్రఫ్, బంటు పథక్. వారి భోజనం తర్వాత, కూలీలు గాఢ నిద్రలోకి జారుకున్నారు. మేము కూడా మా కారును దాబా దగ్గర పార్క్ చేసి కనీసం నాలుగు గంటలు నిద్రపోవాలని నిర్ణయించుకున్నాము. సహర్సా ఇప్పటికీ 1000 కిలోమీటర్ల కంటే ఎక్కువ దూరంలో ఉంది.

5

అన్నిరోజులు ఒకేలా ఉండవు

మూడవరోజు: 29 ఏప్రిల్ 2020

1011 కిలోమీటర్ల దూరంలో సహార్సా

రితేష్, ఆశిష్, ఇతరులు మేల్కొన్నారు. ఉదయం 5.30 గంటలకు బంటు పాఠక్ సిబ్బంది ఉదయం టీ తాగడానికి పోలీసులు సాధారణంగా వస్తారని, వారిని చూస్తే, బంటుతో పాటు వారికి కూడా సమస్యలు సృష్టిస్తారని సిబ్బంది చెప్పారు. క్షణం వృధా చేయకుండా, అందరూ త్వరగా లేచి, రాత్రి గడిపిన బెడ్‌షీట్‌లను మడిచారు. వారు ముఖాలు కడుక్కున్నారు. వారిలో కొందరు ప్రకృతి శంకలకు జవాబు ఇవ్వడానికి త్వరగా వెళ్లారు. ఇప్పటికీ ప్రకృతి పిలుపుని ఆపి పట్టుకోగలిగిన వారు ప్రయాణాన్ని ప్రారంభించాలని, రోడ్డుపై ఎక్కడో ఒక చోట ఉపశమనం పొందాలని మిగతా సభ్యులు వారిని కోరారు. ఒక పేద కార్మికుడు ప్రశాంతంగా తన ప్రకృతి శంకలు తీర్చుకోలేకపోవడం ఎంత విడ్డూరం!

ఈ ఏడుగురు బృందానికి ఇది రోడ్డుపై మూడో రోజు. సూర్యుడు ఉదయించాడు. మా కదిలే కారు నుండి షూటింగ్ చేస్తున్న మాకు, సూర్యుడు ఇప్పుడు వారితో పాటు తన రోజువారీ ప్రయాణాన్ని ప్రారంభించినట్లు అనిపించింది. ఈ ఉదయం రోడ్డు చాలా మెరుగ్గా ఉంది. ఇది జాతీయ రహదారి కాదు, చాలా మంచి స్థితిలో ఉన్న రాష్ట్ర రహదారి. రాష్ట్రంలో రోడ్ల నిర్మాణానికి ఉత్తర ప్రదేశ్ ప్రభుత్వం చాలా శ్రద్ధ చూపించిందని స్పష్టమైంది. రాత్రికి హర్దోయ్ చేరుకోవడానికి రితేష్, రామ్ బాబు బిసౌలి నుండి పగటిపూట 190 కిలోమీటర్లు సైకిల్‌పై వెళ్లాలని అనుకున్నారు. కష్టమైన లక్ష్యం, కానీ అసాధ్యం కాదు.

మేము ఈ లక్ష్యం గురించి విన్న వెంటనే, మానవ్, నేను ఇప్పటి నుండి కొత్త పాత్రను ధరించాలని నిర్ణయించుకున్నాము. మేము మా డాక్యుమెంటరీని షూట్ చేస్తాము కానీ వీరిని కూడా ఒక కంట కనిపెట్టుకొని ఉంటాము. మేము ఈ ప్రయాణాన్ని జాగ్రత్తగా చేయాలి (దీని ద్వారా వారు సరైన సమయంలో సరైన ఆహారం తీసుకోవాలి, తగినంత విశ్రాంతి తీసుకోవాలి), ప్రతిదీ పరిగణనలోకి తీసుకోవాలి.

వారు సురక్షితంగా, మంచి ఆరోగ్యంతో ఇంటికి చేరుకోవడానికి ఇది ఏకైక మార్గం అని మాకు తెలుసు. లక్షలాది మంది వలస వెళ్తున్నందుకు మేము అందరి కోసం ఎలాగైనా ఏమీ చేయలేమని మేము గ్రహించాము, కానీ మనం తోడుగా ఉన్న వారి కోసం కనీసం ఏదైనా చేయాలి. సరైన సమయంలో సరైన ఆహారాన్ని అందించడం చాలా కష్టమైన పని,

కానీ మేము దాని చుట్టూ ఒక మార్గాన్ని కనుగొన్నాము. రోడ్డుపై ఆహార పదార్థాలతో నిండిన బండ్లు, దారిలో అరకొర జనరల్ స్టోర్లు తెరిచి ఉండటం మాకు కనిపించింది.

మేము పండ్లు, పండ్ల రసాలను నిల్వ చేసుకున్నాము. మూడవ రోజు, ఉదయం 7 గంటల సమయంలో, అందరూ అరటిపండ్లు, యాపిల్స్ తిని కొంత రసం తాగి, బయలుదేరారు. వేడిగా ఉన్న ఉదయం ఉష్ణోగ్రతలలో 70 కిలోమీటర్లు ప్రయాణించడానికి వారికి అల్పాహారం సహాయపడింది.

ఉదయం 10 గంటలకు... సోను సైకిల్ చైన్ సమస్యలు ఇవ్వకపోతే, అవి మరింత కొనసాగవచ్చు. వారు అనుకొన్న 190కి బదులుగా వారు 200 కిలోమీటర్లు ప్రయాణించే అవకాశం ఉందని మేము భావించాము. కానీ చాలా ముందుగానే ఆలోచించడంలో అర్థం లేదు. ప్రస్తుత సంక్షోభాన్ని పరిశీలించడం, దానిని మొదట ఎదుర్కోవడం వివేకం.

సోను సైకిల్ చైన్ సమస్యలకు కారణమవుతోంది. ప్రతి నిమిషానికి సమస్య మరింత తీవ్రమవుతోంది. ఇది దాదాపు జామ్ అయింది. అతను పెడల్ చేయడం చాలా కష్టంగా ఉంది. కానీ బడౌన్, దతగంజ్ కస్బాలో, రెండు అద్భుతాలు త్వరితగతిన జరగడాన్ని మేము చూశాము.

ఒక వృద్ధ సైకిల్ మెకానిక్, మహ్మద్ ఇర్షాద్, తన దుకాణాన్ని శుభ్రం చేయడానికి వచ్చాడు. లాక్డౌన్ సమయంలో కూడా రోజూ తన దుకాణాన్ని శుభ్రపరుచుకోవడాన్ని ఒక లక్ష్యంగా చేసుకున్నానని అతను తర్వాత మాకు చెప్పాడు. అతను షట్టర్‌ను క్రిందికి లాగబోతున్నాడు, ఏడుగురు కూలీలు తమ సైకిళ్లతో తన ముందు నిలబడి ఉండటాన్ని చూశాడు.

'అవును, నేను మీ కోసం ఏమి చేయగలను?' అతను మర్యాదగా అడిగాడు.

'మేం ఏం చెప్పగలం, ఎందుకంటే మీరు ఇప్పటికే మీ షట్టర్లను కిందకు దించారు' అని అమాయకంగా చెప్పాడు రితేష్.

మొహమ్మద్ ఇర్షాద్ వెంటనే, 'సరే, ఇప్పుడు చూశారా? ఈ షట్టర్లు ఇంకా తెరిచే ఉన్నాయి. మీరంతా బీహార్‌కు వెళ్తున్నారు. మీ సైకిల్స్ మీకు సమస్యలను ఇస్తున్నాయి. ఇదే కదా మీ గోల?

వారు బీహార్ వెళ్తున్నారని అతనికి ఎలా తెలుసు? రితేష్ మాట్లాడుతూ, 'మేం బీహార్ వెళ్తున్నాం అని కూడా చెప్పలేదు ' అన్నాడు.

'ఈ ప్రాంతం గుండా వెళ్లే ప్రతి ఒక్కరూ బీహార్ వెళ్తున్నారు' అని సమాధానం వచ్చింది. 'గత మూడు వారాలుగా నేను చూస్తున్నది ఇదే.' తర్వాత అతను సోను సైకిల్ చక్రాన్ని త్వరగా బాగు చేశాడు. తదుపరి 100 కిలోమీటర్ల వరకు వారికి ఎలాంటి ఇబ్బంది కలిగించదని హామీ ఇచ్చాడు. సోను అతనికి చెల్లించడానికి ప్రయత్నించినప్పుడు, అతను

చేతులు ముడుచుకుని, 'మీరు అందించే డబ్బుతో నేను నా పిల్లలను ఎలా పెంచగలను?' అని బదులిచ్చాడు.

సైకిల్ రిపేర్ అవుతుండగా, మానవ్ తినడానికి ఏదైనా దొరుకుతుందా అని చూసాడు. ఈ బృందం గత మూడు గంటలుగా సైక్లింగ్‌లో ఉంది. వారు ఇప్పుడు ఆకలితో ఉంటారని నేను అనుకున్నాను. అతను తెరిచి ఉన్న ఒక స్వీట్ షాప్ –నందలాల్ స్వీట్స్ చూశాడు. కానీ తినడానికి ఒక్క స్వీట్ కూడా లేదు, యజమాని టీ తయారు చేయడంలో బిజీగా ఉన్నాడు. మానవ్ అతనితో మాట్లాడడం ప్రారంభించాడు. అతను తినడానికి ఏదైనా దొరుకుతుందా అని అడిగాడు.

'మీకు ఏమి కావాలి?' నందలాల్ అడిగాడు.

'ఈ కూలీల కోసం ఏదో ఒకటి. వారందరూ బీహార్ వెళ్తున్నారు.'

'బీహార్?' అతను ఆశ్చర్యపోయాడు. 'బీహార్‌లో ఎక్కడ?'

'బీహార్‌లో సహర్సా' అని మానవ్ సమాధానమిచ్చాడు. 'అది ఇంకా 950 కి పైగా కిలోమీటర్లు ఇక్కడ నుండి.'

నంద్‌లాల్ ఒక క్షణం ఆలోచించి, 'మీరు ఇరవై నిమిషాలు వేచి ఉండగలిగితే, నేను మీ అందరికీ సమోసాలు చేస్తాను. నా దగ్గర కావలసిన పదార్థాలు సిద్ధంగా ఉన్నాయి.'

అతను తన దుకాణం లోపలికి వెళ్లి, ఉడికించిన, మెత్తని బంగాళాదుంపలని, సుగంధ ద్రవ్యాలతో కలిపిన ఒక పెద్ద పళ్ళెం తెచ్చి, అప్పటికే చుట్టబడిన సమోసాలను నింపడం ప్రారంభించాడు. మానవ్ వేగంగా ఆలోచించి, సమీపంలోని జనరల్ స్టోర్‌కు వెళ్లి బ్రెడ్ కూడా కొన్నాడు. చిరుతిండిని కడుపు నింపేదిగా చేయడానికి మేము రెండు బ్రెడ్ ముక్కల మధ్య సమోసాను ఉంచాలని నిర్ణయించుకున్నాము. నందలాల్ సమోసాలు వేయించడం మొదలుపెట్టిన క్షణం, నేను ఆ వాసన మత్తులో ఉన్నాను. ఆ సమయంలో సమోసాల కంటే మెరుగైన తిండి ప్రపంచమంతటా లేనట్లు అనిపించింది.

చాయ్, సమోసా విరామ సమయంలో, కార్మికులు ఇప్పుడు మాకు కొంత సమయం ఇవ్వగలుగుతారని నేను గ్రహించాను. సాధారణంగా ఎక్కువ సమయం నిశ్శబ్దంగా ఉండే కృష్ణ, నా కోసం అదనపు సమోసా తెచ్చి నేను తినాలని పట్టుబట్టాడు. చిన్నవాడు, రితేష్ తన జీవితమంతా నాకు చెప్పాడు. తనకు రెండేళ్ల క్రితమే వివాహం జరిగిందని అతడు నాకు చెప్పాడు. పెళ్లయిన ఒక నెలలోనే అతను జీవనోపాధి కోసం ఢిల్లీ వచ్చాడు. అతను ఒకటిన్నర సంవత్సరాలలో దాదాపు రూ.లక్ష ఆదా చేయాలని, ఆపై తనకు, అతని భార్య సముతల్ దేవికి ఒక ప్రత్యేక గదిని నిర్మించాలని, అప్పుడే అతను ఒక కుటుంబాన్ని ప్లాన్ చేయగలడని చెప్పాడు. గది దాదాపు సిద్ధంగా ఉంది, కానీ ప్రస్తుతం, ప్రతి పైసా

ఆవిరైపోయింది. రాబోయే ఆరు నెలల వరకు అతనికి ఎలాంటి ఆదాయంపై ఆశ లేదు. అలాంటి పరిస్థితులలో రితేష్ ఇంటికి తిరిగి వెళ్ళి ఏమి చేస్తాడని నేను ఆశ్చర్యపోయాను?

'నేనేం చేస్తాను సార్? నేను నా భార్య సముతాల్‌ని ప్రేమిస్తున్నాను. ఇప్పుడు మాకు ఒక గది ఉంది. మేము ప్రేమించుకుంటాము, కానీ మాకు పిల్లలు లేరని నేను జాగ్రత్తగా ఉంటాను. 'అతను తన వాక్యాన్ని పూర్తి చేస్తున్నప్పుడు సిగ్గుపడ్డాడు.

'కాబట్టి మీరు ఎప్పుడు కుటుంబాన్ని ప్రారంభించబోతున్నారు?' అని నేను అడిగాను.

'నాకు తెలియదు సార్. లాక్ డౌన్ ఎప్పుడు పూర్తవుతుందో, ఎప్పుడు పని తిరిగి ప్రారంభమవుతుందో ఎవరికీ తెలియదు 'అని రితేష్ చెప్పాడు.

'సార్, మీరు మా కోసం ఏం చేస్తున్నా దాని నుండి మీరు ఏమి పొందుతారు?' ఆశిష్ నన్ను అమాయకంగా అడిగాడు.

'చాలా డబ్బు' అని నేను చమత్కరించాను.

'లేదు సార్, నన్ను అపార్ధం చేస్కోవద్దు... నిజం చెప్పండి' అని అతను పట్టుబట్టాడు.

నేను డాక్యుమెంటరీ చిత్రం గురించి ఆశిష్‌కి చెప్పాను. నేను మొత్తం భావన, ప్రక్రియను వివరించాను, మొత్తం 1232 కిలోమీటర్ల సుదీర్ఘ ప్రయాణం గురించి మొత్తం దేశం, ప్రపంచం ఎందుకు తెలుసుకోవాలో అతనికి చెప్పాను. నేను అతనికి చెప్పినవన్నీ అతను అర్థం చేసుకున్నాడని నాకు కచ్చితంగా తెలియదు, కానీ అతను నన్ను దిగ్భ్రాంతికి గురిచేసే మరో ప్రశ్నను పేల్చాడు. 'మీరు మా వీడియో చేస్తున్నారు. అది మా పరిస్థితిని మారుస్తుందా? '

అప్పుడు దానికి నా దగ్గర సమాధానం లేదు, ఇప్పుడు కూడా లేదు. డాక్యుమెంటరీ, పుస్తకం ద్వారా మనం సంపాదించేది ఏదైనా ఈ కార్మికులతో పంచుకుంటామని నేను, మానవ్, చిత్రనిర్మాతలుగా, కథకులుగా ప్రతిజ్ఞ చేశాము. అది తప్ప, నేను వారికి హామీ ఇవ్వగలిగేది ఏదీ లేదు. పరిస్థితిని కొంత సున్నితం చేయడానికి, సోను అకస్మాత్తుగా, 'సర్, నా కూతురు సినీ నటి సోనాక్షి సిన్హాను చాలా పోలి ఉంటుందని నా భార్య చెబుతోందని మీకు తెలుసా? అందుకే ఆమె ఆమెకు సోనాక్షి అని పేరు పెట్టింది. '

అతను తన కోసం ఏదైనా తెచ్చాడా అని నేను అడిగాను.

అతను నవ్వి, 'సార్, ఒక కూలీ తన పిల్లల కోసం ఏమి తీసుకోవచ్చు? నేను ఆమెను కలవడానికి వెళ్తాను, ఆమెపై నా ప్రేమను కురిపిస్తాను. ఆమెను ఎల్లప్పుడూ నా చేతుల్లో ఉంచుతాను. 'అతను తన చెల్లెలు కోమల్ గురించి కూడా చెప్పాడు, ఆమె పదిహేడు సంవత్సరాల వయస్సు గలది. 'సార్, ఆమె నాకంటే చాలా చిన్నది, కానీ మనందరిపై కూడా పెత్తనం చేయగలదు. ప్రస్తుతం, ఆమె నా కుమార్తెను, భార్యను చూసుకుంటోంది. మేము నలుగురు సోదరులు, ఒక సోదరి. మేమంతా ఆమె కోసం ఆదా చేస్తున్నాము. మా

వద్ద రూ. 2 లక్షలు ఉన్న తరుణంలో, మేము ఆమె వివాహాన్ని ఏర్పాటు చేసుకుంటాము. 'నలుగురు సోదరులలో చిన్నవాడు, సోను తన పదమూడేళ్ల వయసులో సహర్సా నుంచి ఢిల్లీకి వచ్చాడు. ఆ సమయంలో, అతను గ్రామ పాఠశాలలో ఎనిమిదో తరగతి చదువుతున్నాడు. అతని స్నేహితులు చాలా మంది డబ్బు సంపాదించడానికి ఢిల్లీ, ముంబైకి బయలుదేరారు. కాబట్టి సోను కూడా వారి అడుగుజాడలను అనుసరించాడు. చదువు కంటే తన కుటుంబం కోసం సంపాదించడం, వారిని ఆదుకోవడం మంచిదని అతను భావించాడు.

నేను సోనుని ఢిల్లీకి ఎలా వచ్చావని అడిగాను.

'అతను నన్ను ఇక్కడికి తీసుకువచ్చాడు' అని సోను సందీప్‌ని చూపిస్తూ అన్నాడు. వారు తమ కథను నాకు చెప్పారు. సందీప్ సోనును కేవలం పదిహేను సంవత్సరాల వయసులో ఢిల్లీకి తీసుకువచ్చాడు. వారిద్దరూ టెక్స్‌టైల్ మిల్లులో పనిచేశారు. సోను గతంలో నెలకు రూ.3,000, సందీప్ రూ. 4,000. వారి కథ వింటున్న రామ్ బాబు, 'సర్, నేను పదేళ్ల వయసులో కోల్‌కతా వెళ్లాను, నెలకు రూ .500 చొప్పున టీ స్టాల్‌లో పని చేసేవాడిని.'

త్వరలో, మేము బడౌన్ నుండి బయలుదేరే సమయం వచ్చింది. నందలాల్ సమోసాలు మమ్మల్ని తదుపరి రెండు గంటల పాటు ముందుకు తోశాయి. కానీ, మధ్యాహ్నానికి, పరిస్థితి, మేము కదులుతున్న వేగం, రెండు మందగించాయి.

ఏప్రిల్‌లో, ఉష్ణోగ్రతలు ఎక్కువగా ఉన్నాయి. ఆ రోజు, అప్పటికే 41-డిగ్రీల సెల్సియస్‌ని తాకినప్పుడు-ఆ ఉష్ణోగ్రత చాలు గుంపు లో భారీ సంచులతో ప్రయాణిస్తున్న వారందరినీ కింద పడేయడానికి. ఆ మధ్యాహ్నం, వారు నాలుగు గంటల పాటు సైకిల్‌పై వెళ్లారు, కానీ తీవ్రమైన వేడి, ఆకలి, అలసట కారణంగా 40 కిలోమీటర్లు కూడా ప్రయాణించలేకపోయారు. హర్దోయ్ ఇంకా 90 కిలోమీటర్ల దూరంలో ఉంది. సహర్సా, అయితే 912 కిలోమీటర్లు.

ఇది మధ్యాహ్నం 2 గంటల సమయం. రహదారి నిర్మానుష్యంగా ఉంది. క్రమం తప్పకుండా ఏర్పాటు చేసిన పోస్ట్‌లను నిర్వహించే పోలీసులు ఉన్నారు. కానీ వాహనాలు లేవు, దాబా లేదు, ఒక్క ఆత్మ కూడా లేదు. అలాంటి ఒక చెక్‌పోస్ట్ వద్ద, ఈ ఏడుగురు బృందాన్ని ఆపమని పోలీసులు చెప్పారు. వారు ఇక్కడ నుండి మాత్రం వెళ్లలేరు అని ప్రకటించారు. వారిని షాజహాన్‌పూర్ జిల్లా కేంద్రానికి తీసుకెళ్లి పద్నాలుగు రోజుల పాటు నిర్బంధంలో ఉంచుతాం అన్నారు. సమూహం నిరుత్సాహానికి గురైంది. మేము –దూరంలో పార్క్ చేసి ఈ నాటకాన్ని అంత చూస్తున్నాము –సహర్సా ప్రయాణం ఇప్పుడు షాజహాన్‌పూర్‌లో అకాలంగా ముగియబోతోందని భావించాము.

తమలో ఎవరు ఈ కూలీలను జిల్లా కేంద్రానికి తరలించాలో పోలీసులు నిర్ణయించలేకపోయారు. సుదీర్ఘ చర్చ తర్వాత, కానిస్టేబుల్ కమలేష్ వారితో పాటు వెళ్లాలని వారు నిర్ణయించుకున్నారు, కానీ మరొక సమస్య తలెత్తింది. అతను స్వయంగా ప్రధాన కార్యాలయానికి ఎలా వెళ్తాడు? తాను ఏ సైకిల్‌పై అయినా వెనక కూర్చుంటానని కమలేష్ రామ్ బాబుకు చెప్పాడు, కానీ మళ్లీ ప్రతి సైకిల్ క్యారియర్ అప్పటికే వారు వదిలిపెట్టలేని వ్యక్తిగత వస్తువులతో నిండిపోయింది. సమస్య అపరిష్కృతంగా ఉండిపోయింది.

హెడ్ కానిస్టేబుల్ ఒకరు కమలేష్ సీటు, హ్యాండిల్ బార్ మధ్య రాడ్ మీద కూర్చోవాలని సూచించారు. కమలేష్ పూర్తిగా తిరస్కరించాడు. మహమ్మారి సమయంలో తాను అలా ప్రయాణించనని చెప్పాడు. అతను సర్వీసు నుండి బయటకు రావడానికి సిద్ధంగా ఉన్నాడని హెడ్ కానిస్టేబుల్‌తో కూడా చెప్పాడు. ఎట్టి పరిస్థితుల్లో అతను అలా ప్రయాణించడు.

దీన్ని పరిష్కరించడానికి పోలీసులు గుట్టుచప్పుడు కాకుండా వెళ్లారు. సుదీర్ఘ చర్చ తరువాత, వారు ఒక పరిష్కారాన్ని కనుగొన్నారు. ఇది ఒక మాస్టర్ స్ట్రోక్ గా వారు భావించారు. వారు రామ్ బాబు, రితేష్‌ని పిలిచి, కమలేష్ వారితో పాటు జిల్లా కేంద్రానికి వెళ్లలేనందున వారు స్వేచ్ఛగా వెళ్ళవచ్చు అని వారికి చెప్పారు – కాని వారికి, పోలీసులకి మధ్య కుట్ర జరిగిందని వారు ఎవరికీ చెప్పకూడదు. వారు పోలీసు పోస్టును విడిచిపెట్టిన తర్వాత మేము వారిని కలిసినప్పుడు మాకు చెప్పారు. రితేష్ మొత్తం ఘట్టాన్ని వివరించడంతో, ప్రతి ఒక్కరూ నవ్వులు చిందించారు, ఆ కాసేపు.

4 కిలోమీటర్ల దూరంలో దాబా పనిచేస్తోందని పోలీసుల నుండి సమాచారం సేకరించింది ఈ బృందం. మేము అక్కడికి చేరుకున్నప్పుడు, సమీపంలో మూడు లేదా నాలుగు ట్రక్కులు ఆగి ఉండడం మాకు కనిపించింది. దాబా యజమాని మాకు ఆహారం ఇస్తానని చెప్పాడు, కానీ, వైరస్ భయం కారణంగా, అతను తన ప్రాంగణంలో ఎవరినీ కూర్చోనివ్వలేదు. ట్రక్కులు పార్క్ చేసిన చోట ఆహారం అందించబడుతుంది. దీనితో మాకు ఎలాంటి సమస్యలు లేవు. ఇలాంటి సమయంలో మేము ఆహారాన్ని పొందగలిగాము అనేది చాలా పెద్ద విషయం.

ఆహారాన్ని సరిగ్గా కడిగిన పాత్రలలో అందించాలని మేము దాబా యజమానికి మర్యాదపూర్వకంగా అభ్యర్థించాము. లంచ్ తర్వాత, రితేష్, ఇతరులు ఒక గంట నిద్రపోవాలని నిర్ణయించుకున్నారు. ఇది వారిలో చైతన్యం నింపుతుంది, అప్పటికి వేడి కూడా తగ్గుతుంది. రోజు మొదటి దశలో కూలీలు తాము అనుకున్న టార్గెట్ విషయంలో ఏ ప్రయోజనం పొందారో ఇప్పుడు అది తగ్గింది అని మేము భావించాము. అయినప్పటికీ, విశ్రాంతి కూడా అంతే ముఖ్యమని మాకు తెలుసు. వారు ఇప్పుడు సరిగ్గా నిద్రపోతే,

సాయంత్రం 70 నుండి 80 కిలోమీటర్లు ప్రయాణించే స్థితిలో ఉంటారు. దాని గురించి ఆలోచిస్తూ, నేను కూడా ఒక కుర్చీని తీసుకొని, దాబా దగ్గర ఒక చెట్టు కింద ఆశ్రయం పొందాను. నిద్రపోయాను. నేను మేల్కొన్నప్పుడు, ఆశిష్ తన మొబైల్ ఫోన్ పట్టుకుని నా ముందు నిలబడి ఉండడం చూశాను. దానిపై ఒక పాట ప్లే అవుతోంది.

'సార్, మీరు ఈ పాట విన్నారా?' ఆశిష్ నిశ్శబ్దంగా అడిగాడు. నేను అతని మొబైల్ నా చేతిలో తీసుకున్నాను. ఏ పాట? అని విన్నాను. సంక్షిప్తంగా దాని అర్థం ఇదే:

నేను స్కూలు నుండి ఇంటికి తిరిగి వచ్చినప్పుడల్లా,
అమ్మ తన చేతులతోనే నాకు తినిపించేది.
ఆమె అనంతమైన ప్రేమ యొక్క నిరపాయమైన గొడుగు కింద రాత్రి,
ఆమె నన్ను మెల్లగా గాఢ నిద్రలో ముంచెత్తుతుంది.

'సార్, నాకు ఈ పాట చాలా ఇష్టం. నేను నా తల్లి గుర్తుకు వచ్చినప్పుడల్లా..ఇది వింటాను.'

ఆశిష్ కళ్ళు తడిగా ఉన్నాయని నేను చూశాను. నేను అతన్ని కౌగిలించుకోవాలని అనుకున్నాను. కానీ కోవిడ్ -19 భయం నన్ను వెనక్కి నెట్టింది. నేను ఒక కుర్చీ తీసి నా పక్కన కూర్చోమని అడిగాను. అతను, 'సర్, నా తల్లి నిరక్షరాస్యురాలని మీకు తెలుసు. ఆమె బొటనవేలు ముద్రను కూడా సరిగా ఇవ్వదు. కానీ నేను చదువుకోవాలని ఆమె కోరుకుంది. దాని కోసం, ఆమె డబ్బు ఆదా చేసింది. నా పాఠశాల ఫీజులకు నిధులు సమకూర్చింది. ఆమెకు, మా నాన్నకు మధ్య నిరంతరం గొడవలు జరగడానికి ఇదే కారణం.'

'వారు ఎందుకు గొడవపడ్డారు?'

'విద్య సమయం వృధా అని నాన్న అనేవారు. నేను పని చేస్తే, నేను సంపాదించడం మొదలుపెడతాను. ఈ రోజు, నా తండ్రి సరైనవారని నేను భావిస్తున్నాను. నా బి.ఏ డిగ్రీ నాకు సహాయం చేయలేదు; వాస్తవానికి ఇది ఒక సమస్య అయింది. '

'అదెలా?'

'నేను బి.ఏ పూర్తి చేయకపోతే, నేను మంచి కార్మికుడిని అయ్యేవాడిని. విద్య నాకు మంచి కార్మికుడిగా మారడానికి సహాయం చేయదు. నా సమకాలీనుల్లో చాలామంది సీనియర్ తాపీ మేస్త్రీలుగా మారారు. రితేష్ నా కంటే చాలా చిన్నవాడు, కానీ అతనికి టైల్స్ ఎలా వేయాలో బాగా తెలుసు. నా కంటే ఎక్కువ సంపాదిస్తాడు. నేను ఇప్పటికీ హెవీ-లిఫ్టింగ్ విభాగంలో చిక్కుకున్నాను. పాఠశాలలో చదువుకోవడం వల్ల నేను ఎక్కడా ముగించలేదు.' దీనితో, ఆశిష్ ఏడుపు ప్రారంభించాడు.

'విద్య ఎన్నటికీ వృథా కాదు, ఆశిష్. మీ విద్య మిమ్మల్ని మంచి వ్యక్తిగా తీర్చిదిద్దింది. చూడండి, మీరు చాలా బాగా మాట్లాడతారు.' నేను అతనిని ఓదార్చడానికి ప్రయత్నించాను. కానీ నా సానుభూతి మాటలు ఆశిష్ మీద ఎలాంటి ప్రభావం చూపలేదు.

'నేను మా అమ్మ కోసం ఏమీ చేయలేను. నాకు ఇరవై ఎనిమిది సంవత్సరాలు, ఆమెకు ఎలాంటి సంతోషాన్ని ఇవ్వలేకపోయాను,' అని ఆశిష్ చెప్పాడు.

అప్పటికి మాతో చేరిన ముఖేష్ విద్యపై భిన్నమైన అభిప్రాయాన్ని కలిగి ఉన్నాడు. అతను తన తండ్రి అత్యంత పేదవాడు, ఇతరుల పొలాల్లో పని చేయడం ద్వారా జీవించి ఉండడంతో, అతను ఐదు తరగతి వరకు మాత్రమే చదువుకోగలిగాడు అని చెప్పాడు. ఐదుగురు సోదరులు, సోదరీమణులలో ముఖేష్ పెద్దవాడు –కాబట్టి అతని తండ్రి అతన్ని స్కూలు మానేసి అతనితో పాటు పని చేయమని అడిగాడు. ముఖేష్ ఇరవై ఒక్క సంవత్సరాల వయస్సు వరకు స్థానిక పొలాలలో పనిచేశాడు. ఆ తరువాత అతను పని కోసం గ్రామాన్ని విడిచిపెట్టాడు. అతను పనిచేసిన కాంట్రాక్టర్ అతడిని సిమ్లాకు తీసుకెళ్లాడు.

అతను తన కుటుంబాన్ని పోషించడానికి చదువును వదిలివేయవలసి వచ్చినప్పటికీ, అతను తన కుమార్తెలు, ఎనిమిదేళ్ల చాందిని, మూడేళ్ల మాణిక్ కి మంచి విద్యను అందించడం విషయంలో దృఢ నిర్ణయంతో ఉన్నాడు. అతను తన డబ్బును పక్కా ఇంటి నిర్మాణానికి ఖర్చు చేయడం కంటే, తన సోదరికి వివాహం చేయడానికి, చాందిని విద్యపై పెట్టుబడి పెట్టడం సబబు అని అనుకున్నాడు. చాందిని ఇప్పుడు 'క్లాస్ టూ' లో ఉంది.

'సర్, నేను ఎప్పుడూ పేదలకు ఏమీ ఇవ్వదని చెబుతాను. రొట్టె లేదు. బట్టలు లేవు. ఇల్లు లేదు. పేదలకు విద్యను అందించండి. వారు విద్యను అభ్యసిస్తే, వారు ఆహారం, బట్టలు, ఇళ్లను కొంటారు 'అని ముఖేష్ చెప్పాడు. ఈ సంభాషణ మధ్యలో రామ్ బాబు వచ్చి మా పక్కన కూర్చున్నాడు.

'మీ విద్యా అర్హత ఏమిటి రామ్ బాబు?' నేను అతడిని అడిగాను.

'సర్, నేను క్లాస్ టూ వరకు చదువుకున్నాను' అన్నాడు.

'క్లాస్ టూ వరకు మాత్రమేనా? ఎందుకు? '

'ఏం చేయాలి సార్? ఇంట్లో తిండికి పది నోళ్లు ఉన్నాయి, నాన్న మాత్రమే సంపాదించాడు. కాబట్టి నాకు కేవలం పదేళ్ల వయసులో నన్ను కోల్‌కతాలోని మా మామ ఇంటికి పంపించారు.

'ఎందుకు కోల్‌కతా?'

'డబ్బు సంపాదించడానికి. మామయ్య నాకు టీ స్టాల్‌లో ఉద్యోగం ఇప్పించాడు. నేను నెలకు రూ.500, రెండు పూటల భోజనం సంపాదించాను. నేను గ్రామం నుండి బయటకు

వచ్చిన రోజు నుండి, నేను నగరం నుండి నగరానికి వెళ్తున్నాను. మా జీవితాలు ఇలా ఉంటాయి. 'నేను చెప్పడానికి లేదా అడగడానికి ఏమీ మిగలలేదు.

'సర్, ఇప్పుడు అతను నలుగురు పిల్లలకు తండ్రి' అని ఆశిష్ నాకు చెప్పాడు.

'నలుగురు పిల్లలా!' నేను కొద్దిగా ఆశ్చర్యపోయాను, కానీ దానిని చూపించకుండా ఉండటానికి ప్రయత్నించాను.

'అవును సార్' అన్నాడు రామ్ బాబు గర్వంగా. 'ఇద్దరు కుమారులు, ఇద్దరు కుమార్తెలు.'

'నలుగురు పిల్లలను పెంచడం కష్టం కాదా రామ్ బాబు?'

'లేదు సార్, నేను పని చేస్తూ ఉంటే సమస్య లేదు.' 'ఇంకా వారికి బట్టలు, ఆహారం, మందులు అవసరం, వారు అనారోగ్యానికి గురవుతారు ...

''మీ నలుగురు పిల్లల కోసం కష్టపడ్తున్నావా?''

రామ్ బాబు నన్ను ఆపి, 'మీరు ఏమి చెప్పాలనుకుంటున్నారో నాకు తెలుసు, సర్. చూడండి, మా ప్రాంతంలో, వరదలు, రోగాలు లేదా పేదరికం కనీసం మా పిల్లలలో ఒకరినో ఇద్దరినో చంపేస్తుంది. మాకు నలుగురు లేదా ఐదుగురు పిల్లలు పుట్టడానికి కారణం అదే. 'తన పిల్లలు అకాల మరణానికి గురయ్యే భయంకరమైన విషయాన్ని అతను అంత సులువుగా చర్చించినప్పుడు నేను ఆశ్చర్యపోయాను.

మేము దాబాను విడిచిపెట్టిన తర్వాత, సోను సైకిల్ అతనికి మళ్లీ ఇబ్బంది కలిగించడం మొదలుపెట్టినప్పుడు, ఆ బృందం ఒక గంట మాత్రమే సైకిల్‌పై ప్రయాణించింది. అదే సమస్య — గొలుసు ఇరుసు చుట్టూ బిగించడంతో, పదేపదే బ్రేక్‌డౌన్‌ల వల్ల సమయం వృథా అవుతోంది. ఇది వారి వేగాన్ని, వారి ధైర్యాన్ని విచ్ఛిన్నం చేసింది.

అరగంట పాటు నడిచిన తర్వాత, వారు జలాలాబాద్ సమీపంలో సైకిల్ రిపేర్ చేయగల వ్యక్తిని కనుగొన్నారు. సాయంత్రం ఆరు అయింది, హర్దోయ్ ఇంకా 60 కిలోమీటర్ల దూరంలో ఉంది. సైకిళ్లు మరింత ఇబ్బంది కలిగించకపోతే, తదుపరి మూడు గంటలపాటు ఆగకుండా ప్రయాణించి, కనీసం 40 కిలోమీటర్లు ప్రయాణించడానికి ప్రయత్నించాలని అందరూ నిర్ణయించుకున్నారు. అర్ధరాత్రి వరకు సైక్లింగ్ చేయాల్సి వచ్చినప్పటికీ వారు ఎలా అయినా హర్దోయ్ చేరుకోవాలని అనుకున్నారు. ఆ సమయంలో వారికి తెలియని విషయం ఏమిటంటే, జలాలాబాద్ ముందు రహదారి చాలా అధ్వాన్నంగా ఉంది. రహదారి విరిగిపోయిన, పదునైన అంచుగల రాళ్లతో నిండి ఉంది, ఇది కష్టతరమైన దారి. టైర్లను పగలగొడుతుంది.

వారి మార్గం చీకటిగా ఉంది. ముందు ఏమీ కనిపించడం లేదు. మేము వారి వెనుక నడిచాము. తద్వారా వారు ఆ చీకటిగా ఉన్న, విరిగిన రహదారిపై కొంత విశ్వాసంతో ముందుకు సాగవచ్చు. మా హెడ్‌లైట్లు ముందు ఏమి ఉందో ప్రకాశిస్తాయి. ఇప్పుడు రాత్రి 8 గంటలు అయ్యింది, వారి ఆహారం ఎక్కడ, ఎలా చేస్తారో అని మేము ఆందోళన చెందుతున్నాము. మేము తీసుకున్న రోడ్లు, మార్గాలు చాలా నిర్మానుష్యంగా ఉన్నాయి. దాబా లేదా పంక్చర్ షాప్ కూడా దారిలో కనిపించే అవకాశాలు చాలా తక్కువగా ఉన్నాయి. మా భయాలు నిజం అయ్యాయి.

అదృష్టం ఆహారాన్ని అందించింది

దారిలో, మేము ఒక గ్రామస్తుడిని ఆపి, సమీపంలో దాబా ఉందా అని అడిగాము. షాహాబాద్ పట్టణానికి ముందు ఏదీ లేదని ఆయన మాకు చెప్పారు. మేము గూగుల్ మ్యాప్స్‌లో షాహాబాద్ కోసం వెతికితే అది 12 కిలోమీటర్ల దూరంలో ఉందని, హర్దోయి అక్కడ నుండి మరో 28 కిలోమీటర్ల దూరంలో ఉందని కనుగొన్నాము.

రహదారి పరిస్థితిని గమనిస్తే, మేము 9.30 గంటలకల్లా షాహాబాద్ చేరుకుంటామని కనుగొన్నాము. షాహాబాద్ ముందు రహదారి మెరుగ్గా ఉంటే, మేము అర్ధరాత్రికి హర్దోయ్ చేరుకుంటాము. కానీ మా లెక్క కొద్దిగా తారుమారు అయింది. మేము 10 గంటలకు షాహాబాద్ చేరుకున్నాము. ఇది సహేతుకంగా పెద్ద పట్టణం. మేము ఇక్కడ తినడానికి ఏదైనా లభిస్తుందని ఆశతో ఉన్నాము. కానీ మేము పట్టణంలో ప్రవేశించి, దానిలోకి లోతుగా వెళ్లడం మొదలుపెట్టినప్పుడు, మా ఆశలు సన్నగిల్లాయి. షాహాబాద్ పూర్తిగా మూసివేయబడింది. దాబాల మాదిరిగానే షాపులు తమ షట్టర్లను తీసివేసాయి. రోడ్లపై ఏమి లేవు, వీధి కుక్కలు మాత్రమే ఉన్నాయి.

మేము ఏమి చేయాలో ఆలోచించాము. మనం తినడానికి చోటు ఎక్కడ దొరుకుతుంది? బయటపడే మార్గం లేదని భావించి, నేను బరేలీలో నా స్నేహితుడు నరేంద్ర సింగ్‌కు ఫోన్ చేసాను. నాకు అతడు ముప్పై ఏళ్లుగా తెలుసు. నరేంద్ర వ్యాపారం, పరిచయాలు ఉత్తరప్రదేశ్‌లోని అనేక జిల్లాలలో విస్తరించాయి. బరేలీకి దగ్గరగా ఉన్నందున, అతను హర్దోయ్‌లో ఎవరినైనా ఎరిగి ఉంటాడు అని నేను అనుకున్నాను. నరేంద్ర నాకు పరుల్ భయ్యా అని పిలువబడే అతనితో హర్దోయ్‌లో పరిచయముందని చెప్పాడు. ఈ వ్యక్తి స్థానిక నాయకుడు. మాకు సహాయం చేయగలడు. అతను కాసేపు వేచి ఉండమని నన్ను అడిగాడు.

రితేష్, ఇతర కార్మికులందరూ పూర్తిగా అలసిపోయారు. వారు షాహాబాద్‌లోని ఒక దుకాణం ముందు ప్లాట్‌ఫారమ్‌పై పడుకోవాలని నిర్ణయించుకున్నారు, కాని పోలీసులు వారిని తరిమికొట్టారు. అప్పుడే వారు ఏదో ఒకవిధంగా ముందుకు వెళ్లి హార్డోయ్ చేరుకోవాలని నిర్ణయించుకున్నారు. వారు కనీసం అక్కడ తినడానికి ఏదైనా దొరుకుతుందని ఆశించారు. శారీరకంగా, మానసికంగా వారిని నిజంగా నిరుత్సాహం విచ్ఛిన్నం చేయడం నేను మొదటిసారి చూశాను. ఉదయం నుండి, వారు 168 కిలోమీటర్లు సైకిల్‌పై వెళ్లారు. అంత దూరం దాటిన తర్వాత కూడా, వారు భోజనం, నిద్రించడానికి ఒక స్థలాన్ని పొందడానికి కష్టపడుతున్నారు.

ఈ పరీక్ష వారి మనోభావాలను దెబ్బ తీయడానికి సరిపోతుంది. వారి దుస్థితిని ఊహించవచ్చు. అకస్మాత్తుగా సమూహం ముందు స్వారీ చేస్తున్న ముఖేష్ అదుపు తప్పి రోడ్డు పక్కన ఉన్న పొదలపై పడటం చూశాము. అతను కుప్పకూలిన క్షణం నేను ఉలిక్కి పడ్డాను. మేము చేరుకున్నప్పుడు, ముఖేష్ అపస్మారక స్థితిలో ఉన్నట్లు మేము కనుగొన్నాము. సోను అతని బుగ్గలు తడుముతున్నాడు. కృష్ణ అతని పాదాలను నొక్కుతున్నాడు. రితేష్ నీళ్లు తెచ్చి అతని ముఖం మీద చల్లుతున్నాడు. అందరూ భయభ్రాంతులకు గురయ్యారు.

ఆశిష్ పూర్తిగా ఆశ కోల్పోవడానికి సిద్ధంగా ఉన్నాడు.రామ్ బాబు ముందుకు సాగాలని పట్టుబట్టినందుకు తనను తాను తిట్టుకోవడం ప్రారంభించాడు. అతను రాత్రి బస చేయడానికి షాహాబాద్‌లో మరొక స్థలాన్ని కనుగొనడానికి ప్రయత్నించాలి. ఏవో కొన్ని ప్రతిధ్వనులు అపస్మారక స్థితిలో ఉన్న రహదారిని, 'ముఖేష్, ముఖేష్' అనే శబ్దంతో నింపాయి. కొద్ది క్షణాలలో, అతను కళ్ళు తెరిచాడు. ప్రతి ఒక్కరూ ఉపశమనం పొందారు.

'ఏం జరిగింది, ముఖేష్?' రితేష్ అతనికి కొంత నీరు అందించి, కూర్చోవడానికి సహాయం చేశాడు.

'నాకు తెలియదు; చీకటి నన్ను చుట్టుముట్టినట్లు నాకు అనిపించింది. నాకు చికాకుగా అనిపించింది, ఆపై స్పృహ కోల్పోయాను 'అని ముఖేష్ చెప్పాడు.

బ్రిజ్‌ఘాట్‌లో జరిగిన సంఘటన తర్వాత, కార్మికులు భయాందోళనలకు గురికావడం ఇది రెండోసారి. బ్రిజ్‌ఘాట్‌లో, పోలీసుల దౌర్జన్యాలు ఈ మనుషులను కలవరపెట్టాయి. ఇప్పుడు ముఖేష్ పరిస్థితి అందరినీ ఆందోళనకు గురిచేసింది.

'ఇలాంటివి జరుగుతాయి, కృష్ణా. దయచేసి ఒత్తిడికి గురికాకండి,' అన్నాడు రామ్ బాబు.

'నాకు తెలియదు. ఏదో ఒకవిధంగా, నాకు దీని గురించి మంచి భావన లేదు. '

'నువ్వు ఎప్పుడూ ఎందుకు ప్రతికూలంగా ఉంటావు?' అని రామ్ బాబు అడిగాడు.

'నేను ప్రతికూలంగా లేను. మేము ఉత్సాహంగా ఉన్నందున మన సమతుల్యతను కోల్పోకూడదని నేను చెప్తున్నాను. అంతే 'అన్నాడు కృష్ణ.

'నేను అతనితో ఏకీభవిస్తున్నాను. మనం పదిహేను నుండి ఇరవై కిలోమీటర్ల ముందు ఆగి ఉంటే, ముఖేష్ ఇలా పడిపోయేవాడు కాదు, 'అని ఆశిష్ కృష్ణను రక్షించడానికి వచ్చాడు.

'మేము హర్దోయ్‌లో ఆగిపోయాము, కాని పోలీసులు మమ్మల్ని లాఠీ తో కొడుతుంటే, మేము ఏమి చేయగలం?' రామ్ బాబు ప్రశ్న అందరినీ నిశ్చేష్టులను చేసింది.

ఈ సంభాషణలో నా ఫోన్ రింగ్ చేయడం ప్రారంభించింది. నరేంద్ర సింగ్ కాల్ చేస్తున్నాడు. పారుల్ భయ్యా షాహాబాద్‌లో ఎనిమిది ప్యాకెట్ల ఆహారాన్ని ఏర్పాటు చేసినట్లు అతను నాకు చెప్పాడు. అవసరమైన వారికి ఆహారాన్ని అందించే ఒక ఎన్‌జిఓ ఉంది. పారుల్ భయ్యా వారితో మాట్లాడారు. ఈ సమయంలో, ఇది ప్రోత్సాహకరమైన వార్త. కొద్ది క్షణాల్లో, నాకు ఫోన్ నంబర్ వచ్చింది. మేము ఆహారాన్ని సేకరించడానికి షాహాబాద్‌కు వెళ్లి ఆ వ్యక్తిని సంప్రదించాలి. ముఖేష్ ఇప్పుడు పూర్తిగా స్పృహలో ఉన్నాడు. నేను తిండి ఏర్పాటు చేసినట్లు బృందానికి చెప్పాను. ముఖేష్ పరిస్థితిని పరిగణనలోకి తీసుకుని, సమూహం, సమీపంలోని సురక్షితమైన స్థానాన్ని కనుగొనడానికి ప్రయత్నిస్తుందని నిర్ణయించారు.

ఇంతలో, నేను, మానవ్, షాహాబాద్‌కు వెళ్లి ఆహారాన్ని సేకరిస్తాము. మేము ఆహార ప్యాకెట్లతో తిరిగి వచ్చినప్పుడు, వారు షాహాబాద్, హర్దోయ్ మధ్య రహదారిపై ఒక స్థలాన్ని కనుగొన్నారు. ఇది ఒక సిమెంట్ గిడ్డంగి. దాని ఇనుప కప్పు కింద, వారు రాత్రికి తమ ఏర్పాట్లు చేసుకున్నారు. వారు ఆకలితో ఉన్న తోడేళ్లలా తిండి మీద పడ్డారు. ఆ దృశ్యాన్ని చూడటం బాధాకరం. మీరు ఇతరులను మనిషిగా చూసినప్పుడు, మీరు బహుశా వారితో ఏకీభవించడం ప్రారంభిస్తారు కాబోలు. రాత్రి భోజనం తర్వాత, ఆ ఇనుప కప్పు కింద పడుకుని, ఏడుగురు కూలీలు బాగా నిద్రలోకి జారుకున్నారు. వారికి ఉన్న సౌకర్యాలు? గట్టి నేలపై విస్తరించిన సన్నని దుప్పటి. ఇప్పటి వరకు వారు ఎదుర్కొన్న అన్ని కష్టాలు ఉన్నప్పటికీ, వారి ఆశ ఆకాశంలా విస్తరించింది.

6

ఇప్పుడైనా నవ్వండి, మీరు లక్నోలో ఉన్నారండి

నాల్గవ రోజు: 30 ఏప్రిల్ 2020

842 కిలోమీటర్ల దూరంలో సహార్సా

నాల్గవ రోజు ప్రారంభమైనప్పుడు, బారాబంకి 28 కిలోమీటర్ల దూరంలో లక్నో చేరుకోవడం లేదా మరింత ముందరికి చేరుకోవడం లక్ష్యం. లక్నో గురించి పాత సామెత ఉంది, 'ముస్కురైయే కి ఆప్ లక్నో మే హై' (నవ్వండి! మీరు లక్నో లో ఉన్నారండి.) కానీ ఆ నగరం 110 కిలోమీటర్ల దూరంలో ఉంది. కార్మికులకు నవ్వడానికి ఏమీ లేదు. వాస్తవానికి, విషయాలు ఎంత అసహ్యకరమైనవి మారతాయనే సూచన కూడా ఎవరికీ లేదు.

మానవ్, నేను ఆహారం వదిలివేసిన తర్వాత, హార్డోయ్‌లో మాకు కొన్ని గంటలు విశ్రాంతి తీసుకునే చోటు దొరికింది. మేము హర్డోయికి 22 కిలోమీటర్ల ముందు ఈ బృందాన్ని విడిచిపెట్టాము. రాత్రి సమయంలో, నేను రితేష్, రామ్ బాబుతో ఫోన్‌లో మాట్లాడాను. లక్నో వెళ్లే మార్గం హర్డోయ్ గుండా వెళుతుందని నేను వారితో చెప్పాను, కాబట్టి వారందరూ ఉదయం 8 గంటలకు మమ్మల్ని అక్కడ కలవాలి.

మరుసటి రోజు, ఉదయం 7 గంటల సమయంలో, మానవ్ ఒక గంట క్రితం కూలీలు వెళ్లిపోయారని చెప్పాడు. మేము ఉదయం 8 గంటలకు హర్డోయ్ హైవేకి చేరుకున్నాము, అరగంట గడిచింది, కానీ మా ఏడుగురు సైక్లిస్టుల జాడ లేదు. ఏవో కారణాల వల్ల వారిని ఆపివేసి ఉండవచ్చునని మేము భావించాము. వారికి కాల్ చేశాము. వారు విరామం లేకుండా సైక్లింగ్ చేస్తున్నామని చెప్పారు. నేను అవాక్కయ్యాను. వారు కదలికలో ఉండి ఉంటే, వారు ఇంకా హర్డోయికి ఎలా చేరుకోలేదు?

మానవ్ తెలివిగా ఆలోచిస్తూ, వెంటనే తమ స్థానాన్ని వాట్సాప్ ద్వారా పంచుకోవాలని రితేష్‌ని అడిగాడు. మేము దానిని తెలుసుకున్న వెంటనే, మేము నిరాశ, అవిశ్వాసంతో ఒకరినొకరు చూసుకున్నారు. రితేష్, ఇతరులు ఇప్పుడు మాకు 44 కిలోమీటర్ల దూరంలో ఉన్నారు.

ఈ తప్పు ఎలా జరిగిందో నేను గుర్తించలేకపోయాను. మానవ్ మ్యాప్‌ని జాగ్రత్తగా పరిశీలించాడు. వారు హర్డోయికి ఏ మార్గాన్ని తీసుకోవాలో ఆ దారిలో రావట్లేదు అని అర్థం అయ్యింది. వారు వేరే దిశలో ముందుకు సాగుతున్నారు. మేము వెంటనే రితేష్‌కు కాల్ చేసి, అతను తప్పు మార్గంలో వెళ్తున్నాడని చెప్పాము. అయితే, బలహీనమైన నెట్‌వర్క్, కాల్ విరామాల కారణంగా, అతనికి అర్థం కాలేదు. తాను సరైన మార్గంలో పయనించానని

మానవ్‌కి చెబుతూనే ఉన్నాడు. ఫోన్‌లో చర్చించడంలో అర్థం లేదు. మేమే బదులుగా వారిని కలుసుకోవాలని నిర్ణయించుకున్నాము.

మేము ఒక గంటలోపు, ఉదయం 10 గంటల సమయంలో, సీతాపూర్ జిల్లాలోని మిస్రిఖ్ కస్బాలోని ఒక గ్రామంలో వారిని కలిశాము. సోను సైకిల్ చక్రం అతనికి మరోసారి ఇబ్బందిని కలిగించింది. ఒక సైకిల్ బాగు చేసే వాడు సమస్యను పరిష్కరించడంలో ఉన్నాడు. వారు తప్పు మార్గంలో పయనించారని, వారి గమ్యానికి దూరంగా ఉన్నారని రితేష్ గ్రహించాడు.

మేము మరోసారి గూగుల్ మ్యాప్స్‌ని సంప్రదించాము. లక్నో నుండి 118 కిలోమీటర్ల దూరంలో ఉన్నాం. హార్దోయ్ నుండి, ఇది 110 కిలోమీటర్లు ఉండేది. ఆ ఉదయం వారు చేసిన మొత్తం ప్రయత్నాలు బురదలో పోసిన పన్నీరు అయ్యిందని స్పష్టమైంది. మొదటిసారిగా నేను కూలీలను కేవలం నిరాశకు గురి కావడమే కాకుండా, వారిలో చాలా ఉద్రిక్తత చూశాను. ఎవరూ ఎవరితోనూ మాట్లాడలేదు. రామ్ బాబు ఒంటరిగా ఒక మూలన కూర్చున్నాడు. అతను తన కోపాన్ని నియంత్రించడానికి ప్రయత్నిస్తున్నాడని అందరికీ తెలుసు.

ముందు రోజు రాత్రి మేము లక్నో కంటే ముందున్న బారాబంకి చేరుకోవాలని అనుకున్నాం. ఇప్పుడు లక్నో చేరుకోవడం ప్రశ్నార్థకంగా ఉన్నట్లు అనిపించింది. ఆశిష్ నిజంగా నిరాశకు గురయ్యాడు. వారు ఎన్నటికీ సహర్సాను చేరుకోలేరని, వారు దారిలో చనిపోతారని భావించాడు.

ముందురోజు మూర్ఛపోయిన ముఖేష్ పరిస్థితి విషమంగా ఉంది. అతను బలహీనంగా ఉన్నాడు. తేలికపాటి దగ్గుతో ఉన్నాడు. అతను రితేష్‌తో వాగ్వాదానికి దిగాడు. అందరూ రితేష్ మీద కోపంగా ఉన్నారు, కానీ అతను ఏమి చేయగలడు? లక్నోకు ఈ మార్గాన్ని మాత్రమే గూగుల్ మ్యాప్స్ తనకు చూపించాయని అతను చెబుతూనే ఉన్నాడు. సోను చక్రం రిపేర్ అయిన తర్వాత, రితేష్ క్షమాపణ కోరాడు:

'నేను తప్పు చేశాను ... ఏమి చెప్పగలను? ఇది మళ్లీ జరగదని నేను హామీ ఇవ్వగలను.'

అందరూ మౌనంగా ఉండిపోయారు.

'అతడిని క్షమించండి. అతను తన తప్పును అంగీకరిస్తున్నాడు; ఇది చాలా పెద్ద విషయం' అంటూ, నేను జోక్యం చేసుకున్నాను.

ఆశీష్ నా విజ్ఞప్తికి కదిలినట్లు అనిపించింది, 'సరే, గతాలు గడిచిపోతాయి. భగవంతుడు మనతో ఉన్నాడు. ముందుకు వెళితే, అంతా సవ్యంగా ఉంటుంది.'

మేము అకస్మాత్తుగా రామ్ బాబు మా వైపు పరిగెత్తడం చూశాము. 'లేవండి' అని

అరిచాడు. 'నేను ట్రక్ డ్రైవర్‌ను అడిగాను. అతను మనల్ని తీసుకెళ్లడానికి సిద్ధంగా ఉన్నాడు.'

అదృష్టం తో ఆరోజు మొదటి పరిచయం

అతని మాటలు వారందరికీ కొత్త ఉత్సాహాన్ని అందించాయి. వారు ట్రక్కు వైపు పరుగెత్తారు. వారు ఉదయం కోల్పోయిన సమయాన్ని భర్తీ చేయడానికి ఇది ఏకైక మార్గం. రితేష్ తప్పు చేశాడని రామ్ బాబుకు తెలుసు, దాన్ని సరిదిద్దడం మాత్రమే సాధ్యమైంది. దాన్ని రద్దు చేయడానికి మార్గం లేదు. ట్రక్కు డ్రైవర్ మొదట, రామ్ బాబు అభ్యర్థనను తిరస్కరించాడు. లాక్డౌన్ సమయంలో వలస కూలీలకు లిఫ్ట్‌లు అందించకూడదని వారికి కఠినమైన ఆదేశాలు ఉన్నాయి. ఎవరైనా ఈ ఆదేశాన్ని ఉల్లంఘిస్తే పోలీసులు తీవ్రంగా కొట్టడమే కాకుండా ట్రక్కును స్వాధీనం చేసుకుని, డ్రైవర్‌పై రూ .12,000 రూపాయలు జరిమానా విధిస్తారు. అటువంటి పరిస్థితులలో, సీతాపూర్‌కు చెందిన ఘనశ్యామ్ యాదవ్ ఈ కూలీలను తీసుకెళ్లడానికి ఒప్పుకున్నాడు. ట్రక్ రెండు గంటల్లో 35 కిలోమీటర్లు ప్రయాణించింది. కార్మికులు సమయం, విలువైన శక్తిని ఆదా చేయగలిగారు. బేరసారంలో అదనంగా రెండు గంటల విశ్రాంతి పొందారు. ట్రక్ యజమాని వారి నుండి డబ్బులు తీసుకోలేదు, అలాగే రితేష్, రామ్ బాబు అతనికి కృతజ్ఞతలు చెప్పలేదు. వారు ఒకరినొకరు గట్టిగా కౌగిలించుకున్నారు.

'డ్రైవర్ ఎలా అంగీకరించాడు?' నేను రామ్ బాబును ఆసక్తిగా అడిగాను.

'ఏమీ లేదు సార్. ముఖేష్ పరిస్థితి బాగోలేదని నేను అతనికి చెప్పాను. సోను సైకిల్ చక్రం అతనికి ఇబ్బందిని కలిగించింది అని వివరించాను. మొదట్లో, అతను ఒప్పుకోలేదు. పోలీసుల పట్ల తన భయం గురించి నాకు చెప్పాడు. అప్పుడు నేను రామ బాణం (అంతిమ ఆయుధం) ఒకటి పేల్చాను, 'అని రామ్ బాబు నవ్వుతూ అన్నాడు.

'మీ రామ బాణం ఏమిటి?'

'ఒకవేళ పోలీసులు మమ్మల్ని పట్టుకుంటే, మేము కూలీలు అందరం చేరి జరిమానా చెల్లిస్తామని నేను అతనికి చెప్పాను.'

'అయితే మీ దగ్గర అలాంటి డబ్బు లేదు కదా!'

'మేము మా అవకాశాలను సద్వినియోగం చేసుకున్నాము' అని అతను సమాధానమిచ్చాడు. 'ఒకవేళ పోలీసులు మమ్మల్ని పట్టుకుంటే, మమ్మల్ని కొట్టండి, అది డ్రైవర్ తప్పు కాదు అని చెబుతాం. మేము ఇంక ఏమి చేయగలం సార్? 'అతని తర్కం నన్ను కాస్త కలవరపెట్టింది కానీ నాకు అర్థమయ్యింది.

ట్రక్ ప్రయాణం మా బృందానికి అద్భుతాలు చేసింది. వారు శక్తి పునరుద్ధరించిన భావనతో నింపబడ్డారు. మనం మనుషుల తీరు అలా ఉంటుంది. మొదటి ఎదురుదెబ్బతో మన ప్రపంచం కూలిపోయిందని అనుకుంటాము. అదే కొంత అదృష్టం మళ్ళీ మనం ప్రపంచాన్ని జయించాయం అనిపించేలా చేస్తుంది.

ఇప్పుడు మధ్యాహ్నం ఒంటిగంటకి లక్నో ఎంతో దూరంలో లేదు. ఒక మైలురాయి 80 కిలోమీటర్ల దూరంలో ఉందని సూచించింది. అన్నీ సరిగ్గా జరిగితే, కూలీలు ఆ సాయంత్రం లక్నో చేరుకోవచ్చు. లక్నో – సీతాపూర్ హైవే నాలుగు లేన్ల రహదారి. ఇది సరికొత్తది, శుభ్రమైనది. సైక్లిస్టులు దూరాన్ని త్వరగా చేరుకున్నారు. డజన్ల కొద్దీ వలస కూలీలను మేము గుర్తించాము -కొందరు సైకిళ్లు, మరికొందరు కాలినడకన, వారి గమ్యస్థానాల వైపు వెళుతుండగా, అలసిపోయినవారు చెట్ల నీడ కింద విశ్రాంతి తీసుకున్నారు.

మా బృందం అంబాలా నుండి బీహార్‌లోని బెటియా వైపు సైకిల్ ద్వారా ప్రయాణిస్తున్న మరో నలభై మంది కూలీలను కలుసుకుంది. వారి బృందంలోని ఒకరు పానిపట్ సమీపంలో జరిగిన ప్రమాదంలో మరణించారు. ప్రతి ఒక్కరూ ఆ కథతో కదిలిపోయారు, కానీ వారు ఏమి చేయగలరు? ప్రయాణం కొనసాగించడం మాత్రమే చేయగలిగింది.

అదృష్టంతో ఆ రోజు రెండో పరిచయం

ఇంతలో, సీతాపూర్‌లో, ఉత్తర ప్రదేశ్ పోలీసు వాహనాలు రహదారిని దిగ్బంధించి, కార్మికులను తరలించకుండా ఆపడానికి ప్రయత్నిస్తున్నట్లు మేము చూశాము. మరోసారి, అందరూ భయాందోళనకు గురయ్యారు. ఈ సమయంలో, పోలీసులు వాహనాలను కలిగి ఉన్నారు. కూలీలను నిర్బంధ కేంద్రాలకు సులభంగా రవాణా చేయగలరు. సబ్ డివిజనల్ మేజిస్ట్రేట్ (ఎస్.డి.ఎమ్) యొక్క వాహనం అక్కడ కూడా పార్క్ చేయడాన్ని మేము చూశాము, నీలిరంగు బీకాన్ లైట్ ఇంకా వెలుగుతూనే ఉంది. పోలీసులు కూలీలను ఆపి, వారిని పక్కకు తీసుకెళ్లి ఒకే వరుసలో ఉండమని చెప్పారు. రితేష్, రామ్ బాబు, ఆశిష్, మిగిలిన వారు వరుసలో ఉన్నారు, వారి ముఖాలలో ఆశ్చర్యం. ఇద్దరు పోలీసు కానిస్టేబుల్స్ ఎస్.డి.ఎమ్ కారు నుండి ఒక పెద్ద పెట్టెను తెచ్చి, చక్కగా ప్యాక్ చేసిన ఆహారాన్ని తీసి కూలీలకు అప్పగించారు. ప్రతి ప్యాకెట్‌లో మజ్జిగపులుసు, బియ్యం, పూరీలు, వేయించిన కూరగాయలు, బిస్కెట్ ప్యాకెట్, వాటర్ బాటిల్ ఉన్నాయి.

ప్రయాణిస్తున్న వలస కూలీలకు ఆహారం అందించబడుతుందని కేంద్ర ప్రభుత్వం ప్రకటనలు చేసినప్పటికీ, మేము దీనిని ఆచరణలో చూడటం ఇదే మొదటిసారి. ఇది

పూర్తిగా ఎస్.డి.ఎమ్ సామర్థ్యాలు, సున్నితత్వం వల్ల మాత్రమే అని నేను గ్రహించాను. సీతాపూర్‌లో కూలీలను నిలిపివేయడానికి, ఆహారాన్ని అందించడానికి అదే కారణం.

ఘజియాబాద్ నుండి వారు తమ ప్రయాణాన్ని ప్రారంభించినప్పటి నుండి 100 గంటలకు పైగా ఇదే మొదటిసారి, ఏడుగురు వ్యక్తులను అధికారంలో ఉన్నవారు తోటి మనుషులుగా చూడడాన్ని నేను చూశాను. ఈ మాత్రం ప్రేమ, ఆప్యాయత వారి గాయపడ్డ మనస్సులకు, గాయం మాన్పించే మందులా పని చేశాయి. ఇది వారిలో కొత్త అనుభూతిని నింపింది. కొంత దూరంలో ఉన్న పొలంలో ఒక గొట్టపు బావిని చూసినప్పుడు, వారు తమను తాము ఆపుకోలేకపోయారు. వారు దాని దగ్గరకు పరిగెత్తి స్నానం చేయడం ప్రారంభించారు. ఎవరూ వారిని ఆపలేదు.

గత నాలుగు రోజులుగా వారు స్నానం చేయలేదు, ఎందుకంటే వారు ఎక్కడా ఎక్కువసేపు ఉండలేదు – బంటు పథక్ యొక్క దాబా వంటి సురక్షితమైన ప్రదేశం దొరికినప్పటికీ – పోలీసుల భయం ఉంది. వారి శరీరంలోని నాలుగు రోజుల ధూళి, నిరాశను తుడిచివేసినందున, ఉచితంగా లభించే ప్రతి చుక్క శుభ్రమైన నీటిని ఆస్వాదించడంతో వారి ఆనందం స్పష్టంగా కనిపించింది. సీతాపూర్ పోలీసులు, ఎస్.డి. ఎమ్ మానవతా దృక్పథం యొక్క ప్రభావం అలాంటిది.

స్నానం చేసిన తరువాత, ప్రతి ఒక్కరూ ఘజియాబాద్ నుండి బయలుదేరిన తర్వాత మొదటిసారిగా తాజా దుస్తులను ధరించారు. వారి వ్యక్తిత్వాలు అకస్మాత్తుగా రూపాంతరం చెందాయి. గత కొన్ని రోజులుగా మేము ప్రయాణించిన వ్యక్తులే కాదు వారు.

రితేష్ నా దగ్గరకు వచ్చి, 'సర్, దయచేసి శుభ్రమైన దుస్తులతో మా ఫోటో తీయండి.' ఉదయం నుండి మేము ఏమీ తిననందున, వారు వారి ప్యాకెట్ల నుండి మాకు ఆహారాన్ని అందించారు. మానవ్ నేను సంతోషంగా ప్రతి ఒక్కటి కొంచెం తిన్నాము. సానుకూలత, శక్తితో నిండిన వాతావరణంలో, ఆపై మేమంతా రోడ్డు మీదకు వెళ్లాము.

అదృష్టంతో ఆ రోజు మూడో పరిచయం

లక్నోకు 50 కిలోమీటర్ల దూరంలో, మమ్మల్ని మరొక పోలీసు బారికేడ్ అడ్డుకుంది. ప్రతి ఒక్కరూ రోడ్డు పక్కన ఏర్పాటు చేసిన చిన్న గుడారం వైపు వెళ్లాలని కోరారు. ఇది కరోనావైరస్-పరీక్షా సౌకర్యం అని అర్థం అయ్యింది. గుడారం లోపల, డెస్క్ వెనుక, ఆరోగ్య శాఖ అధికారి, జిల్లా పరిపాలన అధికారి, పోలీసు అధికారి కూర్చున్నారు. ఆరోగ్య అధికారి ప్రతి కార్మికుడి నుదిటిపై టెంపరేచర్ గన్‌ని గురిపెట్టారు. అధిక ఉష్ణోగ్రత ఉన్నవారు ప్రత్యేక సమూహంలో కూర్చోవాలని కోరారు.

ఎవరైతే అధిక ఉష్ణోగ్రత కలిగి ఉంటారో వారు పద్నాలుగు రోజులు ఇక్కడ నిర్బంధంలో గడపవలసి వస్తుందని రితేష్, ఇతరులు గ్రహించారు. ముఖేష్ గురించి అందరూ టెన్షన్ పడ్డారు. అతను ముందురోజు రాత్రి స్పృహ కోల్పోయాడు. ఉదయం నుండి దగ్గుతో ఉన్నాడు. ఏదో ఒకటి చేయాలి. ప్రతి ఒక్కరూ మండే సూర్యరశ్మిలో నిలబడి ఉన్నారని రామ్ బాబు చూశాడు, ఇది ఖచ్చితంగా పెరిగిన ఉష్ణోగ్రతలకు దారి తీస్తుంది. ప్రతి ఒక్కరూ తమ వంతు కోసం ఎదురుచూస్తున్నప్పుడు అతను చెట్టు నీడ కింద నిలబడేలా చేశాడు. అతను ముఖేష్‌తో స్క్రీనింగ్‌కు వెళ్లే ముందు, అతను ముఖం కడుక్కోవాలని, పొరపాటున కూడా దగ్గు రాకూడదని చెప్పాడు.

ఇది కఠినమైన పరీక్ష. ముఖేష్ విఫలమైతే వారు ఏమి చేస్తారో ఎవరికీ తెలియదు. సోను మొదటగా టెస్ట్ చేయబడ్డాడు. తరువాత సందీప్, కృష్ణ, ఆశిష్, రితేష్ ఉన్నారు. రితేష్ వెనుక ముఖేష్, అతని వెనుక, లైన్ చివరలో, రామ్ బాబు నిలబడ్డారు. చాలా ఆలోచించిన తర్వాత వారు ఈ క్రమాన్ని సృష్టించారు. స్క్రీనింగ్ సమయంలో ముఖేష్ పట్టుబడితే, వారు అతనిని వీలైనంత చాకచక్యంగా బయటకు తీయాలని అనుకున్నారు.

ప్రతి ఒక్కరూ స్క్రీనింగ్‌ని క్లియర్ చేసారు. ముఖేష్ వంతు వచ్చినప్పుడు, రితేష్, ఇతరులతో చేరడానికి బదులుగా, ఒక మూలకు వెళ్లాడు. అందరి దృష్టి ముఖేష్ స్క్రీనింగ్ పైనే ఉంది. అందరూ ఊపిరి బిగబట్టి వేచి ఉన్నారు. తరువాత వారు భయపడినది జరిగింది. ముఖేష్‌ని ముందుకు సాగమని అడగడానికి బదులుగా, వారు అతడిని పక్కన నిలబడమని అడిగారు.

'మీ పేరు చెప్పండి?' అని ఆరోగ్య శాఖ అధికారి అడిగాడు, జిల్లా పరిపాలన అధికారి దానిని రిజిస్టర్‌లో నోట్ చేయడానికి సిద్ధమయ్యారు.

'ముఖేష్ కుమార్.'

'నువ్వు ఎక్కడి నుండి వస్తున్నావు?'

'లోని, ఘజియాబాద్.'

'మీరు ఎక్కడికి వెళ్తున్నారు?'

'సహర్సా.'

'మీ పూర్తి చిరునామా చెప్పండి.' ఈసారి జిల్లా పరిపాలన అధికారి మాట్లాడారు. రితేష్, రామ్ బాబు, మిగిలిన వారు టెన్షన్‌గా కనిపించారు.

'గ్రామం మోహన్‌పూర్, బ్లాక్ బన్మా ఇటహ్రి, జిల్లా

'సహర్సా, 'అని ముఖేష్ సమాధానమిచ్చాడు.

'సరే, మీరు అక్కడ కూర్చోండి. మేము మిమ్మల్ని పద్నాలుగు రోజుల క్వారంటైన్‌లో ఉంచుతాము. లాగ్‌లో నేను ఎంత ఉష్ణోగ్రత ఉంచాలి, డాక్టర్? '.

'ఉష్ణోగ్రత 98.9-డిగ్రీల ఫారెన్‌హీట్‌గా వ్రాయండి.' జిల్లా పరిపాలన అధికారి రాయడం ప్రారంభించారు. కానీ,

అప్పుడు అకస్మాత్తుగా ఆగిపోయారు. 'అయితే దీనికి ముందు, మీరు ఒక మనిషిని 98.8 ఉష్ణోగ్రతతో వెళ్లనిచ్చారు.'

'ఇది దాని కంటే కొంచెం ఎక్కువ, కాదా?' అని తాత్కాలిక వైద్యుడు సమాధానమిచ్చాడు.

'వ్యత్యాసం కేవలం ఒక పాయింట్ మాత్రమే. ఇది ఏం తేడా చేస్తుంది? పేదలని ఆపడం వల్ల మీరు ఏమి పొందుతారు? 'అని జిల్లా పరిపాలన అధికారి అడిగాడు.

'సార్, అతడిని వెళ్లనివ్వండి. వేడి కారణంగా ఉష్ణోగ్రత కొంచెం ఎక్కువగా ఉంటుంది. లేకపోతే, అతను ఖచ్చితంగా బాగున్నాడు, 'రామ్ బాబు చర్చను సద్వినియోగం చేసుకుంటూ ముందు వచ్చాడు.

'అవును సార్, అతడిని వెళ్లనివ్వండి. అతను ఉదయం నుండి ఏమీ తినలేదు. అందుకే ఇది జరిగి ఉండవచ్చు 'అని రితేష్ తెలిపాడు. హెల్త్ ఆఫీసర్ సైలెంట్ అయ్యాడు. అతను ముఖేష్‌ను వెళ్లనిస్తాడని అందరికీ తెలుసు. కష్టంగా ప్రారంభమైన రోజు మరో ఎత్తుకు చేరుకుంది. మేమంతా లక్నోకు బయలుదేరినప్పుడు, ఆ రాత్రి మాకు, మరో అద్భుతం ఎదురు చూస్తోందని మాకు తెలియదు.

వారు సైక్లింగ్ చేస్తున్న వేగంతో, రాత్రి 9 గంటలకు వారు లక్నో చేరుకుంటారని నేను లెక్కించాను. అక్కడ రాత్రి గడపవలసి ఉంటుంది. లక్నోలో పెరుగుతున్న కోవిడ్ -19 కేసుల కారణంగా, నగర పరిధిలో ప్రవేశించడం దాదాపు అసాధ్యమని కూడా నాకు తెలుసు. అప్పుడు ప్రశ్న ఏమిటంటే, మనం రాత్రి ఎక్కడ గడుపుతాము?

లక్నోలో నాకు చాలా మంది స్నేహితులు, పరిచయస్తులు ఉన్నారు, కానీ నా పాఠశాల నుండి వచ్చిన స్నేహితుడైన జైవింద్ సక్సేనాను కలవడం సముచితమని నేను అనుకున్నాను. జైవింద్ గత ఇరవై ఐదు సంవత్సరాలుగా లక్నోలోని ఒక ప్రతిష్టాత్మక పాఠశాలలో కెమిస్ట్రీ బోధిస్తున్నారు. అతను గొప్ప ఉపాధ్యాయుడు. అతని విద్యార్థులందరూ ఎంతో గౌరవప్రదమైన, ఉన్నత స్థానాల్లో ఉన్నారు.

జైవింద్ మొదట చెప్పిన విషయం నిరాశపరిచింది -ప్రతిదీ లాక్డౌన్ కారణంగా మూసివేయబడింది. అది 7 గంటల సమయం. లక్నో కేవలం 27 కిలోమీటర్ల దూరంలో ఉంది. కానీ మేము ఇంకా రాత్రి బస చేయడానికి లేదా భోజనానికి ఒక స్థలాన్ని పొందలేకపోయాము. కొద్దిసేపటి తర్వాత, నా మొబైల్ స్క్రీన్‌లో ఒక తెలియని నంబర్ నుండి కాల్. నేను కాల్ తీసుకున్నాను. 'నమస్కారం, వినోద్ సర్, నేను లక్నో నుండి ప్రత్యూష్ పాండేని. నేను జైవింద్ సర్ విద్యార్థిని. దయచేసి నాకు చెప్పండి, నేను మీకు ఎలా సహాయపడగలను? ' గురువుగారు పనికొచ్చాడు!

కేరింతలకు కారణం

'ప్రత్యూష్, మేం తొమ్మిది మంది' అని నేను బదులిచ్చాను. 'ఏడుగురు వలస కూలీలు. వారిపై మేము డాక్యుమెంటరీ చేస్తున్నాము, నేను, నా సహోద్యోగి. ముందుగా, మాకు ఆహారం కావాలి, ఆ తర్వాత రాత్రి బస చేయడానికి స్థలం కావాలి.'

'సార్, రెండింటికీ నేను ఏర్పాట్లు చేస్తాను' ప్రత్యూష్ వెంటనే చెప్పాడు.

'ఓ! ఎలా?'

'సర్, నేను అందరికీ ఒకే చోట ఏర్పాట్లు చేస్తే మీకు అభ్యంతరం లేదా?'

'ప్రత్యూష్, అంతకన్నా మంచిది మరొకటి ఉండదు. ఇది మిమ్మల్ని ఏ విధంగానూ ఇబ్బంది కలిగించకుండా జాగ్రత్త వహించండి.'

'చింతించకండి సార్. ఇది నా ప్రదేశం. వాస్తవానికి, నేను యూనివర్శిటీ విద్యార్థుల కోసం బక్షి కా తలాబ్ ప్రాంతంలో హాస్టల్ నిర్వహిస్తున్నాను. ఈ రోజుల్లో ఖాళీగా ఉంది.'

బక్షి కా తలాబ్. ఆ ప్రదేశం నా మెదడులో గంట కొట్టింది. కొంతసేపటి క్రితం నేను 'బక్షి కా తలాబ్ – 7 కిలోమీటర్లు' అని చదివే ఒక మైలురాయిని చూశాను. నేను అతనికి అంతరాయం కలిగించాను. 'వినండి, ప్రత్యూష్, మేము బక్షి కా తలాబ్‌కు దగ్గరగా ఉన్నాము.'

'మంచిది! అక్కడ "పూర్వాంచల్ బాయ్స్ హాస్టల్" అని వ్రాసిన బోర్డుతో మీకు కుడి వైపున ఒక భారీ భవనం కనిపిస్తుంది. అది నా హాస్టల్. కోవిడ్ –19 కారణంగా, మేము విద్యార్థులను ఇంటికి తిరిగి వెళ్ళమని కోరాము. కానీ సిబ్బంది అక్కడే ఉన్నారు, వారు మిమ్మల్ని జాగ్రత్తగా చూసుకుంటారు.'

'మీకు 100 శాతం ఖచ్చితంగా తెలుసా, ప్రత్యూష్? మా వల్ల మీరు ఎలాంటి ఇబ్బందులకు గురికాకూడదని నేను ఆశిస్తున్నాను ... లేదా మీ సిబ్బందిని తరువాత ప్రభుత్వం వేటాడుతుంది.'

'అస్సలు కాదు సార్, సాయం చేయడంలో ఎలాంటి సమస్య లేదు.'

తర్వాత ఎవరైనా అతడిని వేధించడం నాకు ఇష్టం లేదు కాబట్టి నేను సరిగ్గా ఉండాలని కోరుకున్నాను. అతను తన ఉపాధ్యాయుడి ఒత్తిడితో ఇలా చేస్తున్నాడేమో అని నేను కూడా భయపడ్డాను. అయితే, ప్రత్యూష్ పాండే నా అన్ని అపోహలని దూరం చేశాడు.

రాత్రి 8 గంటలకు, మేము చీకటిలో కప్పబడిన ఒక భవనం ముందు నిలబడ్డాము, బోర్డు మాత్రమే వెలిగించబడింది. అందులో 'పూర్వాంచల్ బాయ్స్ హాస్టల్' అని ఉంది. మా కోసం ఎదురుచూస్తున్న మరొక ఆహ్లాదకరమైన, ఆశ్చర్యకరమైన ప్రదేశం లో మేము అడుగుపెట్టాము. నా చిన్ననాటి స్నేహితుడు జైవింద్, ప్రత్యూష్ మా కోసం ఎదురు చూస్తున్నారు. అతను మాకు ఎయిర్ కండిషన్డ్ రూమ్‌లను సిద్ధం చేశాడు.

ప్రత్యూష్ నన్ను పక్కకు తీసుకెళ్లి, 'సర్, వారు గత నాలుగు రోజులుగా కష్టపడుతున్నారని నేను తెలుసుకున్నాను. వారు ఒక రాత్రి ప్రశాంతంగా, సుఖంగా నిద్రపోగలిగితే అది వారి తదుపరి ప్రయాణాన్ని మరింత సులభతరం చేస్తుంది. మీకు సమస్యలు లేవని నేను ఆశిస్తున్నాను... '

'అస్సలు కాదు, ప్రత్యూష్,' అన్నాను, కృతజ్ఞతతో.

'మీరు ఇలా ఆలోచించినందుకు నాకు చాలా సంతోషంగా ఉంది. మీ వయస్సు ఎంత?'

'నా వయసు ముప్పై రెండు, సార్.'

'ఈ వయసులో మీకు అంత పరిపక్వత ఉంది అనేది నాకు ఆశ్చర్యాన్ని కలగజేస్తోంది.'

'ఇదంతా జైవింద్ సర్ బోధనల వల్లనే సార్.'

జైవింద్ సున్నితమైన మనిషి అని నాకు తెలుసు. ఇప్పుడు అతని విద్యార్థులను కూడా అదే విధంగా మలచినందుకు నేను సంతోషంగా ఉన్నాను. గత ముప్పై సంవత్సరాలుగా మేము స్నేహితులుగా ఉండడానికి ఇదే కారణం కావచ్చు. ఆ రాత్రి, కూలీలందరూ పరవశించిపోయారు. వారు వీడియో కాల్స్ ద్వారా ఇంటికి తిరిగి వచ్చిన వారి కుటుంబ సభ్యులకు తమ ఏసీ గదులను చూపించారు. వారి ముఖాల్లో సంతోషం వెలకట్టలేనిది. ఆ రాత్రి మానవ్ చాలా అద్భుతమైన ఆలోచన వ్యక్తపరిచాడు. లాక్డౌన్ ప్రకటించిన తరువాత, నగరంలోని ప్రతి ఖాళీ పాఠశాల, హాస్టల్‌లో ప్రభుత్వం వలసదారులకు ఇల్లు, ఆహారం అందించడానికి ఏర్పాట్లు చేసి ఉంటే, ఈ సంక్షోభం తలెత్తేది కాదు. ఒక్క వలసదారుడు కూడా నగరాన్ని విడిచిపెట్టడు.

ప్రత్యూష్ మాకు విలాసవంతమైన, నోరూరించే విందుని ఇచ్చారు. అతను వ్యక్తిగతంగా వారికి సేవ చేయడం నేను చూశాను. వారు బాగా తినేలా చూసుకున్నాడు. జైవింద్ రితేష్‌తో, 'మీరు సగం యుద్ధంలో గెలిచారు; ఇంకా సగం మాత్రమే మిగిలి ఉంది. మీరందరూ సహర్సాకు చేరుకున్నప్పుడు, వినోద్‌తో సెల్ఫీ క్లిక్ చేసి నాకు పంపండి. 'మేము వారి గ్రామానికి చేరుకున్నప్పుడు, సెల్ఫీలు క్లిక్ చేసినప్పుడు ఆ క్షణాన్ని నేను ఊహించగలను. సహర్సా ఇంకా 674 కిలోమీటర్ల దూరంలో ఉంది, లేదా నేను 674 కిలోమీటర్లు దగ్గరగా ఉన్నానని చెప్పాలా?

7

ఎప్పుడు జరగని విధంగా జరిగిన మే డే

ఐదవ రోజు: 1మే 2020

674 కిలోమీటర్ల దూరంలో సహార్సా

సహర్సాకు ప్రయాణించిన రోజు అనుకోకుండా 1 మే, అంతర్జాతీయ కార్మిక దినోత్సవం. ప్రపంచంలో అత్యధిక సంఖ్యలో కూలీలు ఉన్న దేశంలో – ఆ రోజు లక్షలాది మంది, కాలినడకన వలస వెళ్లడం, ఆకలి, అలసట, సాధారణంగా సమాజం పట్ల ఉదాసీనత, పోలీసుల క్రూరత్వాన్ని భరించడం జరిగింది.

ప్రత్యూష్ ఆదేశాల మేరకు మేము ఆ రోజు ఉదయం 7 గంటలకు బయలుదేరాము, హాస్టల్‌లోని సిబ్బంది రాబోయే ఐదు రోజులకు సరిపడా పూరీలు. బంగాళాదుంప కూర ప్యాకెట్లను తయారు చేశారు. వారు నిరాకరించడానికి ప్రయత్నించినప్పుడు, సిబ్బంది ఇతర వలసదారులతో ఆహారాన్ని పంచుకోవాలని వారికి చెప్పారు. 100 మందికి కనీసం ఒక పూట అయినా తిండికి సరిపోతుంది. ప్రత్యూష్ ఆలోచనలు నన్ను చాలా ఆనందపరిచాయి.

మేము వెళ్ళినప్పుడు, సాధారణంగా సందడిగా ఉండే లక్నో నగరం నిద్రపోతున్నట్లు అనిపించింది. నేను ఈ నగరాన్ని ఎప్పుడూ చూడలేదు; టీ స్టాల్‌లు లేవు, కచోరి కోసం పొడవైన క్యూలు లేవు. చాలా తక్కువ మంది వార్తాపత్రికలు – డెలివరీ చేసే పురుషులు. వారి ముఖాలలో వ్యక్తీకరణ వారు నివసించే పరిస్థితి వలె వార్తలు భయంకరంగా ఉన్నాయని సూచించాయి. రోడ్లు వదిలివేయబడ్డాయి, నిశ్శబ్దంగా ఉన్నాయి. సైకిల్స్‌లో ఉన్న ఏడుగురు మనుషుల శబ్దాలు మాత్రమే మేం వినగలిగాం. మానవ్, నేను వారి వెనుక చాలా దూరం వెళ్తున్నాము. నెమ్మదిగా, వారి స్వరాల శబ్దం మసకబారుతోంది. ఒక్కొక్కటిగా అన్ని చక్రాలు ఆగిపోయాయి. వారి వెనుక, మేము కూడా ఆగిపోయాము. ఆశిష్ టైర్ ఫ్లాట్ గా ఉంది. పరిస్థితి దారుణంగా ఉంది. వారు ఇప్పుడు లక్నో శివార్లలో ఉన్నారు, మరొక మనిషి కనిపించలేదు. ఉదయం 9 గంటల వరకు ఎవరూ (ఎవరైనా ఉంటే) అందుబాటులో ఉండరు, నడవడం మాత్రమే మార్గం. ఆశిష్, కొంత భావోద్వేగ వ్యక్తి, చాలా బాధపడ్డాడు. రామ్ బాబు అతడి కళ్లలో నీళ్లు రావడం గమనించి, 'ఏం జరిగింది? నువ్వు ఎందుకు ఏడుస్తున్నావు?' అన్నాడు.

'లేదు, ఏమీ లేదు ...'

'అబద్ధం చెప్పవద్దు. నువ్వు ఏడుస్తున్నావు 'అని రామ్ బాబు సున్నితంగా అన్నాడు.

'నా వల్ల ప్రతి ఒక్కరూ ఆలస్యం అయ్యారు, ఒక రోజు తర్వాతనే మనం మన గ్రామాలకు చేరుకోవచ్చు.'

'అర్ధంలేని మాటలు! నువ్వు ఆలస్యం అయితే, మేము ఆలస్యం అవుతాము. గ్రామంలో మా రోజువారీ వేతనాన్ని ఎవరైనా తీసుకుంటున్నారా ఏమిటి?'

ఆశిష్ నవ్వడం ప్రారంభించాడు.

అందరూ నవ్వడం మొదలుపెట్టారు, కానీ వారందరూ ఒత్తిడికి గురి అయి ఉన్నారు. ఒక పెద్ద సమస్యనే ఎదుర్కొంటున్నారు - వారు పంక్చర్ మరమ్మతు దుకాణాన్ని కనుగొంటారా? అవును అయితే, ఎప్పుడు?

ఎన్.హెచ్. 28 కి చేరుకున్న తర్వాత, వలస కూలీల సంఖ్య విపరీతంగా పెరిగినట్లు మేము చూశాము –గత రోజుల్లో మనం చూసిన కొన్ని డజన్ల నుండి ఇప్పుడు వందల సంఖ్యలో ఉంది. దీనికి ఒక కారణం ఏమిటంటే, ఉత్తర ప్రదేశ్‌లోని లక్నో, బారాబంకీ, అయోధ్య, బస్తీ, గోరఖ్‌పూర్, కుషీనగర్ వంటి అనేక నగరాలు, పట్టణాలను ఎన్.హెచ్ 28 నేరుగా బీహార్‌లోని గోపాల్‌గంజ్, తూర్పు చంపారన్, ముజఫర్‌నగర్, సమస్తిపూర్, నగరాలతో కలుపుతుంది.

రితేశ్ ఆరు లేన్ల హైవే చూసిన క్షణంలో, వారు బీహార్‌కు దగ్గరగా ఉన్న తూర్పు ఉత్తర ప్రదేశ్‌లోని బస్తీకి చేరుకోవచ్చు అనుకున్నాడు. బస్తీ లక్నో నుండి 190 కిలోమీటర్ల దూరంలో ఉంది. ఇది కష్టమైన లక్ష్యం కాదు, కానీ ఆశిష్ ఫ్లాట్ టైర్ జట్టు వేగాన్ని తగ్గించింది.

ఒక గంట పాటు నడిచి వారు కేవలం ఐదు కిలోమీటర్లు ప్రయాణించారు. ఏ సందర్భంలోనైనా, వారు అంతకన్నా మెరుగ్గా చేయలేరు. 'ఈ రాత్రికి మనం బస్తీకి చేరుకుంటామని నేను అనుకోను' అని సోను చెప్పాడు.

'సమస్యనే కాదు,' అని రితేష్ త్వరగా బదులిచ్చాడు.

'మనం అయోధ్య చేరుకోవడానికి ప్రయత్నించవచ్చు.'

'అయోధ్య ఎంత దూరంలో ఉంది?' అడిగాడు సోను.

'దాదాపు 150 కిలోమీటర్లు ... ఆశిష్ సైకిల్ రిపేర్ చేయబడితేనే మనం చేరుకుంటాం' అని రితేష్ సమాధానమిచ్చాడు, కానీ సోను ఆశాజనకంగా లేడు.

'ఫరవాలేదు, ప్రతిదీ ఆచరణలోకి వస్తుంది, చింతించకండి,' అన్నాడు రామ్ బాబు. అకస్మాత్తుగా అతని కళ్ళలో మెరుపు వచ్చింది.

'చూడండి,' అతను చెప్పాడు, 'నేను మీకు అంతా సర్దుకుంటుందని చెప్పాను. మా ముందు ఒక సైకిల్ రిపేర్ షాప్ ఉంది, మరియు అతను కొంచెం ముందుకు చూపించాడు. సైకిల్ టైర్లతో అలంకరించబడిన ఒక చిన్న దుకాణం ఉంది. ఇది ఒక ఇంటి ముందు

భాగంలో జతచేయబడింది. ఒక వ్యక్తి బయట నిలబడ్డాడు మరియు వారు అతని వద్దకు పరిగెత్తారు, ఒక నిమిషం వృధా చేయకూడదనుకున్నారు.

'ఇది మీ షాపునా సోదరా?' ఆశిష్ అసహనంగా అడిగాడు.

'అవును ఎందుకు?'

'సోదరా, నా సైకిల్ పంక్చర్ అయ్యింది. దయచేసి దాన్ని బాగు చేయండి.'

'దుకాణం మూతపడింది' అన్నాడు. 'లాక్ డౌన్ గురించి మీకు తెలియదా?'

'దయచేసి నా పంక్చర్డ్ టైర్‌ను సరిచేయండి' అని ఆశిష్ వేడుకున్నాడు.

'అది సాధ్యం కాదు. పోలీసులు కట్టుదిట్టమైన నిఘా ఉంచుతారు, నేను మీకు సహాయం చేస్తున్నట్లు వారు పట్టుకుంటే నేను ఇబ్బందుల్లో పడతాను,' అని దుకాణదారుడు చెప్పాడు.

'ఇది ఒక పంక్చర్ మాత్రమే, సోదరా. దయచేసి మాకు సహాయం చేయండి. మేము బీహార్ వెళ్లాలి,' అని రితేష్ జోక్యం చేసుకున్నాడు.

'సాధ్యం కాదు' అని దుకాణదారుడు గట్టిగా చెప్పి లోపలికి వెళ్లాడు

అది చిన్న దుకాణం.

'సోదరా, దయచేసి నా మాట వినండి' అని రితేష్ పిలిచాడు, సైకిల్ రిపేర్ చేసే వ్యక్తి ఆగిపోయాడు. 'మేము మీకు కొంత అదనపు డబ్బు ఇస్తాము.'

'ఇది డబ్బు గురించి కాదు' అని దుకాణదారుడు చెప్పి ఇంట్లోకి వెళ్లాడు. అందరూ ఆశ్చర్యపోయారు. ఎవరైనా అంత కఠినంగా ఎలా ఉంటారు?

నిరాశకు గురైన వారు, తమ సైకిళ్లను తమతో లాగడం ద్వారా మళ్లీ నడవడానికి తిరిగారు. అకస్మాత్తుగా, ఆ వ్యక్తి తన చేతిలో పంపుతో మళ్లీ కనిపించి, 'ప్రస్తుతానికి, గాలిని నింపండి, దానితో సంతృప్తి చెందండి' అని చెప్పాడు.

ఆశిష్ పంపుని పట్టుకుని టైర్ నింపడం ప్రారంభించినప్పుడు, సైకిల్ దుకాణదారుడు ఇలా అన్నాడు, 'ఇక్కడ నుండి ఒక కిలోమీటరు దూరంలో, మీ కుడి వైపున హనుమాన్ ఆలయం కనిపిస్తుంది. దాని వెనుక ఒక సైకిల్ దుకాణం ఉంది. అతను తన దుకాణాన్ని ఒక్కోసారి తెరుస్తాడు. ఏదైనా ఆశ ఉంటే, అది అతనే. మీరు అదృష్టవంతులైతే అతను చేసి పెడతాడు.'

బయట కఠినంగా లేదా అనాలోచితంగా కనిపించే వ్యక్తులు, నిజానికి లోపల మృదువుగా ఉంటారు, రితేష్ అనుకున్నాడు. ప్రతి ఒక్కరూ వీలైనంత త్వరగా హనుమాన్ ఆలయానికి వెళ్లాలని నిర్ణయించుకున్నారు. పంక్చర్ ఎంత పెద్దదో, లేదా అది ట్యూబ్‌లో గాలి తక్కువగా ఉందడమే ఏమో? అది వారికి తెలియదు. ఆశిష్ సైకిల్ విచిత్రంగా కదలుతుంటే, అది ఏమిటో అని ఆలోచిస్తూ, వీలైనంత వేగంగా సైకిల్ తొక్కాడు. సైకిల్

మరమ్మతు దుకాణం నుండి 100 మీటర్ల దూరంలో, అతను మళ్లీ ఒక టైర్ లో గాలి పోయింది. ఇప్పుడు పంక్చర్ భారీగా ఉందని, ఆశిష్ సైకిల్‌ను నెట్టడానికి ప్రయత్నిస్తే, అది కోలుకోలేని విధంగా ట్యూబ్‌ను దెబ్బతీస్తుందని నిర్ధారించబడింది. మరోసారి, ప్రతి ఒక్కరూ దిగి, ఆశిష్‌తో కలిసి నడవడం ప్రారంభించారు.

ఈశ్వరుడి లీలలు అనూహ్యాలు

ఈ ఏడుగురు హనుమాన్ దేవాలయం సమీపంలోని సైకిల్ షాపుపై ఆశలు పెట్టుకున్నారు. హనుమంతుడు, సమస్యలను తొలగించేవాడు లేదా 'సంకట్ మోచన్' అని పిలుస్తారు, ఈ దుస్థితి నుండి వారిని విముక్తి చేస్తాడు, అని వారు ఖచ్చితంగా ఉన్నారు. వారు దేవాలయానికి చేరుకున్నారు. సంకట్ మోచన్ లోపల ఉన్నాడు. కానీ వారికి సహాయపడే మరమ్మతు చేసే వ్యక్తి మాత్రం లేడు. ఆలయ ప్రాంగణాన్ని శుభ్రం చేస్తున్న కొద్ది మంది పిల్లలు మాత్రమే అక్కడ ఉన్నారు. వారిని అడిగినప్పుడు, ఒకటి రెండు రోజుల క్రితం పోలీసులు మరమ్మతుదారుని దారుణంగా కొట్టారని, అప్పటి నుండి అతను దుకాణానికి రావడం లేదని ఒకరు చెప్పారు.

బ్రిజ్‌ఘాట్ తరువాత, పోలీసుల క్రూరత్వానికి వ్యతిరేకంగా కార్మికులు కోపం పెరగడం ఇది రెండోసారి. సమయం, ఉదయం 9 గంటలకు దగ్గరగా ఉంది. వారు సైక్లింగ్ చేసి, చివరి రెండు గంటలు నడిచారు. మేము చిన్హాట్‌లో ఉన్నామని రోడ్డు పక్కన ఉన్న ఒక చిన్న బోర్డు మాకు చెప్పింది. నేను సైన్ బోర్డ్ చదివిన క్షణం, నాకు చిన్హాట్ కుండలు గుర్తుకు వచ్చాయి. ఫైజాబాద్ - అయోధ్య రహదారి పక్కన నిర్మించబడిన చిన్హాట్ అనే చిన్న పట్టణం దేశమంతటా మట్టితో తయారు చేసిన మట్టి ఉత్పత్తులకు ప్రసిద్ధి చెందింది. మేము చిన్హాట్ దాటినప్పుడు, మేము మరొక పంక్చర్ దుకాణాన్ని కనుగొనవచ్చని అనుకున్నాము, కానీ మేము దాన్ని చూడలేదు.

కొంతసేపు నడిచిన తర్వాత, ఈ బృందం హైవేకి చేరుకుని, రోడ్డు పక్కన ట్రక్కులు వరుసలో నిలబడి ఉండటాన్ని చూసింది. ట్రక్కు డ్రైవర్లు అల్పాహారం కోసం ఆగిపోయారని, వారినే లిఫ్ట్ అడగాలని నిర్ణయించుకున్నారు. కొన్ని మీటర్ల ముందు ఒక భారీ పదహారు చక్రాల వాహనం, దాని పక్కన ఒక మధ్య వయస్కుడు ఉన్నారు. ఆశిష్ అతని వద్దకు వెళ్లాడు.

'అంకుల్ ఇది మీ ట్రక్కునా?'

'అవును, ఇది నాది' అని ట్రక్కు డ్రైవర్ సమాధానమిచ్చాడు.

'అంకుల్ దయతో మమ్మల్ని ఈ ప్రదేశానికి ముందు ఎక్కడికైనా డ్రాప్ చేయగలరా?'

'నేను అలా చేయలేను' అన్నాడు ట్రక్ డ్రైవర్.

'చూడు మామ. నాకు ఫ్లాట్ టైర్ ఉంది. అన్ని దుకాణాలు మూసివేయబడ్డాయి, మేము గత రెండు గంటలుగా నడుస్తున్నాము ... '

ట్రక్కు యజమాని సమాధానం ఇవ్వలేదు.

'మేము ఘజియాబాద్ నుండి వస్తున్నాము, బీహార్ వెళ్తున్నాము. దయచేసి మాకు సహాయం చేయండి అంకుల్, 'ఆశిష్ అతనిని వేడుకున్నాడు.

'మీకు సహాయం చేయడంలో నాకు ఎలాంటి సమస్య లేదు' అని ట్రక్కు డ్రైవర్ చివరకు చెప్పాడు, 'వలస కూలీలకు లిఫ్ట్ ఇస్తున్న ట్రక్కు యజమానిని పోలీసులు కనుగొంటే, వారు అతని ట్రక్కును జప్తు చేస్తారు. అప్పుడు ఏమి చెయ్యాలో చెప్పు? '

'అంకుల్, మేము నిన్ను వేడుకుంటున్నాము. ఒకవేళ పోలీసులు మమ్మల్ని పట్టుకుంటే, మేం కూడా వారిని కరుణించమని వేడుకుంటాం 'అని ఆశిష్ అతని కాళ్లపై పడిపోయాడు. మిగిలిన ఆరుగురు అతనితో చేరారు. ఆశిష్‌కు మధ్య వయస్కుడైన వ్యక్తి తమ కష్టాలను చూసి సానుభూతి చెంది, 'అంకుల్, చూడు, ఈ వ్యక్తులు కూడా నా కారణంగా నడవవలసి వచ్చింది' అని చెప్పాడు.

కొన్ని క్షణాలు ఆలోచించిన తరువాత, ట్రక్ డ్రైవర్ అడిగాడు,

'ఎక్కడికి వెళ్ళదలుచుకున్నావు?'

'మేము సహర్సా వైపు వెళ్తున్నాము. దయచేసి మీకు వీలైన చోట మమ్మల్ని డ్రాప్ చేయండి 'అని ఆశిష్ అన్నాడు.

'అలాగే,' అని ఆయన సమాధానమిచ్చారు. 'నేను నిన్ను అయోధ్య సరిహద్దులో పడేస్తాను. మేము మరో అరగంటలో బయలుదేరతాము. మీ సైకిళ్లు, సామానులను ట్రక్కు నేలపై ఉంచి, కింద పడుకోండి. పోలీసులు మిమ్మల్ని కనుగొనకూడదు.'

కూలీలు సంతోషంగా ఉన్నారు. అయోధ్య లక్నో జిల్లా సరిహద్దు నుండి 125 కిలోమీటర్ల దూరంలో ఉంది. వారు ఆ దూరాన్ని కేవలం రెండు గంటల్లో చేరుకోబోతున్నారు. వారు చాలా ఉత్సాహంగా ఉన్నారు, ఐదు నిమిషాల్లోనే వారు తమ సైకిళ్లు లగేజీతో పాటు ట్రక్కు లోపల ఉన్నారు. ఇతర వలస కూలీలు ఈ ఏడుగురు వ్యక్తులు ట్రక్ డ్రైవర్‌తో చర్చలు జరపడం చూసి తమని తీసుకుపొమ్మని పట్టుబట్టడం ప్రారంభించారు. అతను వారికి వద్దు అని చెప్పలేకపోయాడు.

నేను కూడా అతనితో మాట్లాడటానికి లేచాను. అతను నాకు తన పేరు రామ్‌సురేశ్ యాదవ్ అని చెప్పాడు. అతను అంబేద్కర్ నగర్ నివాసి అని, అతను అక్కడకు వెళ్తున్నాడని చెప్పాడు. అతను గోరఖ్‌పూర్‌కు వెళుతుంటే, అతను వాళ్ళందరిని చాలా దూరం తీసుకెళ్లగలిగేవాడు, అని అతను చెప్పాడు.

'అయోధ్యకు వెళ్లే మార్గంలో పోలీసులు మిమ్మల్ని పట్టుకుని మీ ట్రక్కును జప్తు చేస్తే, మీరు ఏమి చేస్తారు?' అని నేను అడిగాను.

'వారు నన్ను పట్టుకుంటే, అలాగే' అని అతను భుజం తట్టాడు. 'పేద కార్మికులకు సహాయం చేయడం నేరమా అని నేను వారిని అడుగుతాను.'

కూలీల కోసం, రామ్‌సురేశ్ యాదవ్ అందించిన ఈ ప్రయాణం, రాముడు స్వయంగా తన భుజాలపై మోస్తున్నట్లుగా అనిపించింది. ఈ ఆకస్మిక పరిణామాలను ఎవరూ నమ్మలేరు. కొన్ని గంటల క్రితం, వారు అయోధ్యకు చేరుకోవాలనే ఆశను వదులుకోబోయారు. ఇక్కడ వారు తమ లక్ష్యాన్ని సవరించుకుని, రోజు చివరిలో బస్తీకి చేరుకోవాలని ఆశించారు.

వారి మొదటి లక్ష్యం అయోధ్యలో సైకిల్ రిపేర్ దుకాణాన్ని కనుగొనడం. వారు ఒకదాన్ని కనుగొనడంలో విఫలమైతే, వారు ప్రస్తుతం పొందిన సమయ ప్రయోజనాన్ని కోల్పోతారు.

మధ్యాహ్నం, రామ్‌సురేశ్ యాదవ్ కార్మికులందరినీ అయోధ్య సరిహద్దు వద్ద దింపారు. వారిలో కొందరు అతనికి డబ్బు ఇచ్చేందుకు తీవ్రంగా ప్రయత్నించారు, కానీ అతను నిరాకరించాడు. పూర్వాంచల్ బాయ్స్ హాస్టల్ నుండి వారు తీసుకున్న ఆహారాన్ని రితేష్ అతనికి అందించాడు, కాని అతను కొన్ని గంటల క్రితం అల్పాహారం తిన్నానని చెప్పి, అతను మళ్లీ తిరస్కరించాడు.

రామ్‌సురేశ్ వెళ్లిన తర్వాత, ట్రక్ లోపల దాక్కున్న కార్మికులందరూ అల్పాహారానికి కూర్చున్నారు, వారు ఆశలు కోల్పోతున్న సమయంలో వారిని రక్షించడానికి వచ్చిన వ్యక్తిని ప్రశంసిస్తున్నారు. అతడు వారి రక్షకునిగా వ్యవహరించాడు. అందుకని వారు అతనిని ప్రశంసించడం, ఆశీర్వదించడం ఆపలేరు. ఒకేసారి, అతను డెబ్బై మంది నిరాశకు గురైన వ్యక్తులను లక్నో నుండి అయోధ్యకు తీసుకెళ్లాడు.

రితేష్ వారికి హాస్టల్ నుండి లభించిన ఆహారాన్ని ట్రక్కులో తోడుగా వచ్చిన కార్మికులందరికీ పంపిణీ చేశాడు. మానవ్, నేను కూడా వారితో కలిసి తిన్నాము, నేను తిన్న ప్రతి ముద్దలో నాకు ప్రత్యూష్ ముఖం గుర్తుకు వచ్చింది–అతను ఎయిర్ కండిషన్డ్ సౌకర్యంతో ఉచిత రాత్రి బస ఏర్పాటు చేసాడు, మాకు విందు భోజనం ఇచ్చాడు. మా ప్రయాణం కోసం ఈ ఆహారమంతా ప్యాక్ చేసాడు. ఆయన, అతని గురువు, నా స్నేహితుడు, జైవింద్, ట్రక్ డ్రైవర్ రామ్‌సురేశ్ యాదవ్ వంటి వ్యక్తుల కారణంగా ఈ ప్రపంచం పనిచేస్తోంది. సహర్సా ఇప్పుడు 532 కిలోమీటర్లు దగ్గరగా ఉంది.

అల్పాహారం తర్వాత, అందరూ ఆశిష్ యొక్క ఫ్లాట్ టైర్ గురించి చర్చించడం ప్రారంభించారు. అరగంట పాటు నడిచిన తర్వాత, వారు ఒక సైకిల్ రిపేర్ దుకాణాన్ని

కనుగొన్నారు. మధ్యాహ్నం ఒకటి కూడా కాలేదు. వారు టైర్‌ను సరిచేయగలిగితే, వారు ఇప్పుడు 80 కిలోమీటర్లు సులభంగా ప్రయాణించి, రాత్రి సమయానికి బస్తీకి చేరుకోవచ్చు. రేపు, వారు సరిహద్దు దాటిన మరుసటి రోజు బీహార్ సరిహద్దుకు చేరుకుంటారు. రాత్రి అయ్యే సరికి వారు సహర్సాలో ఇంటికి చేరుకుంటారు.

గాలిలో వారు కోటలు కడుతున్నారు. కానీ సైకిల్ దుకాణదారుడు వారికి చెప్పినది వినడానికి ఈ ఏడుగురు వ్యక్తులు సిద్ధంగా లేరు: 'ఇది పంక్చర్ కాదు సోదరా. మీ ట్యూబ్ మొత్తం చిందరవందరగా ఉంది. 'అతను దానిని టైర్ నుండి తీసి వారికి చూపించినప్పుడు అందరూ కదిలిపోయారు.

'ఇప్పుడేలా?' ఆశిష్ టెన్షన్ పడ్డాడు.

'మేము ట్యూబ్‌ని మార్చాలి. వేరే మార్గం లేదు,'

సైకిల్ దుకాణదారుడు చెప్పారు.

'అప్పుడు దయచేసి దాన్ని మార్చండి' అని ఆశిష్ అభ్యర్థించాడు.

'నేను చేయలేను. నా దగ్గర ఈ ట్యూబ్ లేదు. 1.5 కిలోమీటర్ల ముందు దుకాణం ఉంది.'

కూలీలు మండుతున్న ఎండలో కాలినడకన బయలుదేరారు. కానీ వారు దుకాణానికి చేరుకున్నప్పుడు, వారు పెద్ద నిరాశకు గురయ్యారు. అరవై ఐదుకి దగ్గరగా ఉండే షాపు యజమానిని రామ్ బాబు అడిగాడు, 'సర్, మీరు సైకిల్ టైర్ల కోసం ట్యూబ్‌లు ఉంచుతారా?'

'అవును నేను చేస్తా. నీకు ఏం కావాలో చెప్పు?'

'ఆశిష్ సైకిల్ తీసుకురండి, అతనికి ట్యూబ్ ఉంది' అని రామ్ బాబు దాదాపు ఉత్సాహంతో అరిచాడు. కూలీలందరూ షాపు దగ్గరకు పరిగెత్తారు, ఆశిష్ అతని సైకిల్ని చూపించాడు. షాపు యజమాని దానిని చూసి, 'ఈ సైకిల్‌కు నా వద్ద ట్యూబ్ లేదు బ్రదర్.' అన్నాడు.

'అయితే మీ వద్ద గొట్టాలు ఉన్నాయని మీరు నాకు చెప్పారు!' అన్నాడు రామ్ బాబు.

'అవును, నేను చెప్పాను, కానీ ఈ మోడల్ కోసం నా వద్ద ట్యూబ్ ఉందని నేను చెప్పలేదు. ఇది ఒక స్పోర్ట్స్ మోడల్. నేను ఈ సాధారణ సైకిళ్ల కోసం ట్యూబ్‌లను ఉంచుతాను, 'అని అతను సమాధానమిస్తూ, తన దుకాణం వెలుపల ఆగి ఉన్న సైకిళ్లను చూపాడు.

ఇతరులను ఆకట్టుకోవడానికి స్పోర్ట్స్ బైక్ కొన్న ఆశిష్, తనను తాను తిట్టుకున్నాడు. మరోసారి కన్నీళ్లు పెట్టుకున్నాడు.

'ఈ సైకిల్ కోసం మాకు ట్యూబ్ ఎక్కడ దొరకొచ్చు' రామ్ బాబు అడిగాడు.

'ఎవరికి తెలుసు సోదరా?ఈ రకమైన సైకిల్ ట్యూబ్ ఢిల్లీ లేదా ముంబైలో

ఉపయోగించబడుతుంది. ఇది ఇక్కడ ఉపయోగించడాన్ని నేను ఎప్పుడూ చూడలేదు, 'అని దుకాణ యజమాని సమాధానమిచ్చారు.

కూలీలు తీవ్ర నిరాశలో మునిగిపోయారు. నేను ఆశావాదిగా ఉండాలని, కార్మికులు సానుకూలంగా ఉండాలని కోరుకున్నాను, కాబట్టి నేను జోక్యం చేసుకున్నాను. 'మేము నగరం లోపల చూడ వచ్చా?'

'ఎవరికీ తెలుసు. ఇది లాక్డౌన్ సమయం, కదా? '

ఈ సమస్య ఇప్పుడు పెద్ద సంక్షోభంగా మారుతోంది. లాక్డౌన్ సమయంలో మేము స్పోర్ట్స్ సైకిల్ కోసం టైర్ ట్యూబ్‌ను ఎక్కడ కొనుగోలు చేయబోతున్నాం? సహర్సాకు తిరిగి వెళ్లే సమయంలో మా ఆలోచనల రూపం లో ఈ నల్లటి మేఘాలు కమ్ముకున్నాయి.

అకస్మాత్తుగా, నాకు ఒక ఆలోచన వచ్చింది. దుకాణ యజమానిని అడిగాను,

'మీ షాపులో మీరు నిల్వ చేసే ట్యూబ్‌లను ఎక్కడ కొనుగోలు చేస్తారు?'

'ఫైజాబాద్ బజార్ నుంచి' అని ఆయన సమాధానమిచ్చారు.

'మీరు ట్యూబ్‌లు కొన్న వ్యక్తి ఫోన్ నంబర్ మీ వద్ద ఉందా?'

'లేదు.'

కూలీల ఆశలన్నీ త్వరగా ఆవిరైపోతున్నాయి.

'నేను ఒకటి చెప్పనా?' అడిగాడు ఆశిష్. అందరూ అతని వైపు తిరిగారు. 'మీరు వెళ్లిపోవాలని నేను అనుకుంటున్నాను. కేవలం ఒక వ్యక్తి కోసం వేచి ఉండడంలో అర్థం లేదు.'

'ఆమాట అర్థంలేనిది' అన్నాడు రామ్ బాబు.

'రైట్' అన్నాడు రితేష్. 'మనమంతా కలిసి వెళ్తాం.'

వ్యక్తుల మధ్య స్థితులను బట్టి ఆప్యాయత ఏర్పడడం నేను విన్నాను, చదివాను. కానీ ఇక్కడ నేను ఈ ఏడుగురు వ్యక్తులలో ప్రత్యక్షంగా చూశాను. ఆశిష్‌ను విడిచిపెట్టడానికి సిద్ధంగా ఉన్నవారు ఎవరూ లేరు.

'సరే,' నేను చెప్పాను, 'అప్పుడు మీరు మీ సైకిల్‌పై ముందుకు వెళ్లండి. మేము మా కారులో ఆశిష్ సైకిల్ ను తీసుకువెళతాము. అతను వెనుక కూర్చుంటాడు. మేము ట్యూబ్‌ను కొనప్పుడే, మేము మీతో సమన్వయం చేసుకుంటాము, మళ్లీ కలుస్తాము. '

నా చిన్న వ్యాగన్ఆర్‌లో సిఎన్‌జి కిట్ ఉంది, అప్పటికే కెమెరా, ఇతర పరికరాలతో నింపబడి ఉన్నాయి. కారు లోపల సైకిల్ ఉంచడం కష్టమని నాకు తెలుసు, కానీ, ఆ సమయంలో, నేను ఆలోచించగలిగే ఏకైక ఆలోచన అది. ఆశలు మరోసారి పెరగడంతో వారి కళ్ళు ప్రకాశించాయి. మేము అయోధ్యలో ట్యూబ్ కోసం చూద్దామని నిర్ణయించుకున్నాము. మేము దానిని అందుకోకపోతే, మేము బస్తీలో ఒకదాన్ని కనుగొని,

అక్కడ కూడా ఒకటి పొందడంలో విఫలమైతే, మేము గోరఖ్‌పూర్‌లో మళ్లీ ప్రయత్నిస్తాము. నేను గోరఖ్‌పూర్‌లో కనీసం ఒకదాన్ని కనుగొంటానని నాకు నమ్మకం ఉంది, ఎందుకంటే అది పెద్ద నగరం. మేము అక్కడ కూడా విఫలమైనప్పటికీ, మేము ఆశిష్, అతని సైకిల్‌ని మా కారులో సహర్సాకు తీసుకెళ్తాము.

మేము వ్యాగన్‌ఆర్‌లో సైకిల్ ని సర్దుబాటు చేసే కష్టమైన పనిని ప్రారంభించాము. ప్రారంభ ప్రయత్నాలు కారు చాలా చిన్నదని స్పష్టం చేసింది. మేము దానిని సూటిగా ఉంచడానికి ప్రయత్నించినా, దాన్ని వంచినా లేదా తలక్రిందులుగా చేసినా, అది లోపలికి సరిపోదు. చివరగా, మేము దానిని ఏదో ఒకవిధంగా ఉంచగలిగాము, కాని బూట్ తెరిచి ఉండవలసి వచ్చింది. ఆశిష్ సైకిల్‌ను గట్టిగా పట్టుకుని వెనుక అసౌకర్యంగా కూర్చోవలసి వచ్చింది. ఇది కొంచెం ప్రమాదకరమైనది, భద్రత ఖచ్చితంగా సమస్య, కానీ మేము దాని కంటే మెరుగైనది ఏమీ చేయలేము.

మేము ఇప్పుడు రెండు గ్రూపులుగా విడిపోయాము. మానవ్, ఆశిష్, అతని సైకిల్, నేను మొదటి బృందాన్ని రూపొందించాము. రెండవది రితేష్, ఇతరులు. మేము డాక్యుమెంటరీ షూటింగ్‌ను కొంతకాలం నిలిపివేసాము. ప్రస్తుతం, ఆశిష్ యొక్క సమస్య చాలా ముఖ్యమైనది, తక్షణ చర్య అవసరం. మేము అయోధ్యలో ట్యూబ్ కోసం చూడాలని నిర్ణయించుకున్నాము.

లాక్‌డౌన్ కారణంగా, అయోధ్య నగరానికి వెళ్లే రహదారి పూర్తిగా మూసివేయబడింది. ప్రతి ఎంట్రీ పాయింట్ వద్ద, మేము పోలీసు పికెట్‌ను ఎదుర్కొన్నాము. మేము వారికి చక్రం చూపించాము. సమస్య గురించి వారికి చెప్పాము. నేను జర్నలిస్ట్ అని వారికి చెప్పాను. మేము ట్యూబ్‌ను పట్టుకున్న క్షణంలో మేము నగరాన్ని విడిచిపెడతామని హామీ ఇచ్చాము. కానీ పోలీసు సిబ్బంది ఎవరూ సహాయం చేయడానికి సిద్ధంగా లేరు. ఏదీ వారిని కదిలించలేదు లేదా వారి మానవత్వాన్ని ఆకర్షించలేదు.

'సర్, దయచేసి రామ్ నగరంలోని పేదలపై కనీసం దయ చూపండి' అని నేను అన్నాను. కానీ నేను విజ్ఞప్తి చేసిన కానిస్టేబుల్ ఏమాత్రం కదలలేదు. 'నన్ను సస్పెండ్ చేస్తే, నా కుటుంబంపై ఎవరు దయ చూపుతారు?' అని అన్నాడు నిస్సహాయంగా.

మేము ముందుకు వెళ్లి కనీసం మూడు వేర్వేరు ఎంట్రీ పాయింట్‌లను ప్రయత్నించాము. ఒక సమయంలో కొంతమంది దయగల పోలీసులు వైర్‌లెస్‌లో తమ సీనియర్‌ల నుండి అనుమతి కోరడం ద్వారా మాకు సహాయం చేయడానికి ప్రయత్నించారు. కానీ వారి సీనియర్లు, ఎక్కడో మారుమూల కార్యాలయంలో కూర్చుని, మాకు అనుమతి ఇవ్వడానికి నిరాకరించారు.

అయోధ్య నన్ను తీవ్రంగా నిరాశపరిచింది. ఇప్పుడు నా ఆశలు అయోధ్య నుండి 57 కిలోమీటర్ల దూరంలో ఉన్న బస్తీ మీద ఆధారపడి ఉన్నాయి.

యూనీఫార్మ్ లో దర్శనం ఇచ్చిన మంచి మిత్రుడు

మేము డ్రైవింగ్ చేస్తూ, బయట టైర్ ట్యూబ్‌లు వేలాడుతున్న ప్రతి దుకాణం వద్ద ఆగి, నిరాశతో తిరిగి వచ్చాము. కానీ ఒక ఊహించని పరిణామం ఏర్పడతుందని ఆ సమయానికి మాకు తెలియదు. మేము బస్తీకి కేవలం 20 కిలోమీటర్ల దూరంలో ఉన్నప్పుడు, మేము హరయ్య అనే చిన్న వూరిని దాటాము. ఇక్కడ, టైర్లు, ట్యూబ్‌లు ఉన్న ఒక దుకాణం బయట ఒక టైరు స్తంభానికి వేలాడదీయడం మేము చూశాము. దుకాణం చాలా పెద్దది, దుకాణం యజమాని డెబ్బై ఏళ్ల పెద్దమనిషి కన్హయ్య లాల్. అయితే, ప్రతి ఇతర దుకాణంలో లాగే, మేము ఇక్కడ కూడా నిరాశకు గురయ్యాము, మా ప్రయాణాన్ని కొనసాగించడానికి కారులో వెళుతుండగా, ఒక మోటార్ సైకిల్ మా పక్కన ఆగింది.

అది ఉత్తరప్రదేశ్ హోమ్ గార్డ్స్‌కు చెందిన కానిస్టేబుల్. 'చెప్పు, నువ్వు ఇక్కడ ఎందుకు తిరుగుతున్నావు?' అని అతను తన బైక్ ఆగిపోయిన వెంటనే అడిగాడు. లాక్‌డౌన్ సమయంలో మేము ఎందుకు బయటికి వచ్చామో అని ప్రశ్నించడానికి ప్రయత్నిస్తున్నాడని అనుకున్నాం.

'వాస్తవానికి, మేము మీడియా నుండి వచ్చాము'

కానిస్టేబుల్ నా వాక్యాన్ని పూర్తి చేయనివ్వలేదు, 'నువ్వు ఏమి చేస్తున్నావు అని నేను నిన్ను అడగడం లేదు. మీ సైకిల్‌లో ఏదైనా లోపం ఉందా అని నేను తెలుసుకోవాలనుకుంటున్నాను.

'అవును ,మాకు ఒక సమస్య వచ్చింది కానీ మీకు ఎలా తెలుసు?' నేను ఆశ్చర్యపోయాను.

'గత కొన్ని కిలోమీటర్లుగా నేను నిన్ను అనుసరిస్తున్నాను. మీరు మీ కారులో సైకిల్‌ను పెట్టుకొని వెళ్తున్నారు, ప్రతి సైకిల్ దుకాణం వద్ద ఆగుతున్నారు. మొదట్లో చిన్న సమస్య అనుకున్నా కానీ ఇప్పుడు చూస్తుంటే మీ సమస్య పెద్దదే అనిపిస్తోంది' అన్నాడు. అతను మాకు సహాయం చేయడానికి సిద్ధం అయ్యాడు. మేము దాని గురించి ఎంత ఎక్కువగా ఆలోచిస్తే, అంతగా ఆశ్చర్యం, సంతోషం కలిగింది.

'అవును, సమస్య పెద్దది కాదు, కానీ ప్రత్యేకమైనది,' అని నేను అతనితో చెప్పాను. 'దీనికి అసలు పరిష్కారం దొరుకుతుంది అని నాకు అనిపించట్లేదు. మేము గోరఖ్‌పూర్ చేరుకున్నప్పుడు ఏదోక పరిష్కారం దొరుకుతుంది అని నేను భావిస్తున్నాను.'

'అసలు విషయం ఏమిటో చెప్పు' అని అడిగాడు కానిస్టేబుల్.

'సమస్య ఏమిటంటే ఆశిష్ సైకిల్ టైర్ పాడయింది. అతను ఘజియాబాద్ నుండి సహర్సాకు వెళ్తున్నాడు. అతను స్పేరీ చేస్తున్న చక్రం, ఒక స్పోర్ట్స్ మోడల్. ఈ మోడల్ ట్యూబ్ ఉన్నట్లు కనిపించడం లేదు, ఈ దారి లో దొరుకుతుందనే ఆశ కూడా పోయింది.

కానిస్టేబుల్ తన బైక్‌ను పార్క్ చేసి, 'కారు నుండి తీయగలవా?' అని అడిగాడు.

ఆశిష్ సైకిల్ తీశాడు. అది బయటకు రాగానే కానిస్టేబుల్ దాన్ని ఫోటో తీసి, 'అరగంట ఆగగలవా?' అన్నాడు.

'ఎందుకు?' అని ఒక్కసారిగా అడిగాను.

'ఈ సైకిల్ ఫోటోను నేను కొంతమందితో షేర్ చేశాను. 5 కిలోమీటర్ల దూరంలో పెద్ద సైకిల్ దుకాణం ఉంది. బహుశా మనకి ఒక ట్యూబ్ దొరకచ్చు" అని అతను చెప్పాడు.

'అయితే లాక్‌డౌన్‌లో ఇది మూసేయలేదా?' నాకు సందేహం కలిగింది.

'అవును మూసేసారు! అయితే ఈ యూనిఫాం ఇంకెప్పుడు ఉపయోగపడుతుంది?' అని కానిస్టేబుల్ నవ్వుతూ తన మోటర్‌బైక్‌ని వేగంగా నడుపుకుంటూ వెళ్ళిపోయాడు.

కన్హయ్య లాల్ జీ దుకాణం వద్ద వేచి ఉండటం ఉత్తమం అని మేము భావించాము. అతను మాకు కూర్చోవడానికి ఒక మంచం ఇచ్చాడు. కన్హయ్య లాల్ మాకు వివరించింది ఏమిటంటే, ఆ కానిస్టేబుల్ తన రెండవ కుమారుడు, రాజ్ కుమార్. 'మా అబ్బాయి, లాక్‌డౌన్ విధించినప్పటి నుండి, తన డ్యూటీ పూర్తి చేసి, ఆపదలో ఉన్న వ్యక్తుల కోసం వెతుకుతూ రోడ్డుపై పెట్రోలింగ్ చేస్తున్నాడు,' అని కన్హయ్య లాల్ జీ చెప్పారు. 'మూడు రోజుల క్రితమే, అతను తెల్లవారుజామున 2 గంటలకు ఐదుగురు ఉన్న కుటుంబాన్ని ఇంటికి తీసుకువచ్చాడు. కుటుంబం మొత్తం రిక్షాపై దర్భంగాకు వెళుతోంది. పిల్లలు ఆకలితో ఏడుస్తున్నారని రాజ్ కుమార్ చెప్పాడు. భర్త అలసిపోయాడు. కాసేపు విశ్రాంతి తీసుకోవడానికి స్థలం కావాల్సివచ్చింది.'

గత రెండు నెలలుగా, దుకాణం నుండి తన సొంత సంపాదన వాస్తవానికి సున్నాకి పడిపోయిందని అతను మాతో చెప్పాడు. అతని కొడుకు జీతం సగానికి తగ్గింది, ఇంకా, తెల్లవారుజామున 2 గంటలకు, అతను తన తల్లిని నిద్రలేపి, అలసిపోయిన కుటుంబానికి కొంచెం ఆహారం చేయమని అభ్యర్థించాడు.

'అంటే మీ భార్య ఐదుగురికీ భోజనం సిద్ధం చేసిందా?' అని అడిగాను. నేను ఇప్పుడు రాజ్ కుమార్ గురించి మరింత తెలుసుకోవాలనుకున్నాను.

'మరీ!,' అని కన్హయ్య లాల్ బదులిచ్చారు. 'నా భార్య మనసులో ఏనాడూ అనుమానం లేదు. ఆమెకు, అతను నిజమైన యువరాజు. అతను రాముడి అవతారం అని ఆమె

చెప్తుంది. ఆయన ఏది చెబితే అది జరుగుతుంది. కాబట్టి ఆమె రాత్రి అందరికీ కిచిడీ చేసింది, వాళ్ళు ఈ ప్రాంగణములోనే పడుకున్నారు.

తన కొడుకు ఇంత మంచి యువకుడిగా పెరిగినందుకు అతను గర్వపడ్డాడని స్పష్టమైంది.

'ట్యూబ్ దొరుకుతుందా?' అని నేను అడిగాను.

'బిడ్డా, లాక్‌డౌన్‌లో ఉన్నందున నేను ఖచ్చితంగా ఏమీ చెప్పలేను, కానీ రాజు అంత తేలికగా వదిలేయడు. అతను మీకు సహాయం చేయడానికి అన్ని ప్రయత్నాలు ఖచ్చితంగా చేస్తాడు.'

మేము ఒక గంట వేచి ఉన్నాము. రాజ్ కుమార్ లేకపోవడం నన్ను కలవరపెడుతోంది. బహుశా అతను ట్యూబ్‌ని కనుగొనలేకపోయి ఉండవచ్చు. కానీ అతను లేకపోవడంతో అతను ఇంకా ప్రయత్నిస్తున్నాడనే నమ్మకం కూడా ఉంది. కొద్దిసేపటి తరువాత, అతను వస్తూ కనిపించాడు. అతను దగ్గరగా వచ్చిన క్షణం, అతని ముఖంలో పెద్ద చిరునవ్వు కనిపించింది. లక్ష్యం నెరవేరినట్లు అనిపించింది.

'దేవుడా!' అన్నాడు. 'మీరు అదృష్టవంతులు. మీరు నిజంగా అదృష్టవంతులని నేను చెప్పాలి. ఈ ట్యూబ్‌ని నాకు ఇచ్చిన షాప్ యజమాని తన దగ్గర ఒక్కటే ఉండటంతో, అతను కూడా ఆశ్చర్యపోయాడు. ఈ ప్రాంతంలో ఎవరూ ఈ రకమైన సైకిల్‌ను ఉపయోగించరు కాబట్టి వారు ఈ రకమైన ట్యూబ్‌ను ఉంచరు. ఇది రెండు నెలల క్రితం వచ్చిన చివరి సరుకులో మిగిలిపోయి ఉంటుందని అతను నాకు చెప్పాడు. లాక్‌డౌన్ లేకపోతే, అతను దానిని బల్క్ సప్లయర్‌కు తిరిగి ఇచ్చేవాడు!'

ఆశిష్ పరవశించిపోయాడు. మహమ్మారి విజృంభిస్తున్నప్పటికీ, అతను రాజ్ కుమార్ చేతులు పట్టుకుని గట్టిగా కౌగిలించుకున్నాడు. ట్యూబ్‌ని మారుస్తున్నప్పుడు, మాకు మరో శుభవార్త వచ్చింది. రితేష్ ఉత్సాహంగా పిలిచాడు. 'సార్, మీరు ఎక్కడ ఉన్నారు? మమ్మల్ని గోరఖ్‌పూర్‌కి దింపడానికి సిద్ధంగా ఉన్న ట్రక్ మాకు దొరికింది.

'ఎలా?' అని అడిగాను. 'మా జట్టు సభ్యుల్లో ఒకరికి టైరు పగిలిందని ట్రక్కు యజమానికి చెప్పాం. అందుకే మమ్మల్ని వదిలిపెట్టడానికి అంగీకరించాడు.'

ఇది విని నేను చాలా ఆశ్చర్యపోయాను. ఈ రోజు ఏమి జరుగుతుందో నేను నమ్మలేకపోయాను. నిరాశ, నిరుత్సాహం మాపై చీకటి నీడను వేసినప్పుడల్లా, మేము ఊహించని వర్గాల నుండి దేవదూతలల్లే వచ్చి, అవసరం అయితే వారు నష్టపోయి కూడా మాకు సహాయం చేసారు. ఈ రహదారిపై ఈ కార్మికులకు మద్దతుగా, సహాయం చేస్తున్న ఒక అదృశ్య హస్తం ఉందని నేను భావించాను. ఇది మొదట వారిని పరీక్షిస్తోంది, వారు ధైర్యంగా అడుగు ముందుకు వేసిన తర్వాత, అద్భుతాల కంటే తక్కువ ఏమీ అనిపించని పరిష్కారాలను వారికి అందిస్తోంది.

ప్రయాణంలో, మానవ్, నేను ఒక ప్రత్యేకతను గమనించాము. కార్మికులు–నాయకులు, అడ్మినిస్ట్రేషన్, పోలీసులు, వారు పనిచేసిన పెద్ద నగరాల్లో నివసించే వారు, అందరూ విడిచిపెట్టినప్పడికి, వారిలో ఒకరయిన గ్రామీణ ప్రజలే వారిని ఎప్పటిలాగే అక్కరకు ఆదుకున్నారు.

మేము గోరఖ్‌పూర్ నుండి 90 కిలోమీటర్ల దూరంలో ఉన్న హరయ్యా అనే చిన్న వూరిలో ఉన్నాము. ఆశిష్ సైకిల్ ఇప్పుడు సిద్ధంగా ఉంది. రితేష్‌తో సమన్వయం చేసుకున్న తర్వాత, వారందరినీ గోరఖ్‌పూర్‌కు తీసుకెళ్తున్న అదే ట్రక్కులో ఆశిష్‌ని కూడా ఎక్కించగలిగాను. మేము కానిస్టేబుల్‌కు అదనపు డబ్బు ఇవ్వడానికి ప్రయత్నించాము, కానీ అతను ట్యూబ్ కోసం చెల్లించినది మాత్రమే తీసుకున్నాడు.

నేను అదనపు డబ్బును తన వద్ద ఉంచుకోమని చెప్పాను, కానీ, అతను 'అయ్యా, దేవుడు మా పై దయతో ఉన్నాడు. మాకు అన్నీ ఉన్నాయి' అన్నాడు. ఈ యువ పోలీసు అధికారి చూపిన దయను ఎప్పటికీ మరచిపోలేమని తెలిసి, మానవ్‌తో పాటు నేనూ గోరఖ్‌పూర్‌కు బయలుదేరాను. సహర్సా ఇప్పుడు 493 కిలోమీటర్లు దగ్గరగా ఉంది.

రాత్రి 7 గంటలకు గోరఖ్‌పూర్ జిల్లా సరిహద్దు వద్ద ట్రక్కు డ్రైవర్ కూలీలను దింపాడు. ఈ రోజు ఈ సోదరుల బృందానికి అనూహ్యంగా బాగా గడిచింది, కనీసం ఇప్పటివరకు. వారు 276 కిలోమీటర్లు ప్రయాణించగలిగారు, వారి స్వంత రాష్ట్రమైన బీహార్ సరిహద్దు నుండి కేవలం 100 కిలోమీటర్ల దూరంలో ఉన్నారు.

బీహార్ రాష్ట్రం, గోరఖ్‌పూర్ జిల్లాల మధ్య ఖుషీనగర్ ఉంది. ఈ పట్టణంలో బుద్ధ భగవానుడు మోక్షాన్ని పొందాడు. ఇది గోరఖ్‌పూర్ నుండి 60 కిలోమీటర్ల దూరంలో ఉంది. అందరూ సైకిల్‌తో ఖుషీనగర్‌కు వెళ్లాలని నిర్ణయించుకున్నారు, తద్వారా మరుసటి రోజు తొందరగా బీహార్‌లో సరిహద్దు దాటవచ్చు. దీంతో మరో నాలుగు గంటల పాటు సైకిల్‌పై వెళ్లాల్సి వచ్చింది.

ట్రక్ రైడ్, ఆశిష్ సైకిల్ సరిచేయబడినందు వల్ల వారు అలసిపోలేదు, ప్రతి ఒక్కరూ ఇంకొన్ని కిలోమీటర్లు సైకిల్ తొక్కడం గురించి ఆసక్తిగా ఉన్నారు. వారికి తమదైన మట్టి వాసన వచ్చింది, అది వారికి అపారమైన ఉత్సాహాన్ని ఇచ్చింది. రితేష్ చాలా సంతోషంగా ఉన్నాడు. అందరూ ఒక కప్పు టీ కోసం ఆగిపోయినప్పుడు, అతను ఒక ప్రత్యేకమైన సిద్ధాంతాన్ని కనుగొన్నాడు: 'ఈ రోజు ఇలా సాఫీగా గడుస్తోంది అంటే నిజానికి దాని కారణం నిన్న మేము చేసిన ఒక తప్పు'

సోనూ, సందీప్ పగలబడి నవ్వారు.

'సోనూ, నవ్వకు. నిజం చెబుతున్నాను' అన్నాడు రితేష్.

'అదెలా అవుతుంది?' అని అడిగాడు రాంబాబు.

రితేష్ వివరించాడు, 'చూడండి, నిన్న మేము రాంగ్ టర్న్ తీసుకొని నాలుగు గంటలు వృథా చేసాము. ఆ నాలుగు గంటలు మేము తప్పు దారిలో వెళ్లడం వల్ల, అప్పుడు జరిగిన సంఘటనల వల్ల మేము లక్నో చేరుకోగలిగాము. అక్కడ చాలా హాయిగా పడుకున్నాం. అప్పుడు ఉదయం, మాకు ఒక దాని తరువాత ఒకటి లారీ లో ప్రయాణించే అవకాశాలు దొరికాయి. ఇదంతా నక్షత్రాల ఆట, ఉన్నత శక్తులచే నియంత్రించబడే ఒక సయ్యాట. ఇవన్నీ కొన్నిసార్లు మీకు విపరీతమైన పరీక్షలు పెట్టినా తద్వారా మీకు చక్కటి బహుమతిని అందజేస్తాయి.

'అవును,' అన్నాడు రాంబాబు నిర్మొహమాటంగా, 'ఆ తర్కం ప్రకారం మోడీ జీ ఒకటిన్నర నెలల క్రితం లాక్‌డౌన్ విధించారు, తద్వారా మనం ఈ రోజు ట్రక్కులో లిఫ్ట్ పొందాము. సరియైనదా?'

అందరూ నవ్వడం మొదలుపెట్టారు. కానీ రితేష్ వెనక్కి తగ్గేవాడు కాదు, 'సరే, మీరు నన్ను నమ్మకూడదనుకుంటే వద్దు. కానీ ఇది నిజం.'

'అలా అయితే ఇంకో తప్పు చేద్దాం. ప్రతి సైకిల్ టైర్ను సూదితో పంక్చర్ చేయండి, దాని వల్ల ఏం మేలు జరుగుతుందో చూద్దాం' అని రామ్ బాబు అన్నాడు. గుంపు నుండి మరోసారి నవ్వులు వెల్లివిరిశాయి. మేము వారిని ఇంత హాయిగా, ఇంత తేలిగ్గా చూడటం ఇదే మొదటిసారి. వారు అనుభవిస్తున్న ఒత్తిడి కొంతవరకు తుడిచిపెట్టుకుపోయిందని స్పష్టమైంది.

వారు గోరఖ్‌పూర్ నుండి బయలుదేరిన క్షణంలో, వారు పోలీసులకు, పరిపాలనకు చెందిన అనేక వ్యాన్‌లను చూశారు, రోడ్డుని బెరికేడ్లతో పూర్తిగా మూసేసారు. పోలీసులు ఆ ప్రాంతంలో గస్తీ తిరుగుతున్నట్లు స్పష్టమైంది. అప్పుడు వారు పొడవైన క్యూను గుర్తించారు. కూలీలను మరోసారి పరీక్షించారు. పోలీసు ఉనికిని చూసి భయపడినప్పటికీ, వారు స్క్రీనింగ్ గురించి పెద్దగా ఆత్రుతగా లేరు. ముఖేష్ ఇప్పుడు ఆరోగ్యంగా ఉన్నాడు. వారిని స్క్రీనింగ్ చేసిన తర్వాత, గోరఖ్‌పూర్ అడ్మినిస్ట్రేషన్ సిబ్బంది వారికి ఫలహారాల ప్యాకెట్లను అందజేసి, పోలీసులకు నివేదించమని చెప్పారు. గోరఖ్‌పూర్ బీహార్ సరిహద్దులో ఉన్న జిల్లా కాబట్టి వారు ఇప్పుడు నిర్బంధించబడతారని మానవ్, నేను భావించాము.

మేము తర్వాత ఏమి చూసామో ఎవరూ ఊహించలేరు. పోలీసు కానిస్టేబుల్‌లు వాస్తవానికి ట్రక్కులను ఆపి వలసదారులను ఎక్కించమని అడుగుతున్నారు. ఖుషీనగర్ నుండి 22 కిలోమీటర్ల దూరంలో ఉన్న హటా అనే చిన్న పట్టణానికి వెళ్లే ట్రక్కులో ఈ బృందం ఎక్కించబడింది. గోరఖ్‌పూర్ నుండి దాదాపు 35 కిలోమీటర్ల ప్రయాణాన్ని ట్రక్కు కవర్ చేసింది.

30 ఏప్రిల్ 2020 న, స్వదేశానికి వెళ్లాలనుకునే వలస కార్మికుల కోసం బస్సులు ఏర్పాటు చేస్తామని ప్రభుత్వం ప్రకటించిందని మాకు తర్వాత తెలిసింది. గోరఖ్‌పూర్ అడ్మినిస్ట్రేటివ్ సెటప్ ఈ ఆదేశాలు ఇరవై-నాలుగు గంటలలోపు అమలు చేయబడేలా నిర్ధారించారు. బస్సులకు బదులు వారికి ట్రక్కులు అందించారు. అందరూ చాలా సంతోషించారు.

ఆ రోజు ఇది వారి మూడవ ట్రక్కు ప్రయాణం. తమను తాము కాస్త తోసుకుంటే రాత్రికి బీహార్‌లోని గోపాల్‌గంజ్ చేరుకోవచ్చని రితేష్ సూచించాడు. 'చూడండి, ఈ మ్యాప్‌లో గోరఖ్‌పూర్, గోపాల్‌గంజ్ మధ్య దూరం 122 కిలోమీటర్లుగా చూపబడింది. మేము ఈ ట్రక్కులో 35 కిలోమీటర్లు ప్రయాణిస్తాము. మేము మిగిలిన 90 కిలోమీటర్లను మరో నాలుగు గంటల్లో కవర్ చేస్తే, మేము అర్ధరాత్రికి గోపాల్‌గంజ్‌లో ఉంటాము.'

'ఈ రాత్రికే గోపాల్‌గంజ్ చేరుకోవాల్సిన అవసరం ఏముంది? ఈరోజు ఇప్పటికే 300 కిలోమీటర్లు తిరిగాం' అని రెండు రోజుల క్రితమే స్పృహ తప్పి పడిపోయిన ముఖేష్ చెప్పాడు.

'స్వంత భూమిలో ఉన్న అనుభూతి ఎంతైనా వేరు' అని రితేష్ ఉత్సాహంగా చెప్పాడు.

'మేము బీహార్‌లో ఉన్నామని చెప్పినప్పుడు ఇంట్లో అందరి ఆనందాన్ని ఊహించుకోండి!'

'అది ఫర్వాలేదు, కానీ నేను అందుకు అంగీకరించను' అంటూ రితేష్ ప్లాన్‌ల మీద చల్లటి నీళ్లు పోసాడు ముఖేష్.

'నీకు బాగోలేకపోతే ఫర్వాలేదు' అని రితేష్ తన స్నేహితుడి ఆరోగ్యం గురించి ఆందోళన చెందాడు.

'అది కాదు... అందరూ సిద్ధంగా ఉంటే నాకు ఎలాంటి సమస్యలు లేవు' అని ముఖేష్ బంతిని అందరి కోర్ట్‌లోకి విసిరాడు. దీనిపై తొలుత రామ్‌బాబు స్పందించాడు. 'రాత్రంతా సైకిల్ తొక్కడం వల్ల సమస్య లేదు, కానీ ఎవరి సైకిల్ కైనా సమస్య వస్తే ఏంచేస్తాం? ఏదైనా ధైర్యంగా ప్రయత్నించే ముందు అది కూడా మనం పరిగణనలోకి తీసుకోవాలి.'

గోపాల్‌గంజ్‌కి చేరుకోవడం గురించి చర్చ ఇప్పుడు టేబుల్‌పై లేదని అందరికీ తెలుసు కాబట్టి రామ్‌బాబు అలాంటి గుగ్లీ బౌల్ వేశాడు. రితేష్ నిరాశ చెందాడు, కానీ మెజారిటీ నిర్ణయం నేపథ్యంలో అతను పెద్దగా ఏమి చేయలేకపోయాడు.

కూలీలు రాత్రి 9 గంటలకు హటా అనే చిన్న పట్టణానికి చేరుకున్నప్పుడు, పట్టణం నిశ్శబ్దంగా ఆవరించి ఉన్నందున అర్ధరాత్రిలా అనిపించింది. మూసివేసిన దుకాణాల సంఖ్య పట్టణంలో జనాభా ఉందని సూచించింది, కానీ ఈ రాత్రి సమయంలో ఈ పట్టణంలో ఎక్కడైనా భోజనం దొరుకుతుందని అనిపించలేదు.

జిల్లా కేంద్రమైన ఖుషీనగర్‌కు 20 కిలోమీటర్ల దూరంలో ఉండడంతో అక్కడ రాత్రి బస చేస్తే బాగుంటుందని అందరూ నిర్ణయించుకున్నారు. వారికి అక్కడ భోజనం దొరకడానికి కనీసం కొంచెం అవకాశం ఉంది. వారు రోజంతా ట్రక్కుల్లో ప్రయాణించారు కాబట్టి, ప్రతి ఒక్కరూ సాపేక్షంగా తాజాగా, ఉత్సాహంగా ఉన్నారు. అయితే, రాత్రంతా అక్కడే గడపాల్సిందేనని రామ్‌బాబు అభిప్రాయపడ్డాడు. గుంపు ఇప్పటికే ఒక రోజులో చాలా దూరాన్ని అధిగమించిందని అతను వాదించాడు – సైకిల్‌లో అది వారికి మూడు రోజులు పట్టే దూరం. వారు ఇప్పుడు విశ్రాంతి తీసుకోవాలి. కనీసం ఆ రోజు అందరూ ఏదో ఒకటి తిన్నారు. కాబట్టి వారు విశ్రాంతి తీసుకోవాలని, వారు మళ్ళీ ఉదయం 5 గంటలకు బయలుదేరవచ్చని అతను నమ్మాడు.

రితేష్‌కి మరో ఆలోచన వచ్చింది. రాత్రి 9 గంటలు కావడంతో 10.30 గంటలకే ఖుషీనగర్‌లో ఉండొచ్చు. అక్కడి నుంచి బీహార్ సరిహద్దు కేవలం 40 కిలోమీటర్ల దూరంలోనే ఉంది. వారు ఉదయం 5 గంటలకు బయలుదేరవచ్చు, ఉదయం 8 గంటలకు, వారు వారి స్వంత గడ్డపై ఉంటారు. ఇతర కార్మికులు ఈ ఆశను అడ్డుకోలేకపోయారు, ఖుషీనగర్‌కు సైకిల్‌పై వెళ్లేందుకు సిద్ధంగా ఉన్నారు. ఈసారి, రితేష్ మొండిగా, బలవంతంగా ఉన్నాడు, ఎందుకంటే గోపాల్‌గంజ్ వరకు సైకిల్‌పై వెళ్లాలని అతని సూచన కొంతకాలం క్రితం గోరఖ్‌పూర్‌లో తోసివేయబడింది.

మానవ్, నేను రాత్రి భోజనం కోసం సమూహం నుండి విడిపోయాము. వారి కోసం విధి ఏమి ఉంచిందో మనకు తెలిసి ఉంటే, మేము వారిని ఎప్పటికీ విడిచిపెట్టి వెళ్ళే వాళ్లము కాదు.

నిరాశ, నిస్పృహ – రెంటికి మధ్య వారి ప్రయాణం

ఏడుగురు హటా వదిలిన మరుక్షణం రోడ్డు నిర్మానుష్యంగా మారింది. బలహీనమైన సహజ కాంతి ఉంది, కానీ చీకటి తీవ్రమవుతోంది. సోనూ సైకిల్ మరోసారి ఇబ్బంది పెట్టడంతో వారు కేవలం 4 కిలోమీటర్లు మాత్రమే ప్రయాణించారు. సహాయం చేసేందుకు ముందుగా, ముందుకొచ్చిన వ్యక్తి రితేష్. సోను సైకిల్ కారణంగా వారు ఇరుక్కుపోతే, రామ్ బాబు అతనిని దుయ్యబడుతాడాని అతనికి తెలుసు. హర్దోయ్‌లో, అతను నిలకడగా ఉన్న రూట్ నుండి వెనుదిరిగినప్పుడు, రామ్ బాబు ట్రక్ డ్రైవర్‌ని తమను తీసుకెళ్లమని వేడుకొని వారందరినీ రక్షించాడు, కానీ ఇప్పుడు, అతను తన బావమరిది సలహాకు విరుద్ధంగా వెళ్లి అందరినీ సైకిల్‌పై ఎక్కించాడు.

సోనూ చైన్ తెగిపోతూనే ఉంది, అలాంటి ఒక సంఘటన సమయంలో, అందరూ దాన్ని సరిచేయడానికి ప్రయత్నిస్తున్నప్పుడు, ముగ్గురు వ్యక్తులు వారిని సంప్రదించారు. వారందరూ యువకులు.–ఇరవయ్యో పడి ప్రారంభంలో ఉన్నారు. వారు స్థానికులుగా అనిపించింది.

'ఏమైంది?' ముగ్గురిలో ఒకడు అడిగాడు, బలహీనంగా కనిపించే వ్యక్తి. 'మీ సైకిల్ మిమ్మల్ని ఇబ్బంది పెడుతోందా? కావాలంటే మేము సహాయం చేస్తాం.'

ఈ సహాయానికి ఒప్పుకున్నందుకు అందరూ చాలా సంతోషించారు. రితేష్ తనకి అదృష్టం మళ్లీ కలిసివచ్చిందని భావించాడు. సోనూ వెంటనే సైకిల్‌ను అందజేసాడు. అప్పుడు సహాయం చేయడానికి వచ్చిన వ్యక్తి సైకిల్ ను పరిశీలించాడు. అతను సైకిల్ చైన్‌తో పని చేయడం ప్రారంభించాడు. అతను దానిని పరిశీలించిన విధానాన్ని చూస్తే, ఈ వ్యక్తి నిపుణుడని ఏడుగురు కూలీలకు నమ్మకం కలిగింది. కొద్దిసేపటికే, అతను లేచి నిలబడి సమస్యను తెలియజేశాడు. 'అన్నయ్య, నీ సైకిల్ చైన్ పూర్తిగా అరిగిపోయింది. అందులో ఏమీ మిగలలేదు. దీన్ని మార్చాలి.'

'ఐతే ఇప్పుడు ఏం చేయాలి?' ఆత్రుతగా అడిగాడు రితేష్.

'ఏం చేయగలమో చూద్దాం. రాకేష్ మెలకువగా ఉంటాడా?' అని మిగతా ఇద్దరినీ అడిగాడు, వాళ్ళు సమాధానం చెప్పేలోపే, 'ఒక పని చేయండి; రాకేష్‌ని పిలవండి.' అన్నాడు.

రెండో వ్యక్తి నంబర్ డయల్ చేశాడు. ఫోన్ మోగుతూనే ఉంది. కానీ ఎవరూ ఎత్తలేదు. ఈ బృందం వాళ్ల ముఖాలు వెలబోయినప్పటికీ, మొదటి వ్యక్తి వారికి భరోసా ఇచ్చాడు, 'మీరు చింతించకండి; మా ఊరు కిలోమీటరు దూరంలో ఉంది. రాకేష్‌కి సైకిల్ దుకాణం ఉంది. అతను నిద్రపోతున్నప్పటికీ, మేము అతనిని లేపి, ఈ పని అయ్యేలా చేస్తాం. .'అతని మాటల్లోని భరోసా వారందరికీ తాజా ఆశను కలిగించింది.

రామ్ బాబు ఒప్పుకోలేదు. 'ఊరిలో నీ స్నేహితుడు దొరక్కపోతే ఎలా?'

'అతన్ని ఎందుకు వెదకట్లేదు??' అని అడిగాడు, కొంచెం బక్కపలచగా ఉండే మూడో వ్యక్తి, మొదటిసారి మాట్లాడుతూ. 'అతను గ్రామంలో ఉన్నాడు. ఒక గంట క్రితమే మేమిద్దరం కలిసి రాత్రి భోజనం చేశాం.'

వాళ్ళు హైవే వదిలి ఊర్లోకి వెళ్ళాలని రామ్ బాబు ఇంకా తెలియలేదు. ఒకటి, అది వారికి ఆలస్యం చేస్తుంది, రెండవది, వీరు పూర్తిగా అపరిచితులు, మూడవది, అతను వారితో సౌకర్యంగా లేదు. చైన్‌ని చూసేందుకు అతనే కూర్చున్నాడు. 'ఇంకా పది పన్నెండు కిలోమీటర్లు వెళ్తే సరిపోతుందా?'

'లేదు,' అన్నాడు మొదటి వ్యక్తి ఒక్కసారిగా, 'అది కాదు. మిమ్మల్ని కష్టాల్లో చూశాం, అందుకే వచ్చాం. మిగతాది మీ ఇష్టం' అని చెప్పాడు.

రామ్ బాబు ఇంకా సందేహిస్తూ ఇతరుల వైపు చూశాడు. వారు నిర్లిప్తంగా వెనక్కి తిరిగి చూశారు. అయితే ఓ నిర్ణయం తీసుకోవాల్సి వచ్చింది. 'అలా ఉండనివ్వండి. ముందుకెళ్దాం' అని రామ్ బాబు అన్నాడు. 'ఇప్పటికే రాత్రి చాలా ఆలస్యం అయింది. ఊరికి వెళ్లి తిరిగితే మరింత ఆలస్యం అవుతుంది. ఏం చెప్తావ్ రితేష్?' అని తన నిర్ణయంలో రితేష్‌ని చేర్చుకున్నాడు. రితేష్, తన స్వంత అపరాధ భావనలో మునిగిపోయాడు, ఎటువంటి అదృష్ట పరీక్షకీ సిద్ధంగా లేడు. 'నువ్వు ఏం చెప్పినా సరే' అని త్వరగా అంగీకరించాడు. 'ముందుకు వెళ్దాం.'

'మరి దారిలో చైన్ తెగిపోతే?' అడిగాడు ఆశిష్.

'మీరు మీరు చూసుకోండి. మేము బయలుదేరుతున్నాము,' అని ఒకతను చెప్పి బయలుదేరాడు.. మిగతా ఇద్దరు అతనిని అనుసరించారు.

'ఓ, ఆగు...సరే, చెప్పు, మీ గ్రామం కేవలం ఒక కిలోమీటరు దూరంలో ఉందా?' అని అరిచాడు రామ్‌బాబు.

'అవును.'

వారు హైవేని విడిచిపెట్టి, ముగ్గురు గ్రామస్తుల వెనుక ఇరుకైన రహదారిపై నడవడం ప్రారంభించారు. తన నిర్ణయం సరైనదే అవ్వాలని రామ్ బాబు దేవుణ్ని ప్రార్థించాడు. ఈసారి ఏదైనా తప్పు జరిగితే కనీసం పట్టించుకునేది లేదని రితేష్ సంతోషించాడు. ఇద్దరూ తమ మనసులో సరిగ్గానే ఉన్నారు. మనిషి మనస్సుతీరే ఇంత. . మీకో బాధ్యత అప్పగించినపుడల్లా, ప్రతి నిర్ణయం ప్రభావం గురించి మీరు ఆందోళన చెందుతారు.

ఐదు నిమిషాలు నడిచారో లేదో, మార్గం మరింత నిర్మానుష్యంగా మారింది. ఇరుకైన రహదారి నుండి, ముగ్గురు వ్యక్తులు ఇప్పుడు పొలాల గుండా ఒక చెట్లతోపు వైపు వెళ్ళే మట్టి రహదారికి తిరిగి వచ్చారు. అక్కడ పూర్తి నిశ్శబ్దం, వీధికుక్కలు–ఏ గ్రామంలోనైనా ఉండే ఒక ప్రామాణిక లక్షణం. ఇక్కడ అవి –మొరిగే శబ్దం కూడా వినబడలేదు.

రామ్ బాబుకి ఇప్పుడు మరింత అనుమానం వచ్చి, 'అన్నయ్యా,, దగ్గరలో ఏ ఊరూ కనిపించడం లేదు' అన్నాడు.

'అక్కడ ఒకటి ఉంది. ఆ దట్టమైన తోపు చూశారా?' దూరంగా ఉన్నదాన్ని చూపిస్తూ అస్పష్టంగా బదులిచ్చాడు ఆ వ్యక్తి.

'నాకేమీ కనిపించడం లేదు.'

కరెంటు లేదు. అందుకే అంతా చీకటిగా ఉంది.

ఏదో చాలా తప్పు జరిగిందని రామ్ బాబు మనసు అతనికి చెపుతోంది.. అతను రితేష్ చూపును గమనించేందుకు ప్రయత్నించాడు, కానీ రితేష్ స్పందించలేదు ఎందుకంటే ఎవరి ముఖమూ స్పష్టంగా కనిపించడంలేదు.

చివరగా రామ్‌బాబు, 'చూడు అన్నయ్యా, నేను ఈ ఊరు దాటి వెళ్లడం లేదు. గొలుసు తెగిపోయినా మేము నడవడానికి ఇష్టపడతాం.' దీంతో అతను ఆగిపోయాడు. మిగిలిన వారు కూడా తమ దారిలోనే ఆగిపోయారు.

'తమ్ముడూ, ఏం చెప్తున్నావు; ఇంకో రెండు నిమిషాలే.' రెండో వ్యక్తి ముందుకు వచ్చాడు. 'గ్రామం ఆ అడవి వెనుక ఉంది. ఇప్పుడు నువ్వు ఇంత దూరం వచ్చావు, నీ పని పూర్తి చేసుకో' అన్నాడు.

'ఏం చెప్తున్నావ్? రితేష్? ఆశిష్?' ఇప్పుడు నిర్ణయం తీసుకోదలచుకోలేదు రామ్ బాబు.

'మరో రెండు మూడు నిమిషాలు నడవాలి కాబట్టి నడుద్దాం' అన్నాడు ఆశిష్. అందరూ అంగీకరించి నడవడం ప్రారంభించారు. రామ్ బాబుకి సంతోషంగా లేదు. ముగ్గురు వ్యక్తులు ముందున్నారు. రామ్ బాబు వెనకాలే, మిగిలిన వాళ్ళు కూడా ఉన్నారు.

ఇది దొంగల ముఠా అనే భావనను రామ్ బాబు వదలలేకపోయాడు, ఈ వ్యక్తుల నుండి సిగ్నల్ అందుకున్న క్షణంలో మిగిలిన వారు కనిపిస్తారు. మనల్ని దోచుకోవచ్చు, అనుకున్నాడు. అయితే ఈ ముగ్గురూ ముఠాలో భాగమైతే, ఈపాటికి ఏదో ఒక పని జరిగి వుండాలి కదా? ఈ మనుషులు వారి నుండి ఏమి దొంగిలించగలరని కూడా అనిపించింది. వారి పరిస్థితి బిచ్చగాళ్ల పరిస్థితి కంటే గొప్పగా ఏం లేదు. అతను తనకు తాను సర్దిచెప్పుకున్నాడు, ముందుకు సాగాడు. అప్పటికి, వారు గత కొన్ని నిమిషాల్లో అడవి అని పిలవబడే చెట్ల తోపుకు దగ్గరగా చేరుకున్నారు.

'నాకు ఊరు కనిపించడం లేదు తమ్ముడూ' అని చుట్టూ చూస్తూ అన్నాడు రితేష్.

'అయ్యో అదిగో... చూడు' అంటూ మొదటి వ్యక్తి ఏదో చూపిస్తూ మరో చేత్తో రితేష్ నడుములోకి ఏదో దూర్చాడు. 'ఇప్పుడు ఊరు చూడగలవా?'

రితేష్ భయపడ్డాడు, అతని కాళ్ళు వణుకుతున్నాయి. మరికొందరు, దూరంగా ఉండటంతో, ఆ వ్యక్తి రితేష్‌కు తన గ్రామాన్ని చూపిస్తున్నాడని అనుకున్నారు. అప్పుడు ఆ వ్యక్తి వారి వైపు తిరిగి, 'చూడండి, స్నేహితులారా. మీ స్నేహితుడిని కాల్చడానికి నా దగ్గర పిస్టల్ సిద్ధంగా ఉంది.'

రామ్ బాబు, ఇతరులూ భయంతో స్తంభించిపోయారు. రామ్ బాబు గుండె ధైర్యం ఇంకా అదుపులోనే ఉంది. అతను తన నిర్ణయానికి పశ్చాత్తాపపడ్డాడు, కానీ ఈ దొంగలు వారి నుండి ఏమి తీసుకోగలరో ఇప్పటికీ గుర్తించలేకపోయాడు.

'చుట్టూ ఎవరూ లేరు, ఊరు కూడా లేదు' అని రితేష్‌ను తుపాకీతో పట్టుకున్న మొదటి వ్యక్తి చెప్పాడు. 'హైవేకి 1.5 కిలోమీటర్ల దూరంలో ఉన్నాం. ఇది మీకు తెలుసు, కాదా? కాబట్టి అందరూ మీ సైకిళ్లను వదిలి వెనక్కి వెళ్లిపోండి.'

"ఇంకా మీ మొబైల్ ఫోన్లు కూడా," మూడవ వ్యక్తి జోడించాడు.

రామ్ బాబు భయపడిపోయి, ముకుళిత హస్తాలతో, 'అన్నయ్యా, మేము పేద కూలీలం. లాక్డౌన్ సమయంలో మేము ఘజియాబాద్ వదిలి వెళ్ళవలసి వచ్చింది, ఇప్పుడు బీహార్‌లోని మా గ్రామానికి తిరిగి వెళ్తున్నాము. మా దగ్గర దొంగతనం చేయడం వల్ల నీకు ఏం వస్తుంది?'

'మేము టాటా–బిర్లా కాదు, మీకు తెలుసా' అని మొదటి వ్యక్తి బదులిచ్చాడు. 'మేము కూడా పేదవాళ్లమే. ఇప్పుడు మాట్లాడి మీ సమయాన్ని వృధా చేసుకోకండి; వదిలేయ్. మేము మీలో ఎవరికీ హాని చేయము.'

'అన్నయ్య, కనీసం మా సైకిళ్లైనా వదిలేయండి' అన్నాడు రితేష్. 'మీరు మా చక్రాలను తీసుకుంటే, మేము సహర్సాకు ఎలా వెళ్తాము? మీరు నా మొబైల్‌ని ఉంచుకోవచ్చు,' అంటూ తన మొబైల్ ఫోన్‌ని నేలపై ఉంచాడు.

'ట్రక్కులు, బస్సులు ఇప్పుడు తిరుగుతున్నాయి; మేము దానిని వార్తలలో విన్నాము,' అని మూడవ వ్యక్తి చెప్పాడు. 'ఇప్పుడు తొందరగా వెళ్లిపోండి. వీటిని ఇంకా వదిలేసుకోండి.'

'అన్నయ్యా, ఇవి పాతవి. మేము వాటిని సెకండ్ హ్యాండ్‌గా కొనుగోలు చేసాము. ఇంత పాతబడి శిథిలావస్థలో ఉన్న సైకిళ్లను ఏం చేస్తావు?' అని ప్రశ్నించారు.

రెండో వ్యక్తికి కోపం వచ్చింది. 'సెకండ్ హ్యాండ్ సైకిళ్లతో ఏం చేస్తాం?! మాకు ఒక్క ముక్క కనీసం రూ.500 అంటే మొత్తం రూ.3,500 తీసుకుంటారు. మా మూడు కుటుంబాలకు ఒక నెల రేషన్ సరిపోతుంది. గత ఒకటిన్నర నెలలుగా మాకు ఒక్క రూపాయి కూడా రాలేదు. వదిలేసుకోండి ఇంక' అని హెచ్చరించాడు, లేదంటే కాల్చివేస్తాడు.

'అతను నిజంగా కాల్చేస్తాడా?' అని అడిగాడు రితేష్.

"అవును! దొంగ నా కొడకా! నేను అదే చేస్తాను," మొదటి వ్యక్తి అరిచాడు.

'సరే అయితే ఫైర్' అంటూ రితేష్ సవాల్ విసిరి రామ్ బాబుని మరింత భయపెట్టాడు.

'వద్దు అన్నయ్యా, కాల్చకు' అన్నాడు ఆశిష్ వేగంగా. 'మనమంతా సైకిల్‌ని వదిలేస్తున్నాం. వెళ్దాం. రితేష్, ఇక్కడికి రా.'

కానీ రితేష్ మాత్రం వెనక్కి తగ్గేరకం కాదు. 'ఎవరూ తమ సైకిళ్లను వదిలిపెట్టరు. నన్ను కాల్చండి' అని ధైర్యంగా అన్నాడు.

అతని ధైర్యసాహసాలకు చుట్టూ ఉన్న అందరూ ఆశ్చర్యపోయారు.

'నన్ను కాల్చండి. ఎందుకు ట్రిగ్గర్ నొక్కడం లేదు?' రితేష్ మళ్లీ అడిగాడు.

రామ్ బాబు, ఇతరులు అక్కడ నిలబడి డ్రామాను చూడటం తప్ప వేరే మార్గం లేదు. వారు హత్యకు సాక్షిగా ఉంటారా? వీరంతా సామూహిక హత్యలో భాగమవుతారా? వారు ఊపిరి పీల్చుకుని వేచి ఉన్నప్పటికీ, పిస్టల్ పట్టుకున్న మొదటి వ్యక్తి కాల్పులు జరపనూలేదు, ఏమీ మాట్లాడనూలేదు. ఏం జరుగుతోందో రామ్‌బాబుకి అర్థం కాలేదు.

'ట్రిగ్గర్‌ని నొక్కమని చెప్పు' అని రితేష్ మిగతా ఇద్దరు వ్యక్తులను తిట్టాడు.

రితేష్ అరుపులతో విసుగు చెందిన రామ్ బాబు, 'నీ నోరు అదుపులో పెట్టుకో. కాల్చివేస్తాడు!'

'అతను కాల్చలేడు రాంబాబు. అతని వద్ద పిస్టల్ లేదు, బుల్లెట్లు లేవు' అని రితేష్ చెప్పాడు.

'ఏంటి?!' నిశ్చేష్టుడయ్యాడు రామ్ బాబు. ముగ్గురు వ్యక్తులు నిశ్శబ్దంగా ఉన్నారు. ఇప్పుడు వారు రితేష్ అదుపులో ఉన్నారు. ఆ వ్యక్తి చేతిలోని పిస్టల్‌ని తీసుకోవడానికి అతను తిరిగి, 'రామ్‌బాబూ, వీళ్లు దొంగలు కాదు, గూండాలు కాదు. వాళ్ళు మనలాగే కష్టపడి పనిచేసే కూలీలు. ఈ పిస్టల్ నిజానికి మన పిల్లల కోసం కొనే దీపావళి బొమ్మ.'

'అతను చెప్పింది నిజమే,' ఆ వ్యక్తి సిగ్గుతో తల వంచుకున్నాడు.

'అయితే నీకెలా తెలిసింది రితేష్?' అడిగాడు ఆశిష్.

'తమ్ముడు నీ పేరు ఏమిటి?' అని రెండో వ్యక్తి దగ్గరకు వెళ్లాడు రితేష్.

'అనిల్ కుమార్.'

'నిజానికి, గత ఒకటిన్నర నెలలుగా తాను ఏమీ సంపాదించలేదని అనిల్ కుమార్ చెప్పినప్పుడు, వారు నేరస్థులు ఏమీ కాదని నాకు అర్థమైంది.' అని రితేష్ చెప్పాడు. 'తినడానికి డబ్బులు లేకపోతే పిస్టల్, బుల్లెట్‌లు ఎలా కొంటారు? నేను బొమ్మ పిస్టల్‌తో బెదిరించబడ్డానని గ్రహించాను, వారి అబద్ధం బయటపెట్టాలనిపించింది. అందుకే కాల్చమని సవాలు విసిరాను.'

మొదటి వ్యక్తి సిగ్గుతో తల వేలాడేసుకుని నిలబడ్డాడు.

రామ్ బాబు ఊపిరి పీల్చుకున్నాడు. పరిస్థితులు తారుమారయ్యాయి. ముగ్గురూ ఇప్పుడు ఏమీ చేయలేకపోయారు. వారు ఏడుగురు రాటుదేలిన వారే అయినా గుంపు సామూహిక బలానికి సరితూగలేరు. కాబట్టి వారికి ఇంక ఏ దారీ మిగల్లేదు.

'అన్నయ్యా, చోరీకి ఎందుకు పాల్పడుతున్నావు? ఒక్కసారి నేరస్థుడిగా మారితే విముక్తి ఉండదు' అని రామ్ బాబు తన వయసును కవచంగా ఉపయోగించుకుని వారికి ఓ సలహా ఇచ్చాడు.

'ఏం చేయాలి అన్నయ్యా?' బొమ్మ తుపాకీ పట్టుకున్న వ్యక్తి అడిగాడు. 'ఇంట్లో చాలా సమస్యలు ఎదుర్కొంటున్నాం. మాకు సహాయం కోసం పనికొచ్చే వారు ఎవరూ లేరు. ఈ రోజుల్లో మనకు ఎవరు సహాయం చేస్తారు? కాబట్టి మేము దొంగతనానికి ప్రయత్నించి చూద్దాం అని అనుకున్నాము. ఆ డబ్బుతో మేము ఒక నెల పాటు జీవించగలము, ఆ సమయానికి లాక్‌డౌన్ ఎత్తేస్తారు. మేము మా ఉద్యోగాలకు తిరిగి వెళ్ళవచ్చు.

'ఏం చేస్తూ ఉంటారు?' అని అడిగాడు రాంబాబు.

'నేను ఆటోరిక్షా నడుపుతాను' అన్నాడు మెల్లగా. 'గత నెల రోజులుగా పనిలేకుండా ఉంది. అనిల్ పెయింటర్‌గా, బబ్లూ లక్నోలో గార్డుగా పనిచేస్తున్నాడు.

'మరి నీ పేరేంటి అన్నయ్యా?' అడిగాడు ఆశిష్.

'అక్షయ్ కుమార్.'

సినిమా నటుడు 'అక్షయ్ కుమారా?' అని రామ్ బాబు అడగడంతో అందరూ నవ్వడం మొదలుపెట్టారు. ఒక్కసారిగా వాతావరణం మరింత సాధారణస్థితికి వచ్చింది.

'సినిమా స్టారా? నేను నేరస్థుడిగా మారబోయాను'' అని అక్షయ్ అన్నాడు. 'మీకు సరిపోతుందని భావిస్తే, రాత్రికి మా గ్రామంలోనే ఉండొచ్చు. ఉదయం సైకిల్ రిపేర్ చేయించుకుని వెళ్లిపోండి. గ్రామం దగ్గరలోనే ఉంది. ఈసారి నిజం చెప్తున్నాను.

అక్షయ్ నిజమే చెబుతున్నాడని రామ్ బాబుకు తెలుసు. అతను పశ్చాత్తాప పడుతున్నాడు అని కూడా తెలుసు. కానీ అతను వెనక్కి వెళ్ళడానికి ఇష్టపడలేదు. అందుకని వారు ఒక్క క్షణం కూడా వృథా చేయకుండా అక్కడి నుండి వెళ్లిపోయారు. కానీ వెళ్ళే ముందు, వారు ముగ్గురు వ్యక్తులకు తమ సంచుల నుండి కొంత వేయించిన సెనగలు ఇచ్చారు.

మిగిలిన ప్రయాణంలో, వారు అసలైన కరుడుగట్టిన నేరస్థులను ఎదుర్కోలేదని వారి అదృష్టానికి దేవుడికి కృతజ్ఞతలు చెప్పాడు. తమ సైకిల్ లేకుండా ప్రయాణించాలనే ఆలోచన వారిలో భయం నింపింది. అదే విధంగా, అనిల్ కుమార్ చెప్పినది వినడం ద్వారా, ఆ మనుషుల దగ్గర నిజమైన పిస్టల్ లేదని రితేష్ సరిగ్గా అంచనా వేయడం గుర్తొచ్చి అందరూ ఆశ్చర్యపోయారు.

''కొన్నిసార్లు, మీ లోపలి లోతుల్లోనుంచి , దేవుడు మీతో మాట్లాడతాడు,' అని రితేష్, వివేకంతో వారితో అన్నాడు. 'ఆ సమయంలో దేవుడు నాకు సహాయం చేసాడు.'

'మరి అది నిజమైన పిస్టల్ అయితే?' అని సోను అడిగాడు.

'నాకు బుల్లెట్ తగిలి ఉండేది. ఇంకేముంది?'

ఇంతసేపు మౌనంగా ఉన్న కృష్ణ, 'కొద్ది క్షణాల క్రితమే మనము ఎదుర్కున్న దాని గురించి ఆలోచిస్తేనే నాకు ప్యాంట్‌లో పాస్ పోసుకున్నంత పని అవుతోంది అన్నాడు. 'నేను

సైకిల్ దొంగిలించడానికి వెళ్లిన రాత్రి నాకు గుర్తుకు వస్తోంది. నేను కూడా నిస్పృహలో ఉన్నాను ఆ సమయానికి. ఏమి చేయాలో తెలియలేదు. ఈ వ్యక్తులు కూడా నా లాగే నిరాశకు గురయ్యారు.

'నువ్వు నిస్పృహ, నిరాశాలకు గురి అయినంత మాత్రాన తప్పు తప్పే కదా' అని రామ్ బాబు కృష్ణను మందలించాడు. ఆ రోజు రాత్రి ఘజియాబాద్ లో కృష్ణ ఆలోచనలు తెలిసినప్పుడు మాత్రం రామ్ బాబుకు భలే కోపం వచ్చింది. 'మనం పెద వాళ్ళం. ఈ కష్టం మనం మన మనస్సులతో మోసే ఒక భారం. కానీ దానివల్ల మనం నేరస్థులం అవ్వకూడదు కదా!'

హైవే మీద ఉన్నామని తేలికగా, హాయిగా, వేగంగా వారు సైకిల్ తొక్కుతున్నారు. అయితే, వారందరూ సోనూ సైకిల్ గురించి ఆందోళన చెందారు, దానికి ఏమీ జరగకూడదని ప్రార్థించారు. అతను అందరికంటె ముందు ప్రయాణించాలనుకున్నాడు. అదే ఈ చిక్కులన్నీ తెచ్చి పెట్టిందని తెలిసిందే.

అదృష్టం కొద్దీ సోనూ సైకిల్ ఆ ప్రయాణం మొత్తం ఇబ్బంది పెట్టలేదు. మొత్తం దూరం మునుపుకంటె సులభంగా పూర్తి చేయబడింది, రాత్రి 11 గంటలకు, వారు ఖుషీనగర్‌కు చేరుకుని, మొత్తం సంఘటనను మాకు వివరించారు.

మానవ్, నేనూ ఆశ్చర్యపోయాము. మాకు కొంచం కోపం కూడా వచ్చింది. మాకు తెలియజేయాలని కూడా అనిపించలేదా? మమ్మల్ని పిలవాలనిపించలేదా?

'సార్, మేము మీకు తెలియజేయాలనే ఆలోచించాం,' రితేష్ నిజాయితీగా అన్నాడు. ఇప్పటికే మీపై చాలా భారం వేశాం, ఇంకా మిమ్మల్ని ఇబ్బంది పెట్టకూడదని అనుకున్నాం.

'వాట్ నాన్ సెన్స్ ? (ఏం అర్థం లేని మాటలు ?) ,' నేను తేల్చేశాను. . 'నువ్వు వెంటనే మాకు చెప్పుండాల్సింది. మేము పోలీసులను సంప్రదించి ఉండేవాళ్లం. .

'పోలీసులకు ఫిర్యాదు చేసి ఏం సాధిస్తాం?' అని రామ్ బాబు ప్రశ్నించాడు. 'ఇప్పటికే వేధించబడిన వారిని పోలీసులు ఇంకా వేధించి ఉండేవారు. దాని వల్ల మనకేం లాభం?'

ఆ క్షణంలో రామ్‌బాబు నా హృదయాన్ని పూర్తిగా గెలుచుకున్నాడు. నాకు మాటలు లేకుండా పోయాయి.

ఇంత పెద్ద సంఘటనను మేము డాక్యుమెంటరీ కోసం చిత్రీకరించలేకపోయినందుకు నేను చింతిస్తున్నాను, ఎందుకంటే ఈ వలసదారులు వారి ప్రయాణంలో ఎదుర్కొన్న తీవ్ర ప్రమాదాలను ఈ చిత్రం తెరకు ఎక్కిస్తోంది. అయితే, మేము వారితో పాటు ఉండి ఉంటే, ఈ సంఘటన అస్సలు జరిగేది కాదు. డాక్యుమెంటరీ తరహా చిత్రాల దృష్టి నుండి ఇటువంటి నిజాలు తప్పించుకోవడానికి బహుశా ఇదే కారణం కావచ్చు. ఈ సంఘటన మా ప్రయాణానికి సరికొత్త దృక్పథాన్ని అందించింది– మేము వారి ప్రయాణాన్ని

చిత్రీకరించాలి అనుకుంటున్నాము. అలా అని మేము దానిని ప్రభావితం చేయకూడదు. అయితే, కొన్నిసార్లు అదృష్టమో, దురదృష్టమో అదే జరిగేది.

మహమ్మారి, దాని పర్యవసానంగా లాక్‌డౌన్ ఫలితంగా కరోనావైరస్ కంటే చాలా చెడ్డ, కృత్రిమమైన వైరస్ ఏర్పడిందా అని కూడా నేను ఆలోచించవలసి వచ్చింది. అది అమానవీయత అనే వైరస్‌కు దారితీసిందా? ఇది మానవీయ విలువలను పూర్తిగా అంతం చేసే ప్రమాదకర వైరస్ కాదా? చిన్న పట్టణాలు, గ్రామాల నుండి పేద, సామాన్య, స్వాభిమానం గల ప్రజలు తమ కంటే చాలా బలహీనమైన, పేద కార్మికులను దోచుకోవడానికి సిద్ధంగా ఉన్నారని నేను ఊహించలేకపోయాను.

ఇలాంటి సంఘటనలు పెరుగుతున్నాయని మాకు తెలియాల్సి ఉంది.

రామ్ బాబు, రితేష్, ఇతరులను మమ్మల్ని కలవమని మేము కోరిన స్థలం ఖుషీనగర్ టౌన్ వెలుపల ఉంది. అది ఒక స్వచ్ఛంద సంస్థ ద్వారా ఏర్పాటు చేయబడిన ఉచిత ఆహార దుకాణం. లాక్‌డౌన్ ప్రకటించిన తర్వాత దోపిడీ ఘటనలు నాలుగు రెట్లు పెరిగాయని ఈ సంస్థ సభ్యులు మాకు చెప్పారు. కాలినడకన లేదా సైకిళ్లపై వలస వెళ్లే దుర్బలమైన కార్మికులపై జరిగిన నేరాల ప్రస్తావనను మాత్రమే మేము పోలీసు రికార్డుల్లో కనుగొనలేమని కూడా వారు మాకు చెప్పారు.

రాత్రి భోజనాలయ్యాక అర్థమైంది ఆ రాత్రి మరింత ముందుకు నెట్టడం వల్ల ప్రయోజనం లేదని. ఏడుగురు వ్యక్తులు రోడ్డు పక్కన ఉన్న ఒక ఖాళీ దుకాణాన్ని కనుగొన్నారు; వారు తమ దుప్పట్లను నేలపై విస్తరించారు, కొద్దిసేపటికే గాఢనిద్రలో ఉన్నారు. డజన్ల కొద్దీ వీధికుక్కలు ఆవేశంగా మొరుగాయి, ట్రక్కులు బిగ్గరగా సంగీతాన్ని వినిపించాయి, కానీ వారు కష్టపడి సంపాయించుకున్న విశ్రాంతికి ఏదీ భంగం కలిగించలేదు.

నేను సమయం చూసాను, దాదాపు అర్ధరాత్రి. అంతర్జాతీయ కార్మిక దినోత్సవం ముగింపు దశకు చేరుకుంది. సహర్సాకు తిరిగి వారి ప్రయాణంలో ఐదవ రోజు ముగియడంతో, ఈ ఏడుగురు వ్యక్తులు ఇప్పుడు ఇంటికి దగ్గరగా ఉన్నారు. బీహార్ సరిహద్దు వారు ప్రశాంతంగా నిద్రిస్తున్న ప్రదేశానికి కేవలం 49 కిలోమీటర్ల దూరంలో ఉంది.

8

స్వరాష్ట్రంలో తిప్పలు?

ఆరవ రోజు: 2 మే 2020

347 కిలోమీటర్ల దూరంలో సహార్సా

ఆరవ రోజు ఉదయం, రితేష్ విస్తృతమైన ప్రణాళికతో సిద్ధంగా ఉన్నాడు. ఆ రోజు 210 కిలోమీటర్లు ప్రయాణించి ముజఫర్ పూర్ చేరుకుంటామని అందరికీ చెప్పాడు. అతను ప్రయాణిస్తున్న ట్రక్కుల సహాయం తీసుకోవడానికి సిద్ధంగా ఉన్నాడు. వారు రాత్రి పొద్దుపోయే సమయానికి ముజఫర్‌పూర్‌కు చేరుకోగలిగితే, వారు ఏడవ రోజు ముగిసే సమయానికి అక్కడి నుండి కేవలం 150 కిలోమీటర్ల దూరంలో ఉన్న సహర్సాకు సులభంగా చేరుకుంటారు. అయితే కేవలం 49 కిలోమీటర్ల దూరంలో ఉన్న బీహార్ సరిహద్దును మరో మూడు గంటల్లో చేరుకోవాలనేది తొలి లక్ష్యం. లక్ష్యం చాలా దగ్గరగా ఉండటంతో, ఏడుగురు కూలీలు కొత్త శక్తితో, స్ఫూర్తి తో నిండిపోయారు.

ఉదయం 6 గంటలకే వారంతా బయలుదేరేందుకు సిద్ధమయ్యారు. ఆశిష్, సందీప్, కృష్ణ వారి ఇళ్లకు ఫోన్ చేశారు, మరుసటి రోజు రాత్రికి చేరుకుంటామని చెప్పారు, వారు వచ్చినప్పుడు ఏమి తినాలనుకుంటున్నారో వారికి సూచించారు.

వారు నా కారులోని ఛార్జింగ్ పోర్ట్‌లను వివిధ సందర్భాలలో ఉపయోగించారు, ఇది కొన్ని ఆసక్తికరమైన సంఘటనలకు దారితీసింది. నేను ఒకటి స్పష్టంగా గుర్తుచేసుకున్నాను.

ఒకసారి రామ్ బాబు మొబైల్ మోగింది. ఇది రెండు సార్లు నిరంతరాయంగా మోగింది, ఆ తర్వాత మానవ్, నేను ఆగిపోతుంది అనుకున్నాము. కానీ ప్రతి రెండు నిమిషాలకు కాల్స్ వస్తూనే ఉన్నాయి. మేము రామ్ బాబు గోప్యతను గౌరవించాలని, కోరుకున్నందున, మేము కాలర్ పేరును చూడాలని లేదా దానికి సమాధానం చెప్పాలనుకోలేదు. కానీ కాలర్ అలుపు ఎరగకపోవడం తో, 'మేరీ జాన్' (నా జీవితం) అని చూపిస్తున్న స్క్రీన్‌ను మేము చూడవలసి వచ్చింది.

అతనితో మాట్లాడాలని తహతహలాడుతున్న అతని భార్య కాల్ అది అని మేము నిర్ధారించాము. పది నిమిషాల తర్వాత మళ్లీ ఫోన్ మోగింది. మళ్లీ మేరీ జాన్ అని అనుకున్నాం కానీ ఈసారి 'మేరీ మల్కిన్' (నా యజమాని) అనే మరో పేరు తెరపైకి వచ్చింది. ఇప్పుడు మేము పూర్తిగా గందరగోళానికి గురయ్యాము. మేరీ జాన్ భార్య అయితే, మేరీ మల్కిన్ ఎవరు? మరి మేరీ మల్కిన్ భార్య అయితే, మేరీ జాన్ ఎవరు?

కానీ మేము రామ్ బాబు వ్యక్తిగత జీవితాన్ని విచారించడానికి ఇష్టపడ లేదు. తర్వాత రామ్‌బాబు ఫోన్ తీసుకుని వచ్చినప్పుడు మొబైల్‌కి నిరంతరం కాల్స్ వస్తున్నాయని

చెప్పాం. అతను అప్రమత్తమయ్యాడు. అతను స్క్రీన్ వైపు చూస్తూ తన సమర్థనను అందించాడు: 'కుటుంబ సభ్యులు ఆత్రుతగా ఉన్నారు, మీకు తెలుసా!'

నేను ఈ రెండు నంబర్ల గురించి మరింత తెలుసుకోవాలనుకున్నాను, కానీ సంభాషణను ఎలా పొడిగించాలో నాకు తెలియదు. కొన్ని గంటల తర్వాత, రామ్ బాబు ఫోన్ మళ్లీ ఛార్జ్ చేయవలసి వచ్చింది. అతను దానిని మాకు ఇచ్చాడు. రెండు గంటలపాటు ఛార్జింగ్ అయ్యాక మళ్లీ ఫోన్ మోగడం మొదలైంది. ఈసారి కూడా, అదే పాత పద్ధతి పునరావృతమైంది: మొదటి నాలుగు కాల్స్ మేరీ జాన్ నుండి వచ్చాయి, ఆ తర్వాత పది నిమిషాల తర్వాత మేరీ మల్కిన్ నుండి మూడు కాల్స్ వచ్చాయి. రహస్యం మరింత లోతుగా ఉంది, మేము ఆసక్తిగా ఉన్నాము.

'రామ్ బాబూ, నీ మొబైల్ నిత్యం రింగ్ అవుతోంది. అంతా ఓకేనా?' అడిగాడు మానవ్.

'అవును సార్ నేను ఎక్కడికి చేరుకున్నానో అని ఫోన్ చేస్తూనే ఉన్నారు' అన్నాడు రాంబాబు.

'కానీ వేర్వేరు సంఖ్యలు ఉన్నాయి. కొన్నిసార్లు ఇది "మేరీ జాన్", అని కొన్నిసార్లు "మేరీ మల్కిన్"' అని వస్తోంది అని మానవ్ అన్నాడు. అలా అంటూనే మానవ్, రామ్ బాబు వ్యక్తిగత జీవితంలోకి నేరుగా అడుగుపెట్టాడు. రామ్ బాబు కాస్త ఇబ్బంది పడ్డాడు.

'సార్ ఇది నా భార్య' అని బదులిచ్చాడు. 'నేను మూడు గంటలకు ఒకసారి ఆమెకు కాల్ చేయకపోతే, ఆమె తన కాల్‌లతో నన్ను సతమతం చేయడం ప్రారంభిస్తుంది.'

'నీకు ఎంత మంది భార్యలు?' అడిగాడు మానవ్.

రాంబాబు మళ్లీ సిగ్గుపడుతూ, 'ఒక్కటే సార్, రెండు ఫోన్ నంబర్లతో..' అన్నాడు.

'అయితే రెండు వేర్వేరు పేర్లు ఎందుకు మెరుస్తున్నాయి?' మానవ్ గోప్యత యొక్క సరిహద్దులను గాలికి విసురుతూ అడిగాడు.

'పెళ్లి సమయంలో నేను ఆమెకు మొబైల్ ఫోన్ ఇచ్చాను, మరొకటి ఉచిత జియో నంబర్. అందుకే రెండిటినీ వేరు వేరు పేర్లతో ఉంచాను.' మేరీ జాన్, మేరీ మల్కిన్ రహస్యం పరిష్కరించబడింది. వివాహమైన మొదటి రోజుల్లో, భార్య మేరీ జాన్, పెళ్లయిన కొన్ని సంవత్సరాల తర్వాత, ఆమె మేరీ మల్కిన్‌గా మారిపోయింది.

సొంత ఇంటిలో బయట వారిగా...

సుమారు ఉదయం 10 గంటల సమయానికి, ఈ గుంపు నాలుగు గంటలపాటు సైకిల్ తొక్కింది, సోనూ సైకిల్‌ను ఫిక్స్ చేయడంలో అరగంట సమయం కోల్పోయినప్పటికీ,

బీహార్ సరిహద్దు ఇప్పుడు కేవలం 2 కిలోమీటర్ల దూరంలో ఉంది. ఇంత తక్కువ సమయంలో ఇంత సుదీర్ఘమైన, కష్టతరమైన ప్రయాణం వారు విజయవంతంగా పూర్తి చేశారని వారు ఏడుగురు కానీ, మానవ్, నేను కానీ నమ్మలేకపోయాము. వారు 1232 కిలోమీటర్లలో 900 కిలోమీటర్లను కేవలం ఆరు రోజుల్లోనే దాటారు. ఇది ఒక అద్భుతం కంటే తక్కువ కాదు.

ఆపై సరిహద్దు దాటి బీహార్‌లోకి వెళ్లాం. వారి ఆనందాన్ని మాటల్లో పట్టుకోవడం కష్టం. యువకులు ఒకరినొకరు కౌగిలించుకుని, ఆనందంతో కేకలు వేస్తున్నారు. వారి కళ్ళు తడిగా ఉన్నాయి. వారు తమ దేశంలోని రాష్ట్ర సరిహద్దును మాత్రమే దాటినప్పటికీ, వారి ముఖాల్లో సంతోషం, సంతృప్తి వారు క్రికెట్ ప్రపంచ కప్‌ను గెలుచుకున్నట్లు సూచించాయి., ఒక విధంగా వారు తమ జీవితాలను పణంగా పెట్టి చేపట్టిన క్రాస్ కంట్రీ రేస్ ఇది.

ఈ గుంపు ఇప్పుడు వారి సొంత రాష్ట్రంలో ఉంది. వారు మరో 5 కిలోమీటర్లు సైకిల్ తొక్కారు. ఒక భారీ చెక్‌పోస్ట్‌ను దాటడానికి ముందు చూస్తే, అది బీహార్ పోలీసు అధికారులు, సిబ్బందితో నిండిపోయి ఉంది. వారిని ఆపి, దిగి, ఒక కానిస్టేబుల్ వారిని, తనని అనుసరించమని అడిగాడు. వారు విధేయత గల పిల్లల లాగేచేసారు. అయినప్పటికీ, వారి భయాందోళనలకు, రెండు నిమిషాల వ్యవధిలో, వారు తమలాగే వేలాది మంది కూలీలతో కూడిన సముద్రంలోకి విసిరివేయబడ్డారు అని గమనించారు. వారు పెద్ద బహిరంగ మైదానంలో మండుతున్న సూర్యుని క్రింద వేచి ఉన్నారు.

గోరఖ్‌పూర్ చేరుకున్న తర్వాత, ఏడుగురు యువకులు తమ అమూల్యమైన మాతృభూమి గురించి మాట్లాడుకున్నారు. వారు ఇంటికి తిరిగి రావాలని, మట్టిని తాకి దాని సువాసనను ఆస్వాదించాలని కోరుకున్నారు. బీహార్‌లో అడుగుపెట్టగానే అంతా సర్దుకుంటుందని విశ్వాసం వ్యక్తం చేశారు. అప్పటిదాకా పడ్డ కష్టాలు, అవమానాలు అన్నీ మర్చిపోవడానికి సిద్ధమయ్యారు. నిజానికి, వారు ఉత్తరప్రదేశ్ సరిహద్దును దాటి బీహార్‌లోకి ప్రవేశించిన క్షణంలో, ఆశిష్ నాతో, 'నేను ఇప్పుడు నా సీనియర్ తల్లి [బీహార్]తో ఉన్నాను, రేపు నేను మా జూనియర్ తల్లి [సహర్సా]ని కలుస్తాను' అని చెప్పాడు. అతని స్వంత తల్లి నమ్మలేకపోయింది. చివరకు బీహార్ చేరుకుని, రాష్ట్ర సరిహద్దుల్లో తాము నిలబడి ఉన్న చెక్‌పోస్టు ఫొటోను ఆశిష్ ఆమెకు పంపాడు.

గోపాల్‌గంజ్ జిల్లాలోని కుచాయికోట్ ప్రాంతంలో ఉన్న ఈ చెక్‌పోస్ట్ పోలీసు, రెవెన్యూ శాఖకు జాయింట్ పోస్ట్‌గా పనిచేస్తుంది. కానీ, ఆ రోజు, అది పూర్తిగా నిర్వహణ లేని గ్రామోత్సవంగా మారిపోయింది. అక్కడ పెద్దఎత్తున ఎరుపు, పసుపు గుడారాలు ఉన్నాయి. పరిపాలన, పోలీసు అధికారులు పెద్ద సంఖ్యలో ఉన్నారు. వందలాది మంది

కార్మికులు ఏమీ చేయాలో తెలియక పడుకుని ఉన్నారు, ఇతరులు లక్ష్యం లేకుండా తిరుగుతున్నారు. చిన్నారులు, వారు సృష్టిస్తున్న రాకెట్ల తో ఆ ప్రాంతమంతా సందడి నెలకొంది. పిల్లలతో పాటు, మేము స్త్రీలను కూడా చూశాము – వారిలో కొందరు గర్భవతిగా కూడా ఉన్నారు.

వారు ఇక్కడ ఎందుకు గుమిగూడారు, వారిని సూర్యుని క్రింద, లక్ష్యం లేకుండా ఎందుకు వేచి ఉంచుతున్నారో మాకు అర్థం కాలేదు. కూలీలు కూడా సహనం కోల్పోయారు. 'అన్నయ్యా, ఏం జరుగుతోంది, మమ్మల్ని ఎక్కడికి తీసుకెళ్తున్నారు?' రితేష్ వాళ్లతో పాటు వెళ్తున్న పోలీసును అడిగాడు.

'మాట్లాడకుండా నడవండి. కాసేపట్లో మీకే తెలుస్తుంది' అని పోలీసు దురుసుగా బదులిచ్చాడు.

'కనీసం మాకు ఏదో ఒకటి చెప్పండి' అని రితేష్ పట్టుబట్టాడు.

పోలీసు బదులివ్వలేదు. కొంతసేపు నడిచిన తర్వాత ఆగి, 'మీ సైకిళ్లు ఇక్కడ పార్క్ చేసి కూర్చోండి. సీనియర్ అధికారి వచ్చి ఏం చేయాలో తెలియజేస్తారు.'

'మాకు ఉదయం నుంచి ఏమీ లేదు. తినడానికి ఏమైనా ఉందా?' అడిగాడు రితేష్.

'కాసేపట్లో ఆఫీసర్ వస్తాడు.', ఆ పోలీసు ఈ మాటలతో వెళ్లిపోయాడు. ఆ యువకులకు తాము తర్వాత ఏమి చేయగలమో లేదా ఇప్పుడు ఏమి జరుగుతుందో తెలియదు.

ఒక టెంట్‌లో చక్కగా వరుసలో ఉన్న టేబుల్‌ల వరుసను రితేష్ చూశాడు, ప్రతి టేబుల్ వెనుక ముగ్గురు అధికారులు కూర్చున్నారు, దానిపై ఒక జిల్లా పేరు మెరుస్తూ ఉంది. సహర్సా నుండి సంస్తిపూర్ వరకు, బరౌనీ నుండి బెగుసరాయ్ వరకు–, ప్రతి జిల్లా కనిపిస్తుంది. రితేష్‌కి అర్థం కాకపోవడంతో పక్కనే పడుకున్న వ్యక్తిని సంప్రదించాడు.

'అన్నయ్యా, ఇక్కడ ఏం జరుగుతోంది?' అని అడిగాడు.

'ఏమీ లేదు' అని ఆ వ్యక్తి బదులిచ్చాడు. 'ఈ ముష్టి నా కొడుకులు మనతో ఆటలు ఆడుతున్నారు.'

ఆ వ్యక్తి అప్పటికే చాలా అలసిపోయి ఉన్నాడని రితేష్ గమనించాడు, కానీ అతనిని కొంచెం ఎక్కువగా విచారించాలని నిర్ణయించుకున్నాడు. 'మీ ఉద్దేశ్యం ఏమిటి?'

'నేను పూర్ణియకు వెళ్లాలనుకుంటున్నాను, నేను నిన్న సాయంత్రం నుండి ఇక్కడ వేచి ఉన్నాను; కానీ వారు నన్ను వెళ్లనివ్వడం లేదు.

'ఎందుకు?' రితేష్ ఆసక్తిగా ఉన్నాడు.

'వెళ్లి ఆ లుచ్చా గాళ్ళనే అడగండి' అని ఆ వ్యక్తి గుడారాల్లో ఏర్పాటు చేసిన బల్లలను చూపిస్తూ అరిచాడు.

ఇంకేమీ అడగడం వల్ల ప్రయోజనం లేదని రితేష్ గ్రహించాడు-అతను అప్పటికే చాలా ఉద్రేకంతో ఉన్నాడు. అధికారులను అడగడానికి కౌంటర్‌కు వెళ్లే ముందు, రితేష్ మరొక కూలీని అడగడం సరిపోతుందని భావించాడు. అతను భార్య, ఇద్దరు పిల్లలతో ఉన్న వ్యక్తిని గుర్తించాడు. ఆ ఇద్దరు పిల్లలు ఏడుస్తూనే ఉన్నారు. ఇరవై నుంచి ఇరవై రెండేళ్ళలోపు వయసున్న అతని భార్య వారిని అదుపు చేసేందుకు ప్రయత్నించి విఫలమైంది. ఆమె ఒకరిని తన ఒడిలో పెట్టుకుంది. కానీ మరో బిడ్డ రోదిస్తూనే ఉంది. తన భార్య కష్టాలను పట్టించుకోని ఆ వ్యక్తి దాదాపు కదలకుండా నేలపై పడుకున్నాడు.

'అన్నయ్యా, ఎక్కడి నుంచి వచ్చావు?' అని తడబడుతూ అడిగాడు రితేష్.

ఆ వ్యక్తి లేచి కూర్చుని, 'ఘజియాబాద్' అని జవాబిచ్చాడు.

ఇది విన్న రితేష్‌కు బంధుత్వం ఏర్పడింది. అదే ప్రయాణాన్ని ఎదుర్కొనే వ్యక్తి ఇక్కడ ఉన్నారు. 'ఘజియాబాద్‌లో ఎక్కడ?' అని మరింత ఆత్మవిశ్వాసంతో అడిగాడు.

'సాహిబాబాద్. నేను సైకిల్ ఫ్యాక్టరీలో పని చేస్తున్నాను. ఇది మూసివేయబడింది," అని ఆ వ్యక్తి చెప్పాడు.

'మేము కూడా ఘజియాబాద్ నుండి వచ్చాము; సైకిల్ తొక్కాం' అని రితేష్ చెప్పాడు. 'ఇంతవరకూ ఎలా వచ్చావు?'

'కొన్నిసార్లు మేము నడిచాము, కొన్నిసార్లు మేము ట్రక్కులు, బస్సులలో లిఫ్ట్‌లు తీసుకున్నాము.

'మరి నీకు ఎన్ని రోజులు పట్టింది?'

'ఈరోజు ఎనిమిదో రోజు.'

'అమ్మ దేవుడా!' రితేష్ భయంగా అరిచాడు. 'ఎనిమిది రోజులు, పిల్లలతో?'

'ఏం చేయాలి అన్నయ్యా?' నిట్టూర్చాడు ఆ వ్యక్తి. 'కనుచూపు మేరలో మరొకటి లేదు.'

ఆ మాటల్లోని బాధను, నిస్సహాయతను రితేష్ తప్ప మరెవరు అర్థం చేసుకోగలరు? అతను మౌనం వహించాడు.

'ఇక్కడి నుంచి ఎక్కడికి వెళ్తావు?' అని ఆ వ్యక్తి రితేష్‌ను అడిగాడు.

'మేము ఏడుగురు సహర్సాకు వెళ్తున్నాం. నువ్వు ఎక్కడికి వెళ్తున్నావు?'

'మేము కైమూర్‌కి వెళ్లాలి' అని ఆ వ్యక్తి చెప్పాడు.

'అలాంటప్పుడు నువ్వు ఎందుకు వెళ్లడం లేదు, ఇక్కడ ఎందుకు పడుకున్నావు?' అని రితేష్ అడిగాడు, ఆ వ్యక్తి– ఒక్క ముక్కలో బీహార్ చేరుకోగలిగాడు, భార్య, పిల్లలతో అప్పటికే ఇంట్లో ఎందుకు లేడు.

'కైమూర్‌కు బస్సు వస్తేనే మేము బయలుదేరగలం' అని ఆ వ్యక్తి బదులిచ్చాడు.

'దాని అర్థం ఏమిటి?' రితేష్‌కి అర్థం కాలేదు.

ఆ మనిషి వివరించాడు. 'ఇతర రాష్ట్రాల నుంచి వచ్చే ప్రతి ఒక్కరినీ పోలీసులు ఆపి ఈ చెక్‌పోస్టుకు పంపుతున్నారు. ఇక్కడ ప్రతి ఒక్కరూ కరోనావైరస్ పరీక్ష చేయించుకోవాలి. క్లియర్ అయిన వారికి వారి జిల్లా ప్రధాన కార్యాలయానికి వెళ్లే బస్సులో సీటు ఇవ్వబడుతుంది.

'అయితే మీ జిల్లాకు వెళ్లే బస్సు ఎక్కడుంది?'

'అక్కడ బస్సు నిలబడి ఉంది. మాకు నంబర్ కేటాయించారు.'

'అయితే నువ్వు వెళ్లి బస్‌లో కూర్చోకూడదా?'

'నువ్వు అలా వెళ్లి కూర్చోలేవు' అన్నాడు ఆ వ్యక్తి. 'ఈ వ్యక్తులు కైమూర్‌కు అరవై నుండి డెబ్బై మంది వెళ్లాలని కోరుకుంటారు, అప్పుడు మాత్రమే వారు బస్సును నడుపుతారు. నేను కొంతకాలం క్రితం వారిని అడిగాను, వారు నలభై మంది ప్రయాణికులు మాత్రమే ఉన్నారని చెప్పారు. కాబట్టి మా బస్సు బయలుదేరడానికి మరో రెండు గంటలు పడుతుంది.'

రితేష్ ఇప్పుడు అసలు ఇక్కడ ఏమి జరుగుతుందో అర్థం చేసుకోగలిగాడు. కానీ అది అతనికి మరింత ఆందోళన కలిగించడానికి మాత్రమే ఉపయోగపడింది. అతను ఇలా అడిగాడు, 'మీరు ఇక్కడికి ఎప్పుడు చేరుకున్నారు?

'ఈరోజు ఉదయం, 7 గం.'

'మనకే సొంతంగా సైకిళ్లు ఉన్నట్లే, సొంత వాహనాలు ఉన్నవాళ్లను వెళ్లనివ్వరా?'

'మీ దగ్గర సైకిళ్లు ఉన్నా, రిక్షాలు ఉన్నా, ఇక్కడ నుంచి అందరూ బస్సులో మాత్రమే బయలుదేరుతారు.

రితేష్ తన వెనుక నిలబడి ఉన్న రామ్ బాబు, ఆశిష్, సందీప్ ని చూసాడు. తాము ఇరుక్కుపోయామని అందరికీ తెలుసు. పూర్నియా నుండి వచ్చిన వ్యక్తి అప్పటికే ఒక రోజంతా ఇక్కడ ఉన్నాడు. కైమూర్‌కు చెందిన వ్యక్తి ఉదయం నుండి ఇక్కడ చిక్కుకున్నాడు. సహర్సాకు వెళ్లే బస్సు స్థితి వారికి తెలియదు. అరవై నుండి డెబ్బై మంది ప్రయాణికులు ఇప్పటికే కనుగొనబడ్డారా? వారు త్వరగా విచారించవలసి ఉంది.

నలుగురు ఈ విషయాలు అన్నీ కన్నుక్కోవడానికి కౌంటర్ వైపు నడుస్తుండగా సందీప్ గమనించిన ఒక విషయం అందరినీ ముందుకు వెళ్ళడం నుంచి ఆపేసింది. 'అధికారిక రికార్డులో మన పేరు నమోదైతే మనం కూడా ఇరుక్కుపోతాం. కాబట్టి ముందుగా సహర్సాకు ఏదైనా బస్సు ఉందా లేదా అని తెలుసుకుందాం. ఒకవేళ ఉంటే అయితే, ఎంత మంది ప్రయాణికులు ఎక్కేందుకు సిద్ధంగా ఉన్నారు అని కూడా తెలుసుకోవాలి' అన్నాడు సందీప్.

సందీప్ సూచన చాలా ఉత్తమంగా ఉంది. అందరూ అంగీకరించారు. భారీ బహిరంగ మైదానానికి ఎడమ వైపున, వారు వరుసగా నిలబడి ఉన్న అనేక బస్సులను గుర్తించి, వాటి వైపు నడవడం ప్రారంభించారు. కృష్ణ, సోను, ముఖేష్ ఈలోపు వారితో చేరారు.

మోతీహరి, ముజఫర్‌పూర్, వైశాలి, పాట్నా, సమస్తిపూర్, బరౌని, బెటియా, అరారియా, అర్రా, భోజ్‌పూర్, దర్భంగా, జాముయి, మాధేపురా, కైమూర్‌లకు బస్సులు ఉన్నాయి. సహర్సా మినహా దాదాపు ప్రతి జిల్లాకు బస్సు ఉంది. అందరూ ఆందోళన చెందారు. కొంచెం దూరంలో నిలబడి ఉన్న బస్ డ్రైవర్ల గుంపు ను రామ్ బాబు అడిగాడు. వారు సహర్సా కోసం ప్రస్తుతం బస్సు లేదని చెప్పారు. అక్కడికి వెళ్లే బస్సు ఎప్పుడు ఉంటుందో, ఉంటుందో లేదో వారికి తెలియదు.

ఏడుగురు తమలో తాము సంప్రదింపులు జరిపి ఏకగ్రీవ తీర్మానానికి వచ్చారు. వారు ప్రభుత్వ మద్దతుపై ఆధారపడితే, మరో రెండు మూడు రోజులు ఇక్కడే ఉండిపోతారు. వారు ఇప్పుడు ఏమి చేయగలరు? ఇది అందరి మదిని తొలుస్తున్న ప్రశ్న.

'బ్రిజ్‌ఘాట్‌లో ఉత్తరప్రదేశ్ పోలీసులను మేము తప్పించుకోగలిగితే, ఇది మన రాష్ట్రం, మన గ్రామం; మమ్మల్ని అడ్డుకునే శక్తి ఎవరికి ఉంది?' అని రామ్‌బాబు అన్నారు.

'నీ ఉద్దేశ్యం ఏమిటి?' రామ్ బాబు మాటలు విని రితేష్ కొంచం తడబడ్డాడు.

'అంటే, ఘజియాబాద్ నుండి ఇక్కడి వరకు మనం ఎలా వచ్చామో, ఇక్కడ నుండి సహర్సా వరకు అదే సూత్రాలను అనుసరించాలి' అని రామ్ బాబు అన్నాడు.

'కానీ ఇక్కడ పోలీసుల ఉనికి భారీగా ఉంది' అని ఆశిష్ ఎత్తి చూపాడు.

'రామ్‌బాబు చెప్పింది నిజమే. మనం ఘజియాబాద్ నుండి ఇంత దూరం వచ్చి, గంగను దాటి, బ్రిజ్‌ఘాట్‌పై సంధి జరిపి, ఈ స్థాయికి చేరుకోగలిగితే, మనం ఈ పోలీసులతో కూడా వ్యవహరించి సహర్సాకు చేరుకోగలము,' అని రితేష్ చెప్పాడు.

రామ్ బాబుకి రితేష్ మద్దతు లభించింది.

'ఇంత మంది పోలీసులు మనల్ని గమనిస్తూంటే మనం ఇక్కడి నుంచి ఎలా వెళ్తాం?' అని అడిగాడు సోను.

'చిన్న గుంట లేదా అలాంటిదే ఏదో ఒక మార్గం ఉండాలి. కనుక్కుందాం' అన్నాడు రితేష్.

ఈ సమయంలో జోక్యం చేసుకోవడం ఉత్తమమని నేను భావించాను. 'నువ్వు చేస్తున్నది తప్పు అని నా అభిప్రాయం' అన్నాను. 'బీహార్ ప్రభుత్వం సహాయం అందించడానికి తన బాధ్యతను తీసుకున్నప్పుడు, మీరు నిరాశకు లోనవకండి, ఇప్పుడే అంత వెర్రి పని చేయకూడదు.

వారి ప్రణాళిక సరైనది కాదని నేను భావించడంవలన, నేను జోక్యం చేసుకోవలసి వచ్చింది. నేను వారి వాదనలకు తార్కికమైన సమాధానాలు ఇవ్వలేనని నాకు తెలుసు. నా భయాలు సరైనవని నిరూపించడానికి ఎక్కువ సమయం పట్టలేదు.

'సార్, మేము రెండు మూడు రోజులు బస్ కోసం ఎదురుచూస్తుంటే ఇక్కడే ఉండిపోతే ఏమవుతుంది?' రితేష్ తెలుసుకోవాలనుకున్నాడు.

'ఏమీ జరగదు,' అన్నాను. 'వెళ్లి సహర్సా కోసం తదుపరి బస్సు ఎప్పుడు బయలుదేరుతుందో కనుక్కోండి.'

'వెళ్లి అడిగితే పట్టుకుంటామా?'

'మీరు ఈ స్థలం నుండి తప్పించుకోవడానికి ప్రయత్నిస్తూ పట్టుబడితే?'

'అప్పుడు పోలీసులు ఏది చెబితే అది చేస్తాం. కోవిడ్ -19 సంక్షోభ సమయంలో వారు మమ్మల్ని అరెస్టు చేస్తారని నేను అనుకోను' అని రితేష్ బదులిచ్చాడు.

నేను ఈ ప్రదేశం దాటి ముందుకు వెళ్లకూడదని గ్రహించాను. అందుకే మౌనంగా ఉండిపోయాను. వారు ఒక నిర్ణయం తీసుకున్నారు. ప్రభుత్వ సాయం కోసం ఎదురుచూడకుండా సైకిళ్లపై వెళ్లేందుకు సిద్ధమయ్యారు.

సందీప్, రామ్ బాబు, రితేష్ తమ సైకిళ్లను ఒక మూలలో వదిలి, తప్పించుకునే మార్గాన్ని కనుగొనడానికి ముందుకు సాగారు. ప్రధాన రహదారి పూర్తిగా, భారీగా బారికేడ్ చేయబడింది, దాదాపు రెండు డజన్ల మంది పోలీసులు కాపలాగా ఉన్నారు. పరిస్థితి చాలా కఠినంగా ఉంది, క్షుణ్ణంగా తనిఖీ చేయకుండా వాహనాలు లేదా వ్యక్తులు దానిని దాటలేరు. చెక్‌పోస్టు నుంచి బయటకు వెళ్లేందుకు అనుమతించిన వారు స్థానికులే. రాజస్థాన్, ఉత్తరప్రదేశ్, ఢిల్లీ, హర్యానా, పంజాబ్ నుండి వాహనాలు నిలిచి ఉన్నాయి. ప్రజలు కాలినడకన లేదా వారి స్వంత సైకిళ్లపై ముందుకు వెళ్లడానికి అనుమతించబడడం లేదు.

ఒక్కొక్కరు ఇద్దరు వ్యక్తుల బృందాలుగా ముందుకు సాగాలని నిర్ణయించారు. ఒకడు దాటాడో, ఇంకొకడు సైకిల్ తీసుకుని అతనికి ఇచ్చేవాడు. రెండు సైకిళ్లు ఎదురుగా ఉన్నప్పుడు రెండో వ్యక్తి దాటేవాడు. రామ్‌బాబు, సందీప్‌లు ముందుకు వెళ్లగా, రితేష్ పోలీసులపై నిఘా పెట్టాడు.

ఆశిష్ కి ఈ ఆలోచన అస్సలు నచ్చలేదు. కానీ అందరూ కలిసి ఈ నిర్ణయం తీసుకున్నారు. అతని ఆత్రుత చూపులు ఇప్పుడు ఆచితూచి కదులుతున్న రామ్‌బాబు, సందీప్‌లపైనే ఉన్నాయి. ఏది ఏమైనప్పటికీ, చాలా మంది కూలీలు ఆ ప్రాంతంలో సంచరిస్తుండడంతో వారికి అనుమానం వచ్చింది. కానీ ఒక్క వైపు మాత్రం పూర్తిగా వేరుచేయబడి కేవలం 40-50 మీటర్ల వరకు పొడిగించబడింది. పదిహేను ఇరవై సెకన్లలో దాటవచ్చు. రామ్‌బాబు, సందీప్‌ని దాటగానే ఆశిష్‌కి గుండె దడదడలాడుతోంది.

అప్పుడు సోను, ముఖేష్ వంతు వచ్చింది. వారు కూడా ఎటువంటి ఇబ్బంది లేకుండా దాటారు. చివరిగా దాటిన ఇద్దరు రితేష్, కృష్ణ. ఇప్పుడు కేవలం ఆశిష్ మిగిలాడు. అతను భయపడి, వణుకుతున్నాడు. బ్రిజ్‌ఘాట్‌లో పోలీసులు కొట్టిన సంఘటన ఇప్పటికీ అతని జ్ఞాపకంలో ఉంది. పట్టుబడితే ఇక్కడ కూడా అదే గతి పదుతుంది. అతను ఒంటరిగా సాగి వెళుతున్నప్పుడు అతను చాలా భయాందోళనకు గురయ్యాడు, అతని కళ్ళు ప్రతిచోటా–ముందు, వెనుక, పక్కకి–భయపడ్డి తిరుగుతున్నాయి. అకస్మాత్తుగా, ఎవరో అతన్ని ఆపారు, ఆశిష్ స్తంభించిపోయాడు.

'ఆగు!' అంది స్వరం. 'ఎక్కడికి వెళ్ళాలని అనుకుంటున్నావు?'

ఆశిష్ వెనక్కి తిరిగి చూసే సరికి ముగ్గురు పోలీసులు, ఒక సబ్–ఇన్‌స్పెక్టర్ వారి వైపుకు పరిగెత్తడం గమనించాడు. వారు పట్టుబడ్డారని వారికి అర్ధమయిపోయింది. రామ్ బాబు, రితేష్ వేసిన ప్లాన్ బెడిసికొట్టింది. వైర్లు దాటే ప్రయత్నం చేసిన మిగతా వాళ్ళని కూడా పోలీసులు వెనక్కి పిలిపించారు.

'అతి తెలివితేటలు ప్రదర్శిస్తున్నారా?' అని వారి ముందు ఉన్న ఇన్‌స్పెక్టర్ గట్టిగా అడిగాడు. ఏ క్షణంలోనైనా దెబ్బలు ప్రారంభమవుతాయని ఆశిష్ భావించాడు. 'నన్ను క్షమించండి సార్' అన్నాడు భయంగా. 'దయచేసి మమ్మల్ని క్షమించండి.'

'ప్రభుత్వం మీకు బస్సు సౌకర్యం కల్పిస్తున్నప్పుడు మీరు ఎందుకు ఇలాంటి చేష్టలకు పాల్పడుతున్నారు?' అని ఇన్‌స్పెక్టర్ మండిపడ్డాడు.

'బస్సు లేదు' అని ఆశిష్ జవాబు ఇచ్చాడు.

'బస్ సర్వీస్ లేదని మీకు ఎవరు చెప్పారు?' అని సబ్ ఇన్‌స్పెక్టర్ వారిని అడిగాడు.

'మేము అడిగాము, సహర్సాకు ఏ బస్సు లేదని మాకు చెప్పారు' అన్నాడు ఆశిష్.

'నాతో రా. సహర్సాకు బస్సు ఉందో లేదో చూద్దాం' అన్నాడు సబ్ ఇన్‌స్పెక్టర్.

అందరూ అతనిని అనుసరించారు. తమ ప్రణాళిక విఫలమైందని వారు నిరుత్సాహానికి గురయ్యారు, కానీ వాళ్ళని కొట్టలేదని మనసు కాస్త కుదుట పడింది. కాసేపటికి, సబ్–ఇన్‌స్పెక్టర్‌తో సహా వీరు ఏడుగురు సహర్సా కౌంటర్ ముందు నిలబడ్డారు.

'ఇటు చూడు! సహర్సాకి వెళ్లే బస్సు ఏదైనా ఉందా?' అడిగాడు సబ్ ఇన్ స్పెక్టర్.

'ఒకటి ఉంది. BR 01,' అని ఆ వ్యక్తి బదులిచ్చాడు.

'బస్సు ఉంది. ఎవరు లేదని మీకు చెప్పారు?' సబ్ ఇన్‌స్పెక్టర్ వీరి వైపు తిరిగి అడిగాడు.

'నేను డ్రైవర్లను అడగడానికి వెళ్లినప్పుడు సహర్సాకు బస్సు లేదని చెప్పారు' అన్నాడు రితేష్.

'ఓహ్, ఈ డ్రైవర్లు మూర్ఖులు; వాళ్లకేమీ తెలియదు' అన్నాడు కౌంటర్ వెనుక ఉన్న వ్యక్తి. 'వాస్తవానికి, దరోగా (ఇన్‌స్పెక్టర్) సాహిబ్, మాధేపురా, సహర్సా మధ్య దూరం కేవలం 25 కిలోమీటర్లు. సహర్సాకు తక్కువ మంది ప్రయాణికులు ఉన్నారు, కాబట్టి నేను రెండు మార్గాల ప్రయాణికులకు ఒకటే బస్సు ఏర్పాటు చేశాను.

ఇది విన్న రితేష్, రామ్ బాబు పెద్ద తప్పు నుండి రక్షించబడ్డామని గ్రహించారు. ఇంతలో, ఆ కౌంటర్ లో ఉన్న ప్రభుత్వ అధికారి తన తెలివితేటలకు తానే ముగ్ధుడై, సబ్-ఇన్‌స్పెక్టర్ వైపు పొగడ్త కోసం చూసాడు.

'బస్సు ఎప్పుడు బయలుదేరుతుంది?' అని చిన్నగా అడిగాడు రామ్‌బాబు. ఆ కౌంటర్ లో ఉన్న ఆఫీసర్ మరోసారి టైమ్ టేబుల్ చూసి, 'ఉదయం 11.30కి' అన్నాడు.

'వెళ్లి బస్‌లో కూర్చో' అని సబ్ ఇన్‌స్పెక్టర్ వారిని ఆదేశించి, తన కానిస్టేబుళ్లతో వెళ్లిపోయాడు. వీరు బస్సు వైపు అడుగు వేసారో లేదో ఆ ప్రభుత్వ అధికారి వారిని తిరిగి పిలిచి మీ వైద్య పరీక్షలు లేకుండానే మీరు బస్సు ఎక్కాలని ఆలోచిస్తున్నారా?' అన్నాడు.

కార్మికులు తమ స్క్రీనింగ్‌ను పూర్తి చేసుకోలేదని గ్రహించారు. వారు త్వరగా క్యూలో చేరారు, ఆశిష్ తన మనసులో ఉన్న ప్రశ్నను ప్రభుత్వ అధికారిని అడిగాడు.

'సహర్సాకు మేము బస్సులో వెళితే మా సైకిళ్ల సంగతేంటి సార్?'

'సైకిళ్లను బస్సు పైన పెట్టండి.'

'సార్, ఉదయం నుంచి తినడానికి ఏమీ లేదు.'

'దానికి ఏదోక ఏర్పాటు చేసుంటారు' అని అధికారి తన సహోద్యోగి వైపు తిరిగి చూసాడు కానీ అతను స్పందించలేదు.

'నాకు ఇక్కడ ఏమీ దొరకడం లేదు సార్' అన్నాడు ఆశిష్.

'బస్సులో మీతో పాటు ఇద్దరు పోలీసులు వస్తారు. మీకు ఇక్కడ ఏమీ కనిపించకపోతే, దారి పొడవునా మీ లంచ్, డిన్నర్ కోసం ఏర్పాట్లు ఉంటాయని నేను ఖచ్చితంగా అనుకుంటున్నాను. యాదవ్ జీ, నేను చెప్పింది నిజమేగా?' అని అధికారి తన సహోద్యోగిని అడిగాడు.

'నేనూ ఏదోక ఏర్పాటు చేసుంటారనే అనుకుంటున్నాను,' అన్నాడు యాదవ్ జీ, అక్కడ ఉన్న ప్రతి ఒక్కరికీ ఏదో పెద్ద ఉపకారం చేస్తున్నట్లుగా.

ఉదయం 11.30 గంటలకు బస్సు బయలుదేరుతుందని అధికారులు కూలీలకు చెప్పారు. కానీ, మధ్యాహ్నం 1 గంట అయింది. వారితో పాటు ఇద్దరు పోలీసులు వస్తారని చెప్పారు, కానీ ఒకరు మాత్రమే కనిపించారు. అతని యూనిఫారంపై రామ్ కుమార్ అని నేమ్‌ప్లేట్ ఉంది. మొత్తం ఏడు సైకిళ్లను బస్సు పైకప్పుపై ఉంచారు. సహర్సా ఇప్పుడు కేవలం 280 కిలోమీటర్ల దూరంలో ఉంది.

చిత్రహింస మొదలు

గంటకు 50 కిలోమీటర్ల వేగంతో బస్సు కదిలితే 7 గంటలకే సహర్సాకు చేరుకుంటామని రితేష్, రామ్ బాబు తదితరులు లెక్కలు వేశారు. సహర్సా నుండి 28 కిలోమీటర్ల దూరంలో ఉన్న వారి గ్రామమైన మోహన్‌పూర్‌కి సైకిల్‌పై వెళ్లడానికి వారికి మరో రెండు గంటలు పడుతుంది. రాత్రి 10 గంటలకు, వారు ఇంట్లో ఉంటారు. వారు ఫోన్ చేసి, వారి కుటుంబ సభ్యులకు శుభవార్త చెప్పారు, వారు రాత్రి భోజనానికి కావలసిన వాటిని మళ్లీ జాబితా చేశారు. రామ్ బాబు గ్రామం సమస్తిపూర్ జిల్లాలో ఉంది, కాబట్టి అతను రాత్రి మోహన్‌పూర్‌లో రితేష్‌తో కలిసి ఉండి, మరుసటి రోజు ఉదయం తన గ్రామానికి బయలుదేరాలని నిర్ణయించుకున్నాడు.

కిక్కిరిసిన బస్సును చూస్తే, ప్రపంచ మహమ్మారి కారణంగా దేశం లాక్డౌన్లో ఉందని ఎవరూ ఊహించలేరు. యాభై రెండు సీట్లు ఉన్న బస్సును అరవై మందితో నింపారు. 1.30 గంటలకు బస్సు ఎట్టకేలకు చెక్‌పోస్టు నుంచి బయలుదేరింది. ఈ ప్రయాణంలో కొంత భాగాన్ని వీడియో తీయడానికి మానవ్ కూడా బస్సు ఎక్కాడు. నేను నా కారులో వారిని అనుసరిస్తున్నాను. ఎవరూ ముసుగు ధరించలేదు, భౌతిక దూరం అసాధ్యం, ఎందుకంటే వారిని ఒక క్యాన్ లో చేప మాంసం లాగా ప్యాక్ చేశారు. కొందరు పాన్ మసాలా తిన్నారు, మరికొందరు కిటికీలోంచి ఉమ్మివేసారు, మరికొందరు ముందు రాత్రి నుంచి వేచి ఉండడం వల్ల ఆకలితో ఉన్నారు. బస్సు స్టార్ట్ అయిన వెంటనే తమకు ఆహారం ఇవ్వలేదని తమలో తాము గుసగుసలాడుకోవడం మొదలుపెట్టారు. రితేష్, రామ్ బాబు మిగతా వారిలా మౌనంగా ఉండే రకం కాదు. వాళ్ళు పోలీసును గుచ్చినట్టుగా అడిగారు, 'మా అందరికి భోజనం ఏర్పాట్లు ఏమైనా ఉన్నాయా? ఉదయం నుండి మేము ఏమీ తిన లేదు.'

'రాత్రి నుంచి మేము ఏమీ తిన లేదు' అని బస్సు వెనుక నుంచి ఎవరో అరిచారు.

రామ్ కుమార్ నుండి ఏ సమాధానం రాలేదు. 'ఏదో ఒకటి చెప్పు.' అని రాంబాబు తన వంతు తాను కూడా అడిగాడు.

"నాకు ఏమీ తెలియదు," అని పోలీసు గట్టిగా సమాధానం చెప్పాడు.

'నీకు కూడా తెలియదా? మాకు ఏమి చెప్పారో మీకు తెలియదా? బస్సులో భోజనం ఉంటుందని చెక్‌పోస్టు వద్ద ప్రత్యేకంగా చెప్పారు' అని అన్నాడు రామ్ బాబు.

'నీకు అలా ఎవరు చెప్పారు?'

'నాకు ఆయన పేరు తెలియదు కానీ, కళ్లద్దాలు పెట్టుకున్న వ్యక్తి చెప్పాడు' అన్నాడు రామ్‌బాబు.

'అయితే వెళ్లి అతనిని అడగండి.'

రితేష్ కి పోలీసు సమాధానంతో చిరెత్తుకు వచ్చింది. ఇతర కార్మికులను కూడా రెచ్చగొట్టడం ప్రారంభించాడు. 'మీకు ఆహారం దొరకదని ఆయన చెబుతున్నాడు వినండి.'

'నేను అలా ఎప్పుడు చెప్పాను?' అని అడిగాడు పోలీసు. 'ఆహారం ఏర్పాటు గురించి నాకేమీ తెలియదని చెప్పాను.

ఈ పాటికే ముగ్గురు నలుగురు కూలీలు డ్రైవర్ వద్దకు, పక్కనే కూర్చున్న పోలీసు వద్దకు వచ్చారు. వారు వాదించడం ప్రారంభించారు, చప్పుడు స్థాయి పెరుగుతూనే ఉంది. 'అయితే మాకు తినడానికి ఎప్పుడు దొరుకుతుంది?'

'ఏదొక ఏర్పాట్లు ఉండాలి కదా?'

'నిన్నటి నుంచి నా దగ్గర ఏమీ లేదని నీకు తెలుసు.'

'ఏ అరేంజ్‌మెంట్ లేకపోతే దయచేసి మమ్మల్ని బస్ వదిలి వెళ్లనివ్వండి.

కొట్లాట అదుపు తప్పడంతో డ్రైవర్ బస్సును ఆపి, 'చూడండి, గొడవ చేస్తుంటే నేను డ్రైవ్ చేయను' అన్నాడు.

'సరే, డ్రైవ్ చేయవద్దు. అదే మంచిది' అంటూ రామ్ బాబు కూడా ముందుకు సాగాడు.

'ఓయ్, పోలీసు, వాళ్లని ఏదోకటి చేసి ఒప్పించండి' అన్నాడు డ్రైవర్.

'నేను ఏమి చెప్పాలి? నాకు ఏమి తెలియదు. చూద్దాము. ఎక్కడికైనా చేరుకున్నాక సీనియర్ అధికారులతో మాట్లాడతాను' అని పోలీసు బదులిచ్చాడు.

'అతను సీనియర్లతో మాట్లాడి మీకు ఏ విషయం చెప్తాడు. ఇప్పుడు మీ సీట్లకు తిరిగి వెళ్లండి, నన్ను డ్రైవ్ చేయనివ్వండి,' అని డ్రైవర్ చెప్పాడు.

'వెంటనే వాళ్లతో మాట్లాడాలని చెప్పు.' అని రితేష్ మొండిగా అన్నాడు డ్రైవర్ తో.

'దయచేసి కూర్చో మిత్రమా. అతను తన సీనియర్‌లతో మాట్లాడతాడని నేను మీకు చెప్తున్నా కదా.' డ్రైవర్ పోలీసును రక్షించడానికి ప్రయత్నించాడు.

రితేష్ ఇతరులు తమ స్థానాల్లోకి వెళ్లడం చూశాడు, కాబట్టి అతను కూడా నిశ్శబ్దంగా వెనక్కి తగ్గాడు.

మధ్యాహ్నం 3 గంటలకు బస్సు గోపాల్‌గంజ్ జిల్లా కేంద్రం దాటింది. బీహార్‌లో రోడ్లు బాగున్నాయి, లాక్‌డౌన్ కారణంగా అవి ఖాళీగా ఉన్నందున, బస్సు మంచి వేగంతో ముందుకు సాగింది. ఇదే రకంగా వెళ్తే, అది రాత్రి 8 గంటలకు సహర్సాకు చేరుకుంటుంది, అని మేము అనుకున్నాము. అయితే దాని వేగాన్ని నియంత్రించే రకంగా, బస్సు ముజఫర్‌పూర్ జిల్లాకు రాగానే బారికేడ్‌లతో స్వాగతం పలికి అడ్డుకున్నారు. కరోనా వైరస్ ప్రభావం వల్ల కూలీలకు మళ్లీ స్క్రీనింగ్ చేయనున్నారు. వారిని దిగి వరుసలో నుంచోమని కోరారు.

స్క్రీనింగ్ తర్వాత తమకు తినడానికి ఏదైనా ఇస్తారని కూలీలు ఆశగా ఎదురుచూశారు. అయితే స్క్రీనింగ్ ముగిసిన క్షణంలో పోలీసు, బస్సు బయలుదేరబోతున్నందున వారందరినీ తిరిగి ఎక్కమని ఆదేశించాడు.

'అయితే తిండి ఎక్కడా?' అని రాంబాబు అడిగాడు, పది పన్నెండు మంది కూలీలు పోలీసుల చుట్టూ గుమిగూడారు. వారందరిని ఆపడం తన సామర్థ్యానికి మించినదని అతను గ్రహించాడు, బారికేడ్ దగ్గర నిలబడి ఉన్న సబ్-ఇన్‌స్పెక్టర్ వద్దకు వెళ్లి అతనితో మాట్లాడటం ప్రారంభించాడు. వారికి ఆహారం ఎలా ఏర్పాటు చేయాలనే దానిపై ఆయన మాట్లాడుతున్నాడని కూలీలు భావించారు. కొద్దిసేపటి తర్వాత అతను కూలీలను ఎదుర్కోవడానికి సబ్-ఇన్‌స్పెక్టర్‌తో తిరిగి వచ్చాడు.

'చూడండి, ఇతను మీ దుస్థితి గురించి నాకు చెప్పాడు, అతనికి కూడా ఉదయం నుండి తినడానికి ఏమీ లేదు," అని సబ్ ఇన్స్పెక్టర్ చెప్పాడు. నేను విచారిస్తే తెలిసిందేంటంటే ఇక్కడి నుంచి 60–70 కిలోమీటర్ల దూరంలో ఒక శిబిరాన్ని ఏర్పాటు చేశారు. అక్కడ అన్నీ దొరుకుతాయి. మీకు ఏ సమస్యా ఉండదు. మీరు వేగంగా బయల్దేరితే ఒకటిన్నర గంటల్లో అక్కడ ఉంటారు'

కనీసం సాయంత్రం 5 గంటలలోగానైనా తినడానికి ఏదైనా లభిస్తుందని కూలీలు భావించారు. ఆ ఆశను పట్టుకొని బస్సు ఎక్కారు. వారు తినడానికి ఏర్పాట్లు చేశామని సబ్-ఇన్‌స్పెక్టర్ ఇచ్చిన హామీని విన్న మానవ్, షూటింగ్ కూడా పూర్తయ్యిందని బస్సు దిగాడు.

అతను నాతో పాటు కారులో ఎక్కాడు, మేము ముందుకు వెళ్లి తినడానికి ఏదైనా వెతుక్కోవాలని నిర్ణయించుకున్నాము, ఆపై బస్సు కోసం ఒక 100 కిలోమీటర్లు వేచి చూసాము.

మేము ఎక్కడా భోజనం చేయలేదు. కానీ మేము బిస్కెట్లు, రసంతో ఏదో కడుపు నింపుకున్నాం. మొత్తం మీద, రితేష్ మొబైల్ లొకేషన్ ద్వారా వారు ఎక్కడున్నారో మాకు తెలియజేశాడు.

సాయంత్రం 6 గంటలకు, దర్భంగా జిల్లాలోని సింఘ్వారా పట్టణంలో ఇంధనం నింపుకోవడానికి బస్సు ఆగింది, మేము వారిని పట్టుకున్నాము.

ప్రయాణికులంతా దిగి బస్సు బయట నిలబడి ఉన్నారు. ముఖేష్, సందీప్ కనిపించలేదు. వారు ఎక్కడున్నారని నేను రితేష్‌ను అడగగా, వారి పరిస్థితి క్షీణించిందని, వారు అర్ధ స్పృహలో ఉన్న స్థితిలో బస్సులో పడుకున్నారని అతను నాకు చెప్పాడు.

'ఏమైంది?' నేను భయపడ్డాను.

'వారు మాకు తినడానికి ఏమీ ఇవ్వలేదు.

'ఏమి చెబుతున్నారు? ఆ పోలీసు సబ్-ఇన్‌స్పెక్టర్ మాకు ఒక క్యాంప్ ఉందని చెప్పారు, అక్కడ వారు ఆహారం కోసం ఏర్పాటు చేశారని చెప్పాడు కానీ,

'అతను మాతో అబద్ధం చెప్పాడు. మేము ఇప్పటివరకు మొత్తం ప్రయాణంలో ఏ శిబిరాన్ని చూడలేదు.

మేము ఆశ్చర్యపోయాము. మేము చాలా క్రూరమైన, అమానవీయమైన దానికి సాక్షిగా ఉన్నామని మేము నమ్మలేకపోయాము. ముందుగా కూలీలను బస్‌లో పశువుల్లా ప్యాక్ చేశారు. అప్పుడు వారికి ఆహారం లేదా నీరు కూడా అందించబడలేదు, అన్నింటికంటే అగ్రస్థానంలో ఈ అబద్ధాల వలయం. దీనివల్ల ఇబ్బందులు పడుతున్నది ఎవరు? బీహార్ రాష్ట్ర ప్రభుత్వం, తమ సొంత రాష్ట్ర వాసులనే ఇబ్బందులకు గురి చేస్తోంది.

వారు ఇంత దూరం చేరుకోవడానికి అనూహ్యమైన కష్టాలు నష్టాలు ఎన్నో చవిచూశారు. పాపం, ఢిల్లీ, ముంబై, అహ్మదాబాద్, పూణే, హైదరాబాద్ వంటి పెద్ద నగరాల్లో వారు ఎదుర్కొన్న ఉదాసీనత, దురుసు ప్రవర్తన ఇప్పుడు వారి సొంత రాష్ట్రమైన బీహార్‌లో వారికి ఎదురవుతోంది.

మేము ఆహార పరిస్థితి గురించి పోలీసు అధికారి రామ్ కుమార్‌ను అడిగినప్పుడు, అతను సూటిగా సమాధానం ఇచ్చాడు, 'అందరూ ఆకలితో ఉన్నారని సీనియర్ అధికారులకు చెప్పాను, అతను ముందు ఏర్పాట్లు ఉన్నాయని నాకు చెప్పాడు.'

"కానీ ఏవి లేవు," నేను బదులిచ్చాను.

'అవును సార్, నేను చూడగలను' అన్నాడు రామ్ కుమార్.

'మార్గమధ్యంలో ఎవరైనా చనిపోతే, మరి? ఎవరు బాధ్యత వహించాలి?' అని అడిగాను.

'ఏం చెప్పను సార్?' అన్నాడు రామ్ కుమార్. 'ఉదయం నుంచి ఏమీ తినలేదు, డ్యూటీ చేస్తున్నాను. ఒకే ఒక్క తేడా ఏమిటంటే, నా దుస్థితి గురించి నేను ఎవరికీ చెప్పలేను లేదా బూతులు ఉపయోగించలేను. 'అతని మాటలు నా మనస్సుకు గుచ్చుకున్నాయి. నాతో సహా అందరూ నిశ్శబ్దంగా అయిపోయారు.

మేము బస్సు లోపలికి వెళ్లినప్పుడు, ముఖేష్, సందీప్, మరో ఇద్దరు కార్మికులు అర్ధ స్పృహలో పడి ఉన్నారు. పరిస్థితి విషమంగా ఉందని, వెంటనే వైర్‌లెస్‌లో జిల్లా కేంద్రాన్ని సంప్రదించాలని రామ్‌కుమార్‌కు చెప్పాము. తన వద్ద వైర్‌లెస్ సెట్ లేదని చెప్పాడు.

'ఏమిటి?' నేను నమ్మలేకపోయాను. 'మీరు ఈ మహమ్మారిలో అరవై నుండి డెబ్బై మంది కార్మికులను ఎస్కార్ట్ చేస్తున్నారు, మీ వద్ద వైర్‌లెస్ సెట్ లేదా?'

'సహర్సా వరకు వాళ్లతో పాటు వెళ్లాలని నాకు తెలియదు. నా దగ్గర స్పేర్ సెట్ కూడా లేదు' అని రామ్ కుమార్ బదులిచ్చారు.

బీహార్ పోలీసుల దయనీయ స్థితి మాకు ఆశ్చర్యం కలిగించలేదు. టోపీలు, యూనిఫారాలు, బెల్టులు లేదా బూట్‌లు లేకుండా బీహార్ పోలీసులు డజన్ల కొద్దీ విజువల్స్ టీవీ ఛానెల్‌లలో, వార్తాపత్రికలలో చూశాము. తప్పిపోయిన వైర్‌లెస్ సెట్ ఈ దృష్టాంతంలో సరిగ్గా సరిపోతుంది. అయినప్పటికీ, పూర్తి నిర్లక్ష్యత, తయారీ లేకపోవడం నన్ను ఆశ్చర్యపరిచింది. గత నలభై ఐదు రోజులుగా దేశం లాక్‌డౌన్‌లో ఉంది. గత నలభై-ఐదు రోజులలో లక్షలాది మంది కార్మికులు తమ సొంత రాష్ట్రాలకు వలస వెళ్లడం ప్రారంభించారు, ఇక్కడ ఒక రాష్ట్ర ప్రభుత్వం తన పోలీసులకు ప్రాథమిక వైర్‌లెస్ సెట్‌ను అందించడంలో విఫలమైంది.

'మీ దగ్గర మొబైల్ ఫోన్ ఉందా?' అని అడిగాను.

'ఉంది.'

'అప్పుడు ఫోన్ చేసి ఇక్కడి పరిస్థితిని మీ సీనియర్‌లకు తెలియజేయండి.'

'నేను రెండుసార్లు ఫోన్ చేశాను, కానీ ఎవరూ తీసుకోలేదు' అని రామ్ కుమార్ బదులిచ్చాడు.

ఇక ఇక్కడ తల కొట్టుకోవడం వల్ల ప్రయోజనం లేదని మాకు తెలుసు. మానవ్, నేనూ బస్సు నుండి దిగగానే, మేము ఈ కూలీలకు సహాయం చేయాలని నిర్ణయించుకున్నాము, వారికి వెంటనే తినడానికి ఏదైనా ఎలా తీసుకురావాలో తెలుసుకోవడానికి ప్రయత్నించాము. దాదాపు 7 గంటలైంది. ఇప్పుడు. ఆహారాన్ని కనుగొనే అవకాశం చాలా దూరంలో ఉంది, కానీ మేము ఏదైనా కనుగొనడానికి చిత్తశుద్ధితో ప్రయత్నించాలి.

ప్రతి నాలుగు లేదా ఐదు కిలోమీటర్లకు, మేము ఒక సాధారణ దుకాణాన్ని తెరిచి ఉంచడం చూశాం. కానీ మాకు ఎలాంటి తినుబండార దుకాణాలు, రెస్టారెంట్లు లేదా దాబాలు తెరచి కనపడలేదు. వారికి సరైన భోజనం వెతుక్కోవడానికి ఎక్కువ సమయం వృధా చేయడంలో అర్థం లేదు. మేము బిస్కట్ ప్యాకెట్లు, జ్యూస్ డబ్బాల మీద తిరిగి పడిపోయాము, వీలైనన్ని కొనుగోలు చేసాము. ఇది కూడా చాలా కష్టమైన పని. బీహార్‌లోని ఒక మారుమూల చిన్న పట్టణాల్లోని ఒక సాధారణ దుకాణంలో డెబ్బై బిస్కెట్ ప్యాకెట్లు, జ్యూస్ కార్టన్‌లను కనుగొనడం అసాధ్యం.

నాలుగు షాపుల దగ్గర ఆగాల్సి వచ్చింది. ఇవి అందరికీ సరిపోతాయి. మేము బస్సును ఆపమని అడిగాము, అందరికీ ప్యాకెట్లు ఇచ్చాము. మేము సంతోషంగా లేము, కానీ మేము అప్పుడు చేయగలిగినది ఇంకేమీ లేదు. ముఖేష్, సందీప్ లతో పాటు అనారోగ్యంతో ఉన్న వారికి ఒక్కొక్కరికి రెండు బిస్కెట్లు, జ్యూస్ ప్యాకెట్లు ఇవ్వాలని రితేష్‌కి చెప్పాను. అప్పుడు మేము దిగి, కారులో బస్సును అనుసరించడం ప్రారంభించాము.

బస్సు మరో రెండు మూడు గంటల్లో సహర్సాకు చేరుకోగానే, కూలీలకు రోజు చివరిలో పూర్తి భోజనం లభిస్తుందని మేము ఆశించాము. కానీ ఇప్పుడు రోడ్డు భయంకరంగా ఉండడంతో బస్సు చాలా నిదానంగా కదులుతున్నదని మాకు కూడా అర్థమైంది.

మేము ఇప్పుడు అర్ధరాత్రి మాత్రమే సహర్సాకు చేరుకుంటామని గ్యూగుల్ మ్యాప్స్ చూపించింది. అంటే మరో నాలుగు గంటలు ప్రయాణం చేయాల్సి ఉంది. ప్రయాణం ప్రారంభంలో, మేము రాత్రి 9 లేదా 10 గంటలకు సహర్సాలో ఉంటాము అని అనుకున్నాము. ఏమి జరుగుతుందో మేము అర్థం చేసుకోలేకపోయాము.

కానీ గూగుల్ మ్యాప్స్ అన్ని సమయాలలో సరైనది కాదని నన్ను నేను ఓదార్చుకున్నాను. సుమారు 11 గంటల సమయంలో, యాప్ సహర్సా వద్దకు చేరుకునే అంచనా సమయాన్ని 1 గంట అని చూపడం ప్రారంభించింది, నేను వెంటనే రితేష్‌కి కాల్ చేసాను, అతను బస్సు ముందుగా మాధేపురాకు వెళుతున్నట్లు చెప్పాడు. ముప్పై మంది కార్మికులు అక్కడ దిగుతారు, ఆ తర్వాత వారు సహర్సాకు వెళతారు.

ఈ మొత్తం గందరగోళం రాత్రిపూట జరుగుతోంది అని ఇప్పుడు మాకు తెలుసు.

మాధేపుర ప్రస్తావన అకస్మాత్తుగా ఇప్పుడు అస్పష్టంగా ఉన్న ఈ పట్టణం యొక్క చరిత్రను గుర్తుకు తెచ్చింది. ఇది మౌర్య సామ్రాజ్యం క్రింద ఒక ముఖ్యమైన ప్రదేశం. ఈ ప్రాంతం ఇప్పటికీ శ్రీకృష్ణుని వారసుల ఆధిపత్యంలో ఉందని పురాణాలు చెబుతున్నాయి. కాబట్టి దీనికి అతని పేరు పెట్టారు, ప్రజలు దీనిని మాధవపూర్ అని పిలిచేవారు (శ్రీకృష్ణుని పేర్లలో మాధవ్ ఒకటి).

కొద్ది ఏండ్ల కిందటే ఇది మాధేపురగా మారింది. భారతదేశ రాజకీయాల్లో బీహార్ ప్రాముఖ్యతను సంతరించుకున్నప్పుడు, యాదవ్ సమాజానికి చెందిన ఓటర్లు (వారిని వారు శ్రీకృష్ణుని వారసులని నమ్ముతారు) కీలక పాత్ర పోషించారు. ఎంతగా అంటే ప్రజలు ఒక సామెతను సృష్టించారు: 'రోమ్ పోప్‌కి చెందినది, మాధేపూర్ గోప్‌కి చెందినది' (యాదవ్). రాష్ట్ర ఎన్నికల దృశ్యంలో ఇద్దరు యాదవ్ దిగ్గజాలు, లలూ ప్రసాద్ యాదవ్, శరద్ యాదవ్‌ల ఘర్షణను ఎవరు మర్చిపోగలరు?

మధేపురా-రాజకీయ చరిత్ర, వారసత్వంలో గొప్పది. కానీ ఈ సందర్భంలో ఈ ఆకలితో ఉన్న కార్మికులకు ఆహారం అందిచడం లో ఈ ఊరు సాఫల్యత పొందుతుందా అని నేను అనుకున్నాను. బస్సులోపల వినాశనం సృష్టిస్తున్న ఆకలిని పరిష్కరించడం మా ప్రధాన కర్తవ్యం.

దాదాపు తెల్లవారుజామున 1 గంటలకు బస్సు మాధేపురా చేరుకున్నప్పుడు దాదాపు అందరు ప్రయాణికులు గాఢ నిద్రలో ఉన్నారు. వారు గత పన్నెండు-పదిహేను గంటలుగా

ఆకలితో ఉన్నారు, మేము వారికి తెచ్చిన బిస్కెట్లు, జ్యూస్ మినహా. బస్సు ఒక క్రాసింగ్ వద్ద ఆగడానికి ముందు పట్టణంలోని ఇరుకైన రోడ్ల చిట్టడవిని దాటింది. చూడగలిగినంత వరకు మనిషి కనిపించలేదు. పోలీస్ రామ్ కుమార్ దిగి కాల్స్ చేయడం మొదలుపెట్టాడు. అతని ఐదవ ప్రయత్నంలో, చివరికి ఎవరో ఫోన్ తీశారు.

'నమస్కారం సార్, జై హింద్. నేను కానిస్టేబుల్ రామ్ కుమార్. నేను గోపాల్‌గంజ్ నుండి వలస కూలీలను తీసుకువచ్చాను.' అతని మాట నిశ్శబ్దం తో అయినా లేదా 'ఏమిటి!' అనే శబ్దం తో అయినా పోరాటం చేస్తోందని మాకు అర్థం అయ్యింది. రాం కుమార్ పదే పదే చెప్పాడు, 'సార్, నేను గోపాల్‌గంజ్ సరిహద్దు నుండి వలస కూలీలతో బస్సును తీసుకొచ్చానని చెబుతున్నాను.' అతను కాసేపు వింటూ ఉండడం చూసి కాల్ కట్ అయిందని తెలుస్తోంది.

'ఏమైంది?' అడిగాను.

'అతను "నేను ఏమి చేయగలను" అంటున్నాడు సార్' అన్నాడు రామ్ కుమార్.

'ఫోన్‌లో ఎవరున్నారు?'

'ఎవరో సీనియర్' అంటూ మరో నంబర్‌కు చేరుకునే ప్రయత్నం మొదలుపెట్టాడు.

మేము ఇప్పుడు సహనం కోల్పోయాము. పన్నెండు గంటల సుదీర్ఘ ప్రయాణం తర్వాత, వలస కూలీలతో నిండిన బస్సు ఒక పట్టణానికి చేరుకుంది, సీనియర్ పోలీసు అధికారి జూనియర్‌తో, 'నేను ఏమి చేయగలను?' అని చెప్తున్నాడు.

'జై హింద్, సార్. నేను కానిస్టేబుల్ రామ్ కుమార్. నేను గోపాల్‌గంజ్ నుండి వస్తున్నాను సార్. నేను మిమ్మల్ని ముందే సంప్రదించాను.'

అవతలి వైపు ఉన్న వ్యక్తి ఏమి చెప్తున్నాడో మేము వినలేకపోయాము, కానీ రామ్ కుమార్ చివరికి కాల్‌ని డిస్‌కనెక్ట్ చేశాడు.

'ఏమైంది?' అడిగాను.

'కొద్దిసేపట్లో ఎవరైనా వస్తారని అతను చెబుతున్నాడు కాబట్టి కొంత సమయం వేచి ఉండండి.'

మెల్లగా కూలీలు లేవడం ప్రారంభించారు. కొందరు కిటికీలోంచి ఎక్కడున్నారో కనిపెట్టడానికి చూస్తున్నారు. 'సహర్సాలో ఉన్నామా?' అని కృష్ణ అడిగాడు.

'లేదు, మనం ఇంకా మాధేపురాలోనే ఉన్నాము.

రితేష్, రామ్ బాబు, ఆశిష్ ఇప్పుడు కిటికీలోంచి చూస్తున్నారు. ఒక సబ్-ఇన్‌స్పెక్టర్, ఒక కానిస్టేబుల్ బస్సు దగ్గరకు వస్తున్నారు. అందరూ కిటికీల దగ్గర గుమిగూడారు, ఉత్సుకతతో, చాలా నిరీక్షణతో వాటిని చూస్తున్నారు.

'నువ్వు రామ్ కుమార్వా?'

సంఘటనా స్థలానికి చేరుకున్న రామ్‌కుమార్‌పై సబ్-ఇన్‌స్పెక్టర్ తన ఆధిపత్యాన్ని స్థాపించడానికి ప్రయత్నించాడు. రామ్ కుమార్ అతని నేమ్‌ప్లేట్ చదివాడు. హృదయ్ లాల్. హృదయ్ అంటే హృదయం. రామ్ కుమార్ మెల్లగా నవ్వాడు.

'మాధేపురానికి చెందిన వారు ఎంతమంది?' 'కనీసం ముప్పై మంది మనుషులైనా ఉంటారు సార్' అని రామ్ కుమార్ అతనితో చెప్పాడు.

'సరే, 200 మీటర్ల తర్వాత ఒక క్రాసింగ్ ఉంది, కుడి మలుపు తీసుకోండి, మీకు స్టేడియం దొరుకుతుంది. అక్కడ దిగమని చెప్పండి. ఆ స్టేడియంలో ఈ వ్యక్తుల కోసం ప్రభుత్వం ఏర్పాట్లు చేసింది.

'సార్ మా డిన్నర్‌కి ఎక్కడ ఏర్పాట్లు చేశారు?' అని రితేష్ బస్సు లోపల నుంచి అరిచాడు.

పరీక్ష హాలులో ఒక విద్యార్థి సిలబస్‌లో లేని ప్రశ్న పత్రాన్ని అందజేస్తున్నట్లుగా, రితేష్ ప్రశ్నకు హృదయ్ లాల్ కంగారుగా చూశాడు. కానీ మా కెమెరా అంతా రికార్డింగ్ చేస్తుందని అతనికి తెలుసు, కాబట్టి అతను తాను కూల్‌గా ఉండి, 'ఏం అడిగావు తమ్ముడు?' అని అడిగాడు.

'సార్, మా డిన్నర్‌కి ఎక్కడ ఏర్పాట్లు చేశారు?' రితేష్ మళ్లీ అడిగాడు.

హృదయ్ లాల్ రామ్ కుమార్ వైపు తిరిగి, 'చెప్పండి, మేము వాళ్ల డిన్నర్‌కి ఏర్పాట్లు చేయాల్సి ఉందా?'

'అందరికీ చాలా ఆకలిగా ఉందని సీనియర్ ఆఫీసర్‌కి ఫోన్‌లో చెప్పాను సార్' అని రామ్‌కుమార్ బదులిచ్చారు.

అకస్మాత్తుగా బస్సులోపల నుంచి మరో కూలీ అరిచాడు. అతను స్పష్టంగా చాలా ఉద్రేకానికి గురయ్యాడు. 'సార్, మేము హర్యానా నుండి గత ఎనిమిది రోజులుగా ప్రయాణిస్తున్నాము, నిన్న రాత్రి నుండి మాకు తినడానికి ఏమీ లేదు. బీహార్ రక్తసిక్తమైన అరణ్యమా?'

ఈ మాటలు విన్న హృదయ్ లాల్ సహనం కోల్పోయి, 'గత ఎనిమిది రోజులుగా భోజనం చేయకపోతే ఇప్పుడు బీహార్‌లో గొడవ చేయడం ఎందుకు?' అన్నాడు.

మేము మా చెవులను నమ్మలేకపోయాము. ఒక బీహార్ పోలీస్ సబ్-ఇన్‌స్పెక్టర్ ప్రయాణాన్ని పూర్తి చేసిన తర్వాత గత పన్నెండు గంటలుగా ఆకలితో అలమటిస్తున్న కార్మికుల పట్ల చాలా దురుసుగా ప్రవర్తించాడు. నన్ను నేను ఆపుకోలేకపోయాను. 'గత ఎనిమిది రోజులుగా భోజనం చేయకపోతే ఈరోజు ఫిర్యాదు చేయకూడదని మీరు ఎలా చెప్పగలరు?'

'నేను అలా అనలేదు. నన్ను ఇరికించే ప్రయత్నం చేయకు.' ఒక్క క్షణం క్రితం కూలీలను కించపరిచే ప్రయత్నం చేసిన హృదయ్ లాల్ తన అనాలోచిత మాటల నుండి పూర్తిగా చేతులు కడుక్కునే ప్రయత్నం చేశాడు.

'లేదు! మీరు చాలా మాటల్లో చెప్పారు. నేను మీకు ఫుటేజీ చూపించాలా?'

హృదయ్ లాల్ ట్రాప్ అయ్యాడు. నిజమైన పోలీసు వలె, అతను పరిస్థితి నుండి ఎలా బయటపడాలో తెలుసు. తనతో పాటు వచ్చిన కానిస్టేబుల్‌పై అరిచాడు. 'మోహన్, ఎక్కడున్నావు? వారు వచ్చారు, ఆకలితో ఉన్నారు. మీరు చూడలేదా? కొన్ని బిస్కెట్లు, జీళ్లు ఏర్పాటు చేయండి.

మోహన్ ఏమీ తెలియనట్లు చూశాడు. అతను బిస్కెట్లు, జీళ్లు ఎక్కడ నుండి ఏర్పాటు చేయాలో అతనికి తెలియదు.

'దరోగా జీ, మేము బిస్కెట్లు తినము. దయచేసి మాకు సరైన తిండి ఏర్పాటు చేయండి' అని బస్సులోంచి ఒక వ్యక్తి అరిచాడు.

'తప్పకుండా దానికి కూడా ఏర్పాట్లు చేస్తాను. నేను మీ కోసం ప్రతిదీ ఏర్పాటు చేస్తాను. డ్రైవర్, దయచేసి మరో 200 మీటర్లు నడపండి, ఆపై సర్కిల్ నుండి కుడివైపు తిరగండి. మాధేపురాలో వీరు దిగి, వారి రాత్రి భోజనం చేయనివ్వండి.

బస్సు రైట్ టర్న్ తీసుకొని ఆగింది, మేము కూడా తిరిగాము. కుడివైపున ఒక గేటు ఉండేది. చిన్న స్టేడియంలా మారిపోయింది. లోపల ఒకట్రెండు టెంట్లు, మరికొందరు కూలీలు మరిన్ని టెంట్లు వేసే పనిలో నిమగ్నమయ్యారు. మాధేపురా నుండి కూలీలు దిగడం ప్రారంభించారు. కొందరు తమ సైకిళ్లను తీసుకోవడానికి పైకప్పుపైకి వెళ్లారు. సబ్ ఇన్‌స్పెక్టర్ హృదయ్ లాల్, అతని కానిస్టేబుల్ మోహన్ ఎక్కడా కనిపించలేదు. నేను వెంటనే రామ్ కుమార్ని 'వారు ఎక్కడా?' అని అడిగాను.

'నాకు తెలియదు' అని బదులిచ్చాడు. 'ముందుకు వెళ్ళమని, వారు ఒక క్షణంలో చేరతామని అతను నాకు చెప్పాడు.'

కూలీలు మరోసారి మోసపోయారని తెలిసింది. మాధేపురాకు చెందిన కూలీలు తమ వస్తువులన్నింటినీ దించేందుకు అరగంట సమయం పట్టింది. మాధేపురాలోని మొత్తం హాల్ట్ లో, కార్మికులకు తిండి, బిస్కెట్ కూడా అందించబడలేదు. హృదయ్ అనే పేరుకి అస్సలు సరిపోడు ఈ పోలీస్ వాడు. అతడి కరుణ, జాలి, దయ వంటివి లేవు. ఇప్పటి వరుకు మేము ఎదుర్కొన్న ప్రభుత్వ ముఖాలలో ఇది అత్యంత వికృతమైనది. సహర్సా కేవలం 26 కిలోమీటర్ల దూరంలోనే ఉండడం మాత్రమే ఓదార్పు.

నేను ఎంత ప్రయత్నించినా, కేవలం ఆరు రోజుల క్రితం 1232 కిలోమీటర్ల దూరం ఇప్పుడు కొన్ని కిలోమీటర్లకు తగ్గిందని నేను నమ్మలేకపోయాను. కూలీలు ఇప్పటి వరకు 1206 కిలోమీటర్ల దూరం ప్రయాణించారు.

9

ఇల్లు దగ్గరే, కానీ చాలా దూరం

ఏడవ రోజు: 3 మే 2020

26 కిలోమీటర్ల దూరంలో సహార్సా

ఇప్పుడు తెల్లవారుజామున 2 గంటలైంది, బస్సు మాధేపురా నుండి సహర్సాకు చేరుకుంది. రోడ్డు పెద్ద గుంతలతో తయారైంది, అప్పుడప్పుడు తారు రోడ్డు మీద వంతెనలు వేయబడ్డాయి. మానవ్, నేను 26 కిలోమీటర్లు ప్రయాణించడానికి కనీసం ఒక గంట సమయం పడుతుందని లెక్కించాము. బీహార్ మాజీ ముఖ్యమంత్రి లలూ ప్రసాద్ యాదవ్‌కు ఆపాదించబడిన ఒక వ్యాఖ్య నాకు గుర్తుకు వచ్చింది. అతను బీహార్ రోడ్లన్నింటినీ ఒక నిర్దిష్ట సినిమా హీరోయిన్ బుగ్గల లాగే నున్నగా చేస్తానని వాగ్దానం చేసినట్లు తెలిసింది. ఆమె 2020 నాటికి పార్లమెంటు సభ్యురాలు.

మేము తెల్లవారుజామున 3 గంటలకు సహర్సాకు చేరుకున్నప్పుడు మాకు మళ్ళీ ఒక చెడ్డ అనుభవం ఎదురైంది. ఇప్పటికీ ఇది మామూలు అయిపోయి ఉండాలి. కానీ ప్రభుత్వ వైఖరి ప్రతి చోటా మమ్మల్ని ఆశ్చర్య పరచక మానట్లేదు. కానిస్టేబుల్ రామ్ కుమార్ కనీసం పది వేర్వేరు నంబర్‌లకు కాల్ చేశాడు. అతని ఫోన్ బ్యాటరీ చివరి దశలో ఉంది. చాలా మంది అధికారులు కాల్‌ని తీయడం, ఏ విధంగానైనా స్పందించడం కానీ చేయడం లేదు. వారిలో ఫోన్‌లకు సమాధానం ఇచ్చిన వారికి రాత్రికి వచ్చిన వలసదారులను ఎక్కడ ఉంచాలి అని తెలియదు. సహర్సా శంకర్ చౌక్ వద్ద బస్సు నిలిచిపోయింది.

ఒక అరగంట తర్వాత సాధారణ పెట్రోలింగ్‌లో ఉన్న ఒక పోలీసు జీపు మమ్మల్నిదాటినప్పుడు, జీప్ నడుపుతున్న కానిస్టేబుళ్లకు అక్కడ ఆగి ఉన్న వ్యక్తుల బస్సును చూసి అనుమానం వచ్చి మమ్మల్ని తనిఖీ చేయడానికి వచ్చారు. కానిస్టేబుల్ రామ్ కుమార్ జీపులో కూర్చున్న సబ్ ఇన్‌స్పెక్టర్‌కి కూలీల కష్టాలను చెప్పాడు. సబ్-ఇన్‌స్పెక్టర్ ముఖంలోని చూపు, సమస్య అతని సామర్థ్యానికి మించినదని మాకు తెలియజేసింది.

బస్సు నిండా కూలీలతో ఏం చేయాలో అతను తన వైర్‌లెస్‌ని ఉపయోగించాడు. రిసీవింగ్ ఎండ్‌లో ఎవరికీ ఎలాంటి క్లూ లేదు. మాధేపురా కథ ఇప్పుడు సహర్సాలో పునరావృతమయ్యింది. చివరికి, సహర్సాలోని ఆదర్శ్ సదర్ పోలీస్ స్టేషన్ ముందు సబ్-ఇన్‌స్పెక్టర్ బస్సు డ్రైవర్‌ను పార్క్ చేయమని అడిగాడు.

బీహార్ సరిహద్దు నుండి వలస కూలీలతో నిండిన బస్సు జిల్లాకు వచ్చిందని-మెగా పోలీసు చెక్‌పోస్ట్ ద్వారా పంపించబడిందని, స్థానిక పరిపాలనలో ఎవరికీ దాని గురించి తెలియదని నమ్మశక్యం కానిదిగా అనిపించింది. కోవిడ్ -19 మహమ్మారి గరిష్ట స్థాయికి

చేరుకున్నప్పుడు ఇదంతా జరిగింది. చాలా మంది కార్మికులు వ్యాధి లక్షణం లేని క్యారియర్లుగా ఉండే అవకాశం ఉంది.

రాష్ట్రంలోని వలసల ప్రవాహాన్ని నియంత్రించే లక్ష్యంతో రాష్ట్ర ప్రభుత్వం సరిహద్దు వద్ద బస్సులను ఏర్పాటు చేసింది. వారిని స్క్రీనింగ్ చేసి, ఆపై వారి వారి జిల్లాలకు కఠినమైన పర్యవేక్షణలో పంపాలని ప్రణాళిక చేయబడింది. అవి బాగానే పంపబడ్డాయి. కానీ ఆదేశాల పాలన లేకపోవడం మాత్రమే అసలైన 'కఠినమైన పర్యవేక్షణ' గా మనం గమనించవచ్చు. అంతేకాకుండా, రాష్ట్ర పరిమితుల్లోకి ప్రవేశించిన తర్వాత, జిల్లా ప్రధాన కార్యాలయానికి వచ్చిన తర్వాత ఎవరూ ఆహారం, నీరు, విశ్రాంతి కోసం ఆలోచన చేయలేదు. వాస్తవానికి, వలస కూలీలు బీహార్ చేరుకున్న తర్వాత వారి దుస్థితి గురించి ఎవరూ ఆలోచించలేదు. ప్రణాళికలో ఈ అసమర్థత స్పష్టంగా కనిపించింది.

బస్సు ఆదర్శ్ సదర్ పోలీస్ స్టేషన్ వద్ద చాలా సేపు నిలబడింది. కూలీలు వెంటనే సహనం కోల్పోయారు. కొందరు పదహారు గంటలు, మరికొందరు ఇరవై నాలుగు గంటలు ఆకలితో ఉన్నారు, వారిలో ఎవరికీ తినడానికి ఏదైనా దొరుకుతుందో లేదో తెలియదు. వారిని ఎక్కడికి తీసుకెళ్లాలో స్పష్టంగా తెలియలేదు. ఇకపై ప్రభుత్వంపై ఆధారపడే ప్రసక్తే లేదని గ్రహించారు. వారు బీహార్ చేరుకునే వరకు అంతా తామే చేసుకుంటూ వచ్చారు. ఇప్పుడు విషయాన్ని మళ్ళీ తమ చేతుల్లోకి తీసుకోవాలని భావించారు. 'రండి, మీ సైకిళ్లు తీయండి; వెళ్దాం' అన్నాడు రితేష్. 'వీళ్లపై ఆధారపడితే ఘజియాబాద్‌లో వారి సాయం కోసం ఎదురుచూస్తూ ఉన్నట్లే ఉండి బస్‌లోనే చనిపోతాం.'

'ఈ రాత్రికి మేము ఎక్కడికి వెళతాం?' రితేష్ ఉక్రోషానికి చిరాకుగా అడిగాడు ఆశిష్. సరిహద్దు వద్ద, అతని అసహనం కారణంగా వారు పట్టుబడ్డారు.

'మేము మా ఊరికి వెళ్తాం' అని రితేష్ బదులిచ్చాడు.

'ప్రభుత్వ అనుమతి లేకుండా ఇంటికి వెళితే, మిమ్మల్ని, మీ కుటుంబంతో సహా, అంటువ్యాధి చట్టం కింద కటకటాల వెనక్కి నెడతారు. ఈ విషయం మీకు తెలుసని అనుకుంటున్నావా?' అందరి చూపు రామ్ కుమార్ వైపు మళ్లింది.

'ప్రస్తుతం మాకు ఏం జరుగుతుంది? మేము ఎక్కడికి వెళ్తున్నాం?' రితేష్ ప్రశ్నలకు అంతులేదు.

'నాకు ఖచ్చితంగా తెలియదు. కానీ బయటి నుంచి ఎవరు వచ్చినా వాళ్ల ఊరికి దగ్గర్లో ఉన్న సదుపాయంలో పద్నాలుగు రోజుల పాటు ఐసోలేషన్‌లో ఉంచుతున్నారని విన్నాను' అని రామ్ కుమార్ బదులిచ్చారు.

'ఇలా? ఆహారం లేదా నీరు లేకుండా?'

దీనికి గత పదహారు గంటలుగా రామ్ కుమార్ దగ్గర సమాధానం లేదు. ఇప్పుడు కూడా తన వద్ద విశ్వసనీయమైన సమాధానం లేదని అతనికి తెలుసు.

ఒక్కసారిగా బస్సు ఇంజన్ గిరగిరా తిరిగి ప్రాణం పోసుకుంది. దాని ముందు పోలీసు పెట్రోలింగ్ జీపు కదులుతోంది. జీపులోపల కూర్చున్న కానిస్టేబుల్ బస్సును జీపును అనుసరించమని సిగ్నల్ ఇచ్చాడు. చివరకు బస్సును ఎక్కడికి తీసుకెళ్లాలో పోలీసులకు తెలిసింది. కొద్దిసేపటికి బస్సు సర్క్యూట్ హౌస్ పక్కనే ఉన్న భారీ భవనం ముందు ఆగింది. గోపాల్‌గంజ్‌లో మధ్యాహ్నం 1.30 గంటలకు బయలుదేరిన తర్వాత సమయం 4 గంటలైంది, బస్సు తన విధిలేని ప్రయాణాన్ని పూర్తి చేయడానికి పదమూడు గంటలు పట్టింది.

మోసం చేసి ఇరికించారు

కూలీలంతా అలసిపోయారు. ముఖేష్ ఎలాగోలా నిలబడగలిగాడు, కానీ కదలడం కష్టంగా ఉంది. ఆశిష్, సోనులు అతడికి సాయం చేశారు.

జీపుకు దగ్గరగా నిలబడి ఉన్న సబ్‌ఇన్‌స్పెక్టర్ కూలీలతో, 'మీరు ఈ భవనంలో ఉండేందుకు అధికారులు ఏర్పాట్లు చేశారు. లోపలికి వెళ్లి బాగా పడుకోండి. మేము ఉదయం పరిస్థితిని సమీక్షిస్తాము, ఇంకా ఏమి చేయగలమో చూస్తాము.

'ఎవరైనా ఖాళీ కడుపుతో ఎలా పడుకుంటారు సార్?' అని అడిగాడు రామ్ బాబు.

'మాకు గత పదహారు గంటలుగా తినడానికి ఏమీ లేదు సార్' అంటూ రితేష్ రామ్ బాబుతో కంఠం కలిపాడు.

"మేము గత ఇరవై ఐదు గంటలుగా ఆకలితో ఉన్నాము" అని మరొక కార్మికుడు చెప్పాడు.

'దయచేసి లోపలికి వెళ్లండి; మేము అన్ని ఏర్పాట్లు చేసాము, లుంగీ కట్టుకున్న ఒక మధ్య వయస్కుడు అరిచాడు. అతను కర్రతో ఉన్నాడు.

'లేదు! తినడానికి ఏదైనా దొరికే వరకు మేము ఎక్కడికీ వెళ్లడం లేదు.' అని రామ్‌బాబు చెప్పడంతో, డజన్ల కొద్దీ కూలీలు, 'అవును, మేము కదలము' అని నినాదాలు చేయడం ప్రారంభించారు.

'రచ్చ సృష్టిస్తే తిండి దొరుకుతుందా? లోపలికి రండి అని చెబుతున్నాను; మేము అన్ని ఏర్పాట్లు చేస్తున్నాము, "మధ్యవయస్కుడు మళ్ళీ మాట్లాడాడు.

'ఎవరు నువ్వు?' లాఠీలు పట్టిన వ్యక్తిని సబ్ ఇన్‌స్పెక్టర్ అడిగాడు.

'అయ్యా, నేను ఈ ప్రదేశానికి సంరక్షకుడిని.

అతన్ని ప్రశ్నించిన తరువాత, సబ్-ఇన్‌స్పెక్టర్ కూలీల వైపు తిరిగి, 'చూడండి, అతను కేర్‌టేకర్, అతను మీకు అన్నింటికీ ఏర్పాట్లు చేస్తానని అతను మీకు హామీ ఇస్తే, మీరు ఎందుకు లోపలికి వెళ్లడం లేదు? లోపలికి వెళ్లి భోజనం చేయండి. ఇక్కడ నిలబడలేరు కదా?'

ఈసారి సబ్-ఇన్‌స్పెక్టర్ ఒక సాధారణ పోలీసు లాగా కఠినంగా మాట్లాడాడు. నిరుత్సాహానికి గురైన కూలీలు బెదిరిపోయి వరుసలో పడటం ప్రారంభించారు. వారు తమ సంచులు, సైకిళ్లతో నిశ్శబ్దంగా భవనం వైపు వెళ్లారు.

'ఏమిటీ నరకం? పడుకోవడానికి ఇదేనా?'

రామ్ బాబు ఏడుపు విని మేము భవనం లోపలికి పరిగెత్తాము. చాలా మంచాలు మురికిగా ఉన్న పాత పరుపులతో అస్తవ్యస్తంగా పడి ఉన్న ఒక పెద్ద, ప్రకాశవంతంగా వెలుగుతున్న హాలులో కార్మికులందరూ నిలబడి ఉండటం మేము చూశాము.

హాల్ యొక్క ప్రతి మూల చెత్తతో నిండిపోయింది. ఇందులో డిస్పోజబుల్ పేపర్ ప్లేట్లు, గిన్నెలు ఉన్నాయి. నేల పొడవునా ఆహారపు ఎండిన మరకలు. చుట్టూ పాన్ ఉమ్మి ఉన్నాయి. పాత ఆహారం వాసనతో ఆ ప్రదేశం దుర్వాసన వెదజల్లుతోంది. వారం రోజులుగా హాలు శుభ్రం చేసినట్టు లేదు. కేర్‌టేకర్ అక్కడ నిశ్చలంగా నిలబడి ఉన్నాడు.

రామ్ బాబు తన ఆగ్రహాన్ని వెళ్లగక్కాడు, 'మమ్మల్ని ఇక్కడ పడుకోమంటారా? మహమ్మారి సమయంలో? మేము జంతువులా? పిల్లులు లేదా కుక్కలా? మాకు ఏదైనా జరిగితే ఎవరు బాధ్యులు?' అని ప్రశ్నించారు.

కేర్‌టేకర్ మౌనంగా ఉన్నాడు. అతని ముఖం చూసి అతను పట్టించుకోడు అని అర్థం అయ్యింది. ఈ సందర్భంలో, అతని వద్ద సమాధానాలు లేవు. జిల్లా యంత్రాంగం చీకటిలో నడుస్తోంది. వలస వచ్చిన వారితో ఏమి చేయాలో గుర్తించడానికి చాలా సమయం పట్టింది; అతను ఏదైనా కవచం అయినా తెలిసిన చివరి వ్యక్తి.

'మరి మా తిండి ఎక్కడ?' అని రితేష్ అరిచాడు.

'ఒక్క నిమిషం ఆగండి, నేను తిరిగి వస్తాను' అంటూ కేర్‌టేకర్ హాలు నుంచి వెళ్లిపోయాడు. కార్మికులు అతని కోసం వేచి ఉన్నారు, కానీ అతను తిరిగి రాలేదు. చాలా సేపు వేచి ఉన్న తర్వాత, వారు బయటకు వెళ్లి విచారించాలని నిర్ణయించుకుని భవనం యొక్క ప్రధాన తలుపు వరకు వచ్చారు. అది బయట నుండి తాళం వేసి ఉంది. దీంతో వారు ఒక్కసారిగా నివ్వెరపోయారు.

వారు మోసపోయారు, ఉచ్చులో ఇరుక్కున్నారు. కేర్‌టేకర్ వారిని లోపలికి లాక్కెళ్లారు, వారు వెళ్ళడానికి మార్గం లేదు. వారు దేశంలోని వివిధ ప్రాంతాల నుండి ఆరు నుండి ఎనిమిది రోజులు ప్రయాణం చేసి తమ రాష్ట్రానికి, చివరకు వారి గ్రామాలకు

చేరుకోవడానికి నడిచారు. బదులుగా, వారు ఇప్పుడు ఉదయం 4.15 గంటలకు ఒక భవనంలో చిక్కుకున్నారు. గత పదహారు నుండి ఇరవై నాలుగు గంటలుగా ఆకలితో ఉన్నారు.

వారు కేవలం ఒక కారణం కోసం ఇంత దారుణంగా చూడబడుతున్నారు. ఆహారం, నిద్రించడానికి శుభ్రమైన స్థలం కోసం అడిగారు. వారు కరోనావైరస్ను పట్టుకునే అవకాశాలను తగ్గించడానికి ప్రభుత్వం చేసిన ఏర్పాట్ల దుస్థితి ఇది.

కేర్‌టేకర్‌కు ఈ సమయంలో అతను ఆహారం అందించలేదని తెలుసు. తిండి లేదని చెబితే వారి ఆవేశాన్ని అదుపు చేయలేనని కూడా అతనికి తెలుసు. కాబట్టి ఇది అతని పరిష్కారం. ఇది చాలా చెత్త రకం అయిన మోసం. వారందరినీ భవనంలోనే బంధించాడు. వారు ఆవేశపడతారని అతనికి తెలుసు, కానీ విముక్తి పొందలేరు. వారి నపుంసకత్వ ఆవేశానికి సంబంధించినంత వరకు, అతను దానిని సురక్షితమైన దూరం నుండి ఎదుర్కోగలడనే నమ్మకంతో అతను ఉన్నాడు.

కేర్‌టేకర్ ఆలోచన ప్రణాళికా రూపం దాల్చుకుంది. ఇనుప గ్రిల్స్‌కు అడ్డుగా ఉన్న కిటికీల వెనుక నుండి కూలీలు కేకలు వేయడం ప్రారంభించారు. రామ్ బాబు వీరుడిలా గ్రిల్ కొట్టాడు. అతను ఆవేశంతో వణుకుతున్నాడు. 'ఇక్కడ చూడు, కాపలా' అని అరిచాడు, 'మేము పంజాబ్‌ను దాటాము, మేము హర్యానాను దాటాము, మేము ఢిల్లీ, ఘజియాబాద్‌ను దాటాము, మేము ఉత్తరప్రదేశ్‌ను కూడా దాటాము; మీ జైలు మాకు సరిపోదు. మేము దానిని ఇష్టానుసారం దాటుతాము. నీకు అర్థమైందా? తాళం తెరు.' వారి కోపం తారాస్థాయికి చేరుకుంది. ఆగ్రహించిన నలభై మంది కూలీలు ఇనుప గ్రిల్స్‌ను కదిలించిన శబ్దంతో ఆ ప్రాంతమంతా ప్రతిధ్వనించింది.

'తలుపు తెరువు! ఎందుకు తెరవడం లేదు?' అని ప్రశ్నించారు.

'ఇది పని చేయదు.'

'సీఎం నితీష్ కుమార్ డౌన్ డౌన్.'

'కాపలా, తలుపు తెరవండి.'

కానీ కేర్‌టేకర్ స్థిరంగా, ఆసక్తి లేకుండా ఉన్నాడు. పొగాకుతో అరచేతిని రుద్దుతూనే ఉన్నాడు. పోలీసు జీపు కూడా అదృశ్యమైంది. మా ముందు జరిగిన ఈ అన్యాయాన్ని చూస్తూ మౌనంగా ఉండడం మాకు కష్టమైంది. కాబట్టి మేము కేర్‌టేకర్‌ను ఎదుర్కొన్నాము.

'భోజనానికి సదుపాయం ఉంది కాబట్టి మీరు కూలీలను భవనం లోపలికి రమ్మని చెప్పారు' అన్నాను.

'నేనేమీ అలా అనలేదు' అని కేర్‌టేకర్ బదులిచ్చాడు.

'ఏమి చెబుతున్నారు? ఇది తప్పు.'

'ఇవి పనికిరాని చర్చలు. ఎవరైనా తెల్లవారుజామున 3 గంటలకు తిండి అందించగలరా?'

'గత పదహారు గంటలు లేదా అంతకంటే ఎక్కువ కాలంగా వారంతా ఆకలితో ఉన్నారు. వాళ్లు చనిపోతారు!'

'ఉదయం సీనియర్ అధికారులు వచ్చిన తర్వాతే ఏం చేయాలన్నా' అంటూ వింతగా గొంతు సవరించుకుని మా ముందు ఉమ్మివేసి పారిపోయాడు.

ఆవేశపు కేకలు వింటూ నిస్సహాయంగా భవనం బయట నిలబడ్డాం.

మేము పూర్తిగా నివ్వెరపోయాము, మా ఇంద్రియాలు మొద్దుబారిపోయాయి. ఆ రోజు మేము చూసినది అత్యంత నీచమైన విషయం. హైవే వద్ద మమ్మల్ని కలిసిన సబ్-ఇన్‌స్పెక్టర్ భోజనం కోసం ఒక క్యాంప్ ముందు ఉందని చెప్పి మాకు ఎలా అబద్ధం చెప్పాడు?

మాధేపురాలోని హృదయ్ లాల్, 'గత ఎనిమిది రోజులుగా మీకు తినడానికి ఏమీ లేకుంటే, ఇప్పుడు ఎందుకు ఫిర్యాదు చేస్తున్నావు?' అని అనేంత లా ఎలా ఉండగలిగాడు? ఇప్పుడు, సహర్సా లో, ఈ కూలీలను ఒక కేర్‌టేకర్ ఎలా మోసం చేస్తాడు? వారిని ఒక మురికి భవనంలోకి తీసుకెళ్లి తాళం వేయాలా? ఆ హాలు చెత్త కుప్ప కంటే గొప్పది కాదు. ఇది అడ్మినిస్ట్రేటివ్ సిబ్బంది, ప్రభుత్వ యంత్రాంగం ద్వారా పూర్తిగా కర్కోటకమైన ప్రవర్తన. పేదలతో తప్ప ఈ దేశం ఎవరితోనైనా నిలబడుతుందని మేము ఇప్పుడు విశ్వసించాము.

కాలక్రమేణా, కూలీల గొంతులు తగ్గాయి. వారు ఖాళీ కడుపుతో ఎంతకాలం అరుస్తారు? మన ప్రభుత్వాలు, పరిపాలన, న్యాయ వ్యవస్థ మన పేదల కడుపు నింపడానికి ఇష్టపడకపోవడానికి ఇదే కారణమని మేము భావించాము. వారి కడుపు నిండి ఉంటే, వారు అసౌకర్య స్థాయికి తమ గొంతులను పెంచవచ్చు.

మేము ఉదయం 9 గంటలకు కార్మికుల గురించి విచారించడానికి తిరిగి వచ్చినప్పుడు, వారు ఇంకా నిర్బంధంలో ఉన్నారు. ఇప్పుడు ఒకే తేడా ఏమిటంటే, తాళం వేసిన గేటులో ఇద్దరు పోలీసు గార్డులు ఉన్నారు. సహర్సా అడ్మినిస్ట్రేషన్ లోపభూయిష్ట నిర్వహణ గురించి నేను ఇప్పటికే ట్వీట్ చేసాను. జిల్లా కలెక్టర్, బీహార్ ముఖ్యమంత్రి, ప్రతిపక్ష నాయకులందరినీ ట్యాగ్ చేసాను. ప్రభుత్వ యంత్రాంగం ఇప్పటికైనా చర్య తీసుకుంటుందని నేను విశ్వసిస్తున్నాను. వారు దానిని అమలు చేయాలని కోరుకున్నాము.

సంరక్షకుడు ఎక్కడా కనిపించలేదు. కూలీలు ఇంకా గ్రిల్స్ దగ్గరే నిలబడి ఉన్నారు. వారి అలసిపోయిన, నిద్రపోతున్న ముఖాలు నిరుత్సాహం, అలసట, ద్రోహం యొక్క నిశ్శబ్దమైన ఇంకా అనర్గళమైన కథను చెప్పాయి.

'రితేష్ బాగున్నావా?' అని అడిగాను.

'ఏం చెప్పాలి సార్?'

రితేష్ చెప్పిన ఈ మూడు మాటలు కథ మొత్తం చెప్పడానికి సరిపోతాయి.

ఉదయం 9 గంటలకు కూడా ఆహారం లేదు. రితేష్, రామ్ బాబు, వారి తోటి కార్మికులు ఇప్పుడు కనీసం ఇరవై నాలుగు గంటలు, మరికొందరు కనీసం ముప్పై రెండు గంటలు ఆకలితో ఉన్నారు. ఇది నాకు, అమానవీయత, ప్రభుత్వ వైఫల్యంగా తోచింది.

'చెప్పండి అన్నయ్యా, ఇంతమందికి ఎప్పుడు తినడానికి దొరుకుతుంది?' అని అక్కడ నిలబడిన పోలీసు కాపలాదారులను అడిగాము.

'మాకేమీ తెలియదు సార్.'

'నిన్న ఉదయం నుంచి ఆకలితో ఉన్నారని, మరికొందరికి అనారోగ్యంగా ఉందని మీకు తెలుసా?'

'అవును సార్, మాకు తెలుసు. వారు మాకు చెప్పారు.'

'అయితే మీరు వారి కోసం కొన్ని ఏర్పాట్లు ఎందుకు చేయకూడదు?'

'మేము పోలీసులం, వారికి కాపలాగా ఉండమని మాకు బాధ్యత ఇచ్చారు.'

'వారు ఆకలితో చనిపోతే, మీరు ఎవరిని కాపాడుతారు?'

ఇక్కడ ఏమి జరుగుతుందో దాన్ని ఎలా పరిష్కరించాలో మేము ఆలోచనలో ఉన్నాము. ప్రభుత్వం కాపలాదారులను విధుల్లో ఉంచడానికి సిద్ధంగా ఉంది, కానీ ఆహారం కోసం ఏర్పాటు చేయడానికి తగినంతగా తరలించబడలేదు! గార్డులిద్దరూ మౌనం వహించారు.

'దయచేసి ఏదైనా చెప్పండి?'

'ఏం చెప్పాలి సార్? ఏది చెబితే అది చేస్తాం.'

'మరి ఇంతమందిని ఇక్కడ ఎంతకాలం బంధిస్తారు?'

వారిని సహర్సా స్టేడియానికి తీసుకెళ్లమని మమ్మల్ని అడిగారు.

'స్టేడియంలో ఏముంది?'

'నాకు తెలియదు సార్. అక్కడికి తీసుకెళ్లమని మాత్రమే మాకు చెప్పారు.'

మేము స్టేడియం వద్ద ఏమి జరుగుతుందో అని ఆందోళన చెందాము, కార్మికులు భవనం నుండి బయలుదేరిన క్షణంలో వారితో కలిసి వెళ్ళాము. పోలీసు గార్డులు ముందుకు నడిచారు, అలసిపోయిన, కార్మికులు ఒకే వరుసలో వారిని అనుసరించారు. పశువులు లేదా గొర్రెలను మేపుతున్నట్లు అనిపించింది. మరో రెండు కిలోమీటర్లు నడిచి కూలీలు స్థానిక జాతర వేదికగా ఉన్న స్టేడియం వద్దకు చేరుకున్నారు.

అప్పటికే వందలాది మంది కూలీలు, డజన్ల కొద్దీ ప్రభుత్వ అధికారులు, కార్మికులు ఉన్నారు. స్టేడియం లోపల చాలా టెంట్లు ఉన్నాయి, దాదాపు ఇరవై బస్సులు ఒక చివర

వరుసలో ఉన్నాయి. స్క్రీనింగ్ తర్వాత కార్మికులను వారి సంబంధిత బ్లాక్ హెడ్‌క్వార్టర్స్‌కు బస్సుల ద్వారా పంపిస్తారని, అక్కడ వారిని పద్నాలుగు రోజుల పాటు స్థానిక ప్రభుత్వ పాఠశాలలో నిర్బంధించారని మాకు తెలిసింది. ప్లాన్ బాగుందనిపించింది. అయితే కూలీలకు ఇప్పటికీ ఆహారం ఎందుకు అందించలేదనేది ఇప్పటికీ మాకు మిస్టరీగానే ఉంది.

ప్రభుత్వం ఇంత విస్తృతమైన వ్యవస్థను రూపొందించగలిగినప్పుడు, ప్రజలకు అల్పాహారం, భోజనం, రాత్రి భోజనం ఎందుకు ఏర్పాటు చేయదు?

ఇక చాలు. సహనానికి పరీక్ష పెట్టవద్దు!

స్టేడియంలో, ప్రతి వ్యక్తికి ఒకే కథ ఉందని మేము కనుగొన్నాము. అందరూ ఇప్పుడు ఒక రోజు కంటే ఎక్కువ ఆకలితో ఉన్నారు. పసిపిల్లలు, గర్భిణులు ఉండడం చూసి ఆశ్చర్యపోయాం. రితేష్, రామ్ బాబు రెచ్చిపోయారు, వారి కోపం ఇప్పుడు కట్టలు తెంచుకుంటోంది. వారు ఇతర కార్మికులను రెచ్చగొట్టడం ప్రారంభించారు. 'ఒక తల్లి తన బిడ్డ కోసం ఏడ్చినప్పుడు పాలు అందజేస్తుంది, కానీ ఇది ప్రభుత్వం. మేము మాట్లాడకపోతే ఆకలితో చచ్చిపోయినా పట్టించుకోరు.'

రితేష్ ప్రయత్నాలు ఫలించాయి. దాదాపు పదిహేను నుండి ఇరవై మంది కూలీలు ఒక గుడారంలో కూర్చున్న ప్రభుత్వ అధికారిని గుంపుగా చేరారు. రామ్ బాబు వారి కోసం మాట్లాడాడు, 'సార్, మాకు ఒక విషయం చెప్పండి. మీరు కూలీలందరినీ వరుసలో ఉంచి, మమ్మల్ని కాల్చమని ఎందుకు అడగకూడదు?'

తనను చుట్టుముట్టిన కూలీల సంఖ్యకు అధికారి ఆశ్చర్యపోయి, 'ఎందుకు అలా మాట్లాడుతున్నావు?'

'అయ్యా, నిజాయతీగా చెప్పండి మీరు మాకు ఆహారం ఇస్తారా లేదా?' అని రామ్ బాబు ప్రశ్నించారు.

'మీకు ఆహారం దొరకదని ఎవరు చెప్పారు?' అధికారి అడిగాడు.

'అది ఎక్కడ ఉంది? నిన్న ఉదయం నుండి మాకు ఏమీ అందలేదు. మేము తెల్లవారుజామున 3 గంటలకు ఒక ప్రదేశంలో పడవేయబడ్డాము, అది చెత్త పడేసే ప్రదేశం కంటే మెరుగైనది కాదు. పొద్దున్నే తినడానికి ఏమైనా వస్తుందని రాత్రి చెప్పారు. ఇప్పుడు ఉదయం 10 గంటలు. ఆహారం ఎక్కడ?'

'అది దారిలో ఉంది.'

'ఇది రావడానికి ఎంత సమయం పడుతుంది?' అని రామ్ బాబు ప్రశ్నించాడు.

'అది రాబోతోందని చెప్పానుగా.'

'ఎంత సమయం పడుతుంది? ఒక్కసారి మీరు మాతో నిజాయితీగా ఉండగలరా?'

'ఆహారం వచ్చేస్తుంది.'

అధికారి స్పష్టంగా, భయంతో ఉన్నాడు.

'ఇంకా ఎంత సమయం పడుతుంది?' రెండో కూలీ అడిగాడు. అధికారి తన వాచీని చూసి, 'మినిమమ్ అరగంట' అన్నాడు.

ఇంకో ముప్పై నిమిషాల సంగతి అనుకుంటూ కూలీలంతా వెనుదిరిగారు. ఎదురుచూడటం వల్ల నష్టమేమీ లేదు. ఏది ఏమైనప్పటికీ, వేచి ఉండటం తప్ప వారికి వేరే మార్గం లేదు. ముఖేష్ ఇప్పుడు కక్కుకుంటున్నాడు. అతను బలహీనమైన వ్యవస్థ, శరీరం కలిగి ఉన్నవాడు. ప్రయాణంలో చాలా బాధపడ్డాడు. ఇప్పుడు అతని పరిస్థితి విషమించింది. సోను, కృష్ణ అతనికి సహాయం అందిస్తున్నారు. అతనికి నీళ్లు ఇచ్చి నీడలో పడుకోబెట్టారు. తరువాత, సందీప్ నన్ను ఒక మూలకు తీసుకెళ్ళి, నాలో అపరాధభావాన్ని నింపే విధంగా ముఖేష్ గురించి ఒకటి చెప్పాడు, నేను మనిషిని అయినందుకు సిగ్గుపడ్డాను.

ముకేష్ ముందు రోజు రాత్రి బిల్డింగ్ లోపల పేపర్ ప్లేట్లలో పడి ఉన్న కొన్ని పాత ఆహార పదార్థాలు తినడానికి ప్రయత్నించాడని సందీప్ నాతో చెప్పాడు. అతను సమయానికి ముఖేష్‌ను గుర్తించి అతనిని ఆపాడు. కానీ అతను తిన్నది కొద్దిగానైనా, ఇప్పుడు అతని ఆరోగ్యం క్షీణించటానికి దారితీసింది.

నా దగ్గర రెండు అరటిపళ్లు ఉన్నాయి, వాటిని ముఖేష్‌కి ఇచ్చాను. అరటిపండ్లు కొంత ఉపశమేము కలిగించాయి, కానీ శరీరానికి ధాన్యంతో కూడిన సరైన భోజనం అవసరం. ఇవి కష్టపడి పనిచేసిన కూలీల శరీరాలు, వారికి స్థిరమైన ఆహార సరఫరా అవసరం. పరిపాలన యొక్క క్రూరత్వంతో నేను అయోమయంలో పడ్డాను–వారు ఉష్ట్రపక్షిలా తలను ఇసుకలో పెట్టేసి, ఈ మనుష్యులకు ఆహారం చాలా అవసరం అనే విషయం చూడడానికి నిరాకరించారు.

ప్రభుత్వ అధికారి అరగంట వారిని ఆపగలిగాడు. ఉదయం 11 గంటలు అయ్యింది అని రితేష్ చూసాడు. గంటకు పైగా గడిచిపోయింది. భోజనం లేదా అల్పాహారం లేదు. కూలీలు మళ్లీ సహనం కోల్పోయారు. మరోసారి, వారు కలిసి బహిరంగ తిరుగుబాటుకు దిగారు. వాళ్ళు సైకిళ్ళు తీసి, లేని వాళ్ళు తమ సామాన్లు ఎత్తుకుని స్టేడియం గేట్ల దగ్గరకి వెళ్ళడం మొదలుపెట్టారు. ఒక్క క్షణం కూడా అక్కడ ఉండకూడదని వారు నిశ్చయించుకున్నారు. వారు కరోనావైరస్ బారిన పడటానికి సిద్ధంగా ఉన్నారు. పోలీసులు వారిని అదుపులోకి తీసుకున్నా మంచిదే అనుకున్నారు. ఎలాంటి స్క్రీనింగ్‌ను కానీ లేదా ప్రభుత్వ బస్సులో కూర్చోవడానికి వారు అంగీకరించకూడదు అని నిర్ణయం చేసుకున్నారు.

వందలాది మంది కూలీలు స్టేడియం గేట్ల వద్దకు వెళ్లడం చూసి ప్రభుత్వ అధికారులు ఉలిక్కిపడ్డారు. చుట్టూ కోలాహలం నెలకొంది. వెంటనే గేట్లను మూసివేయాలని పోలీసులకు సూచించారు. కానీ మూసి ఉన్న గేట్లు ప్రజల సునామీకి వ్యతిరేకంగా ఒక పేలవమైన రక్షణగా ఉన్నాయని వారికి తెలుసు. కొందరు కూలీలు గేట్లు ఎక్కడం ప్రారంభించారు. కొందరు స్టేడియం గోడపై ఉన్నారు. రితేష్, రామ్ బాబు గుంపులో ముందున్నారు. మాకు, వారి కొత్త అవతారం ఒకటి కనిపించింది. వారు మొత్తం ఆందోళనకు నాయకత్వం వహించారు. బహుశా మేము వారితో ఉన్నామని వారికి తెలుసు, అది వారికి బలాన్ని ఇచ్చింది.

ఆందోళనకు దిగిన వందలాది మంది కూలీలను అదుపు చేయడం పోలీసులకు కష్టతరంగా మారింది. ఆ సమయంలో, పోలీసులు తమ విధులను నిర్వర్తిస్తున్నప్పుడు, కూలీలతో భావోద్వేగంగా ఉన్నారని మేము భావించాము. వారి పట్ల, వారి కష్టాల పట్ల సానుభూతి చూపుతున్నట్లు అనిపించింది. అందుకే వారిని అడ్డుకునే ప్రయత్నం చేయలేదు. ఇప్పటి వరకు తమ సొంత చాంబర్‌ల సౌఖ్యాలలో గట్టిగానే ఉన్న సీనియర్ అధికారులు ఇప్పుడు ముందుకు రావడం ప్రారంభించారు. ముడుచుకున్న చేతులతో, చివరి అవకాశం కోసం కూలీలను వేడుకోవడం ప్రారంభించారు.

'మేము ఆకలితో ఉన్నామని నిన్నటి నుండి మీకు చెప్తున్నాము. మాకు ఆకలిగా ఉంది!' అని అరిచాడు రామ్ బాబు. ' మేము మూర్ఖులమని మీరు అనుకుంటున్నారు. మేము జంతువులమా? ఆకలితో చనిపోనిస్తారు మమ్మల్ని. కాదా? ఒక్క క్షణం కూడా ఇక్కడ ఎవరూ ఆగరు.' అతను గేటు పైన నిలబడి వారిని దూషించగా, అతనికి కూలీల నుండి మద్దతుగా హోరు వచ్చింది. ఆ సమయంలో కూలీలంతా ఒక్కటయ్యారు.

'దయచేసి నా మాట వినండి. అందరి తరపున క్షమాపణలు మేము చేసినదానికి కోరుతున్నాను.' ప్రభుత్వ అధికారుల గుంపు నుండి కొత్త అధికారి ముందుకు వచ్చి, రామ్ బాబు, ఇతర కార్మికులను శాంతింపజేసేందుకు ప్రయత్నించారు.

'మేము ఎవరి మాట వినము, ఒక్క క్షణం కూడా ఇక్కడ ఉండము. వెళ్తాం.'

ఇప్పుడు రామ్ బాబుతో రితేష్ చేరాడు. కూలీలు దూకుడుగా ఉన్నారు. పోలీసులు నిశ్శబ్దంగా చూస్తున్నారు, జోక్యం చేసుకోవడానికి ఇష్టపడలేదు.

'చూడు' అన్నాడు కొత్త అధికారి, 'నేను ఇప్పుడే వచ్చాను. మీ కష్టాల గురించి ఇప్పుడే తెలుసుకున్నాను. నా ముందు నీతో మాట్లాడిన అధికారులంతా నీతో అబద్ధాలు చెప్పారు; మీ కోసం ఎవరూ ఆహారం తయారు చేయలేదు. ఇప్పుడిప్పుడే వంట మొదలైంది. అది ఒక్క గంటలో రాకపోతే, మీ చెప్పులతో, ఈ విషయాన్ని పరిష్కరించుకోండి' అని అన్నాడు.

అతని మాటలు ప్రభావం చూపాయి. కూలీలు కాస్త శాంతించారు. ఈ అధికారి తమకు నిజమే చెబుతున్నారని వారు భావించారు. శుభవార్త ఏమిటంటే, అతను వారికి నిజం చెబుతున్నాడు.

'అలాంటప్పుడు నిన్నటి నుండి మాకు ఆహారం ఎందుకు అందించలేదు?'

'నేను తెలుసుకోవడానికి ప్రయత్నిస్తున్నాను. చింతించకండి; వారందరిపై కఠిన చర్యలు తీసుకుంటాం. కానీ దయచేసి మీరు నిర్దేశించిన ప్రదేశానికి తిరిగి వెళ్లి, ఓపికగా ఒక గంట వేచి ఉండండి. ఆహారం అందుతుంది. ఇది నా వాగ్దానం.'

స్టేడియం గోడలు, గేట్లు ఎక్కిన కూలీలు ఇప్పుడు కిందకు దిగి టెంట్ల వైపు నడవడం ప్రారంభించారు. దీంతో పోలీసులు, అధికారులు ఊపిరి పీల్చుకున్నారు. రామ్ బాబు కొత్త అధికారి దగ్గరకు వెళ్లాడు. 'ఒక గంటలో భోజనం వస్తుందని మీరు హామీ ఇచ్చారు.'

'అవును, ఒక గంటలో.'

రామ్‌బాబు, రితేష్‌లు మెరుపులు మెరిపించారు. ఇతర కార్మికులు కూడా తమ ముఖాలపై ఆనడం తో తిరిగి వస్తున్నారు. వారి ఆకలి, అలసట ఎలాగో ఆవిరైపోయినట్లు అనిపించింది. వారు నిద్రపోతున్న, నిర్లక్ష్యమైన వ్యవస్థను కదిలించారు. అది నీచమైన పని కాదు. నిజానికి, ఇది చాలా గొప్ప విజయం.

ఈ సంఘటనతో ఈ ఏడుగురు కూలీల గాథ ముగిసిపోయి ఉంటుందని ఆ సమయంలో అనుకున్నాను. ఎంత సరైన క్లైమాక్స్. ఇంత విచిత్రమైన కథకు ఇంతకంటే మంచి ముగింపు ఇవ్వమని నేను అడగలేకపోయాను. కానీ నేను కథను ఇక్కడితో ముగించినట్లయితే, ఈ వ్యక్తుల నిజమైన కథలు మీకు ఎప్పటికీ తెలియవు.

వాగ్దానం చేసినట్లుగా ఆహారం వచ్చింది, కానీ డెబ్బై నిమిషాల్లో. చివరకు మధ్యాహ్నం 12.30 గంటల సమయంలో కూలీలు తమ గుడారాల్లోకి భోజనంతో నిండిన డ్రమ్ములను చూశారు.

ఇరవై ఏడు గంటలు, అంతకంటే ఎక్కువ విరామం తర్వాత, రితేష్, రామ్ బాబు, ఇతరులు సరైన భోజనం చేయడం ఇదే మొదటిసారి. భోజనం తర్వాత, వారు కోవిడ్ -19 కోసం పరీక్షించబడ్డారు, పద్నాలుగు రోజుల ఐసోలేషన్ కోసం కార్మికులందరినీ వారి సంబంధిత బ్లాక్‌లలోని క్వారంటైన్ కేంద్రాలకు పంపడానికి సన్నాహాలు ప్రారంభించారు.

రితేష్, ఆశిష్, సోను, సందీప్, ముఖేష్, కృష్ణ బన్మ ఇటాహ్రీకి వెళ్తున్న బస్సు ఎక్కారు. రామ్ బాబు వెనక్కి తగ్గాడు. అతనికి పద్నాలుగు రోజుల క్వారంటైన్ తప్పనిసరి అని చెప్పారు. అతను రితేష్‌తో కలిసి బన్మా ఇటాహ్రీకి వెళితే, అతను సమస్తిపూర్ జిల్లాలోని తన గ్రామానికి తిరిగి వెళ్ళినప్పుడు అతను మరో పద్నాలుగు రోజుల నిర్బంధంలో ఉండవలసి ఉంటుంది. ఆయన ఇప్పుడు నేరుగా సమస్తీపూర్‌కి వెళితే మంచిది. రితేష్ కళ్లలో నీళ్లు

తిరిగాయి. ఒక గొప్ప భాగస్వామ్యం ముగియనుంది–కనీసం మరో పక్షం రోజుల పాటు.

ప్రయాణం మొత్తం, రామ్ బాబు, రితేష్ ఇద్దరూ సహనం, ప్రశాంతత, దృఢ నిశ్చయాన్ని ప్రదర్శించారు. ప్రతి ఆపద, సవాలు, సమస్యపై చర్చలు జరిపి, వారు తమ బృందాన్ని విజయవంతంగా ఇంటికి, సురక్షితంగా తీసుకువచ్చారు. ఇది చిరస్మరణీయ విజయం.

రితేష్ బస్ వెళ్లేసరికి రామ్ బాబు సైకిల్ తో నిలబడి కాసేపు చేయి ఊపుతూనే ఉన్నాడు. అప్పటికే బస్సు తన కనుచూపు రేఖకు దూరంగా వెళ్లిందని అతనికి అర్థం కాలేదు.

అఖరికి ఇంటికి!

సహర్సా, బన్మా ఇటాహ్రీ మధ్య దూరం 28 కిలోమీటర్లు. రితేష్, మరికొందరు మోహన్‌పూర్ అనే ఒకే గ్రామానికి చెందినవారు. వాస్తవానికి, బస్సు తమ గ్రామం గుండా వారిని తీసుకెళ్లే మార్గంలో వెళ్లకూడదు. కానీ డ్రైవర్‌కు దారి బాగా తెలియదని రితేష్‌కు తెలియడంతో, అతను దానిని సద్వినియోగం చేసుకున్నాడు, బన్మా ఇటాహ్రీకి తనకు తక్కువ మార్గం తెలుసునని చెప్పి, తన సొంత గ్రామం గుండా బస్సు తీసుకున్నాడు. తమ గ్రామానికి చేరుకోవాలనే ఆలోచనతో బృందంలో నూతనోత్తేజం కలిగింది. బస్సు ఇప్పుడు వారు మోహన్‌పూర్ దాటే రహదారి గుండా వెళుతున్నారు.

రితేష్ వెళ్లి సోనూతో పాటు బస్సు ముందర భాగంలో కూర్చున్నాడు. నేను వారికి తోడుగా ఉండాలని పట్టుబట్టాడు. బస్సు పైకప్పు నుండి, మొత్తం ప్రకృతి దృశ్యం ఉత్కంఠభరితంగా కనిపించింది. నేను ఆశ్చర్యపోయాను, డాక్యుమెంటరీని ముగించడానికి ఇంతకంటే మంచి క్లైమాక్స్ ఏమిటి? 1232 కిలోమీటర్ల ప్రయాణం ఇప్పుడు చివరి కిలోమీటరులోకి ప్రవేశించింది. కూలీలతో పాటు మా ఇద్దరికీ ఇది అధివాస్తవికంగా అనిపించింది. బస్సు 12 అడుగుల వెడల్పాటి రోడ్డు మీద కదులుతుంటే, మీదుగా రితేష్, సోనూలు పిచ్చుకల్లా ఎగిరిపోతున్నట్లు అనిపించింది పచ్చని పొలాల మధ్య. సోనూ తన మొబైల్‌లో భోజ్‌పురి పాటను ప్లే చేస్తున్నాడు. ఇద్దరూ ఆనందంతో డ్యాన్స్ చేస్తూ, పాడుతూ, ఊగుతూ, అరుస్తూ ఉన్నారు.

'చూడు, ఆ ఇటుక బట్టీ! సందీప్ అక్కడ పనిచేసేవాడు, కానీ కాంట్రాక్టర్ అతనికి డబ్బు ఇవ్వలేదు.

'సార్, ఆ శివాలయం మీకు కనబడుతుందా? నా ఇల్లు దానికి దగ్గర్లోనే ఉంది.'

'దాని ముందు నది ఉంది. స్నానానికి అక్కడికి వెళతాం.'

'సార్, చెరువు చూడండి. మేము ఇక్కడ చేపలను పట్టుకుంటాము.'

'మేము ఇక్కడ ఆడుకోవడానికి వస్తాము.'

'చూడండి ఆ రావి చెట్టు. అందులో దెయ్యాలు ఉంటాయి.'

'రోడ్డు పక్కన నిలబడిన వాళ్లందరినీ చూడండి, వాళ్ళు మా బంధువులే.'

'మీ ముందుకు చూడండి సార్. వారు రితేష్, ఆశిష్ యొక్క తల్లులు–'ఈ మాటలు విన్న, రితేష్ వెంటనే బస్సు నేలపై సాష్టాంగపడి, డ్రైవర్‌ని ఆపమని కోరుతూ బస్సు ఇనుప నేలను కొట్టడం ప్రారంభించాడు. బస్సు పూర్తిగా ఆగకముందే రితేష్ బస్సు దిగిపోయాడు. మోహన్‌పూర్ అకస్మాత్తుగా మా ముందు ఎలా ప్రత్యక్షం అయ్యిందో మేము నమ్మలేకపోయాము. ఆశిష్, మిగిలిన కూలీలు బస్సులోంచి బయటకు వచ్చారు. మేము బస్సు దిగే సమయానికి రితేష్ తన తల్లి పాదాలను తాకుతున్నాడు. ఆశిష్ తన పిల్లలతో ఆడుకుంటున్నాడు. ఆశిష్ భార్య, ఇద్దరు పిల్లలు, అతని తల్లి అతన్ని కలవడానికి వచ్చారు.

అందరూ భావోద్వేగానికి లోనయ్యారు, కానీ మేము సినిమాల్లో చూసే విధానం లేదా కథల్లో చదివినట్లు కాదు.

సౌలభ్యం, అమాయకత్వం, సరళత యొక్క భావం ఉంది. వారి కన్నుల మూలలో ఒక కన్నీటి చుక్క – ప్రేమ, కోరిక, భయం, నిస్సహాయతల మొత్తం కథను చెప్పింది.

ఈ సంక్లిష్ట స్థితి ని వ్యక్తీకరించడానికి వారికి కన్నీళ్లు మాత్రమే ఉన్నాయని నేను భావించాను. భావోద్వేగాలన్నింటినీ కలగలిపితే ఆశ్చర్యకరంగా, అదే జరిగేది అని నాకు అనిపించింది.

ఆశిష్, రితేష్ మమ్మల్ని వారి కుటుంబ సభ్యులకు పరిచయం చేసినప్పుడు, 'భయ్యా ఏడు రోజులు మాతో ఉన్నాడు, మమ్మల్ని అతని వారిలా చూసుకున్నాడు' అని చెప్పినప్పుడు, మా ప్రయాణం చాలా విలువైనదిగా భావించాము. అందరూ క్షేమంగా ఇంటికి చేరుకున్నారు. ఇది గొప్ప విజయం. నేను ఇంక ఎక్కువ అడగలేను.

ఆ రాత్రి నేను అతని కుటుంబంతో ఉండాలని రితేష్ పట్టుబట్టాడు. అతను తన తల్లి గొప్ప వంట చేస్తుందని, అద్భుతమైన చేపలను తయారు చేస్తుందని చెప్పి నన్ను ఉంచే ప్రయత్నం చేశాడు. తాజా చేపలను నేరుగా చెరువు నుండి తీసుకువచ్చారు.

ఈ క్లుప్త విరామం, సమావేశం తర్వాత, సమూహం పద్నాలుగు రోజుల నిర్బంధం కోసం బన్మా ఇటాహ్రీకి బయలుదేరే సమయం వచ్చింది, అక్కడ మొత్తం ఆరుగురు వ్యక్తులు ఒంటరిగా ఉంటారు. బయలుదేరే ముందు, బ్రిజ్‌ఘాట్‌లో నలిగిపోకుండా కాపాడిన ఆశిష్ తన కూతురికి అదే బొమ్మను ఇవ్వడం చూశాను. తన పిల్లలకు ఒక్కొక్కరికి రూ.10 కూడా ఇచ్చాడు. ఎందుకని అడిగాను.

అతని సమాధానం కొంచం విచిత్రం అనిపించింది. 'నేను వాళ్ల నాన్నను సార్.

సంపాదించేందుకు ఢిల్లీ వెళ్లాను. నేను చాలా నెలల తర్వాత తిరిగి వస్తున్నాను, అది కూడా ఖాళీ చేతులతో. నేను ఏమీ సంపాదించలేనని నా పిల్లలు అనుకుంటారు. నా దగ్గర కేవలం రూ.20 మాత్రమే మిగిలి ఉంది. కాబట్టి ఒక్కొక్కరికి రూ.10 ఇచ్చాను. వాళ్ల నాన్న దగ్గర బోలెడంత డబ్బు ఉందని ఇప్పుడు వాళ్లకు అనిపిస్తుంది.'

నేను ఈ జీవిత తత్వాన్ని మొదటిసారిగా వింటున్నాను. కానీ నేను ఆశ్చర్యపోలేదు. నేను కూడా ఈ జీవితాన్ని మొదటి సారి దగ్గరగా, వ్యక్తిగతంగా చూస్తున్నాను.

బన్మా ఇతాహ్రీ మా ప్రయాణానికి చివరి గమ్యస్థానం. మాలో ఒక విచిత్రమైన నిశ్శబ్దం అలుముకుంది. కొద్ది క్షణాల్లోనే, మా అందరి పరిస్థితులు శాశ్వతంగా మారబోతున్నాయని మా అందరికీ తెలుసు. వాళ్లలో ఒక్కొక్కరిని కౌగిలించుకుని, వాళ్లకు ఏదైనా సహాయం కావాల్సినప్పుడు వాళ్లు నన్ను పిలవాలని వాళ్లకు భరోసా ఇవ్వాలని నేను తహతహలాడుతున్నాను.

కానీ వాళ్ల దగ్గరికి వెళ్లలేకపోయాను. కోవిడ్-19 భయం మమ్మల్ని దూరంగా ఉంచింది. ఎవరో ఏడుపు వినిపించడంతో మేము తిరిగి మా కారు వైపు నడవడం ప్రారంభించాము. నేను వెనక్కి తిరిగి ఆశిష్ నా వైపు వస్తున్నట్లు చూశాను, అతని కళ్ళలో నీళ్ళు. ఆపై అతను ఎటువంటి పరిణామాల గురించి బాధపడకుండా నన్ను కౌగిలించుకున్నాడు. చాలాసేపు అలాగే ఉండిపోయాడు. నేను విడదీయడానికి ప్రయత్నించలేదు, అక్కడ నిశ్చలంగా, మౌనంగా ఉన్నాను. అతని కన్నీళ్లు నా మెడపై నాకు తెలిసాయి. అవి నన్ను ఉక్కిరిబిక్కిరి చేయడానికి సరిపోతాయి.

నేను వెనక్కి తిరిగి చూసుకున్నప్పుడల్లా, అవి నా జీవితంలో చాలా విలువైన క్షణాలు అని నేను దృఢంగా చెప్పగలను. మేము సహర్సా నుండి నోయిడాకు తిరిగి వస్తున్నప్పుడు, నా జీవితంలో, వైఖరిలో గొప్ప మార్పును తీసుకువచ్చిన ఏడు రోజుల ప్రయాణం గురించి నేను ఆలోచిస్తూనే ఉన్నాను. ఈ ఏడుగురు కూలీలే కాదు, ప్రపంచంలోని కార్మికులందరూ నాకు పేరులేని, ముఖం లేని మనుషులు కాదు.

ఆ ఏడు రోజులు వారి పేర్లను తెలుసుకునే అవకాశం నాకు కల్పించింది. వారు సాదాసీదాగా, కష్టపడి పనిచేసేవారు, నిజాయితీపరులని, ఇతరుల దృష్టిలో సమానంగా పరిగణించాలని కోరుకునే వారని ఆ ఏడు రోజులు నాకు నేర్పాయి. మేము ఊహించలేనంతగ సవాళ్లను ఎదుర్కొన్నప్పటికీ, కొట్టుకునే హృదయం ఉన్న మానవుడు; రోజువారీ కష్టాల్లో చిక్కుకుపోయే హృదయం, తనంతట తానుగా ఎంచుకుని, నవ్వుతూ, నవ్వుతూ, జీవిత వ్యాపారాన్ని కొనసాగిస్తూ ఉంటాడు అనిపించింది.

ఉపసంహారం

నేను సహర్సాలో సోదరుల బృందంలో ఆరుగురిని విడిచిపెట్టాను. ఏడవ, రామ్ బాబు సమస్తిపూర్లోని తన గ్రామానికి వేరే బస్సు తీసుకున్నాడు. నేను అతడిని చివరిగా చూసింది అప్పుడే. వారు సైకిల్ తొక్కారు, నడిచారు, అప్పుడప్పుడు దయగల ట్రక్ డ్రైవర్ ద్వారా లిఫ్ట్ తీసుకున్నారు. వారు పోలీసుల లాఠీలు, ఆకలి, భయం, ఆశల మధ్య వేడిని తట్టుకోలేక అనూహ్యమైన పరిస్థితులలో 1232 కిలోమీటర్లు ప్రయాణించారు.

వారు స్వగ్రామానికి తిరిగి వచ్చి వారం రోజులు దాటింది. 11 మే 2020న, నాకు రాత్రి రితేష్ నుండి కాల్ వచ్చింది. నేను ఫోన్ తీసిన వెంటనే, అతను నన్ను అడిగాడు, 'సార్, మహారాష్ట్రలో రైలు ప్రమాదంలో పదహారు మంది కూలీలు మరణించారని మీకు తెలుసా?'

మహారాష్ట్రలోని ఔరంగాబాద్ జిల్లాలో జరిగిన ప్రమాదం గురించి రితేష్ సహర్సాలో క్వారంటైన్‌లో ఉన్నప్పుడు నన్ను ఎందుకు అడుగుతున్నాడో నాకు అర్థం కాలేదు? 'అవును' అని బదులిచ్చాను. 'నాకు దాని గురించి తెలుసు. ఈ ఘటనల గురించి వినడం చాలా బాధాకరం.'

'అవును సార్, మీరు మాకు తోడుగా ఉండకపోతే మా ప్రయాణంలో మేమూ వాళ్లలాగే చనిపోయేవాళ్లమని మేమంతా మా మధ్య మాట్లాడుకుంటున్నాం.

'కాదు కాదు! ఇది జరిగేది కాదు. ప్రతి ఒక్కరికీ తనదైన విధి ఉంటుంది.' నేను అతనిని ఓదార్చడానికి ప్రయత్నించాను.

'అవును సార్, ఒక్కొక్కరికి ఒక్కో విధి ఉంటుంది నిజమే. కానీ కార్మికులకు ఒకే విధి ఉంది. జీవితాంతం కష్టాలు అనుభవించి చచ్చిపోతారు.'

రితేష్ ఎందుకు నిరుత్సాహంగా, మాట్లాడుతున్నాడో నేను గుర్తించలేకపోయాను. అతను పద్నాలుగు రోజులు నిర్బంధించబడినప్పటికీ, ఐసోలేషన్ కేంద్రం అతని గ్రామానికి సమీపంలో ఉంది, అతను మరో వారం లేదా అంతకంటే ఎక్కువ సమయంలో తన కుటుంబంతో తిరిగి కలుస్తాడు. నేను అతనికి గుర్తు చేశాను, 'కనీసం ఇప్పుడు మీరు మీ స్వంత గ్రామానికి దగ్గరగా ఉన్నారు; కాబట్టి అలా అనుకోకు, రితేష్.

'అవును, మా ఊరు దగ్గర్లోనే ఉన్నాం, కానీ మృత్యువు తోడు వస్తోంది. మీకు తెలుసా, ఈ సెంటర్‌లో, మాకు లభిస్తున్నది నాలుగు సంవత్సరాల పిల్లవాడికి కూడా సరిపోని మూరి, పాత రోటీ, నీళ్లతో కూడిన పప్పు లభిస్తాయి. ఇది రోజూ జరిగేది.

రితేష్ చెప్పిన దానికి నేను ఆశ్చర్యపోలేదు. ఢిల్లీ, ఇతర మెట్రోపాలిటన్ నగరాల్లోని ఐసోలేషన్ కేంద్రాలను పక్కన పెడితే, దేశంలోని ఇతర ప్రాంతాల పరిస్థితి దయనీయంగా ఉంది. బీహార్‌లో నిర్వహణలోపం గురించి రోజుకో వార్తలొచ్చాయి.

రితేష్ ఇంకా మాట్లాడుతున్నాడు. 'అయ్యా, నిన్నటికి నిన్న ఇద్దరు అబ్బాయిలు కుప్పకూలి ఒకరు చనిపోయారని మీకు తెలుసా?' నేను ఆశ్చర్యపోయాను. 'ఐసోలేషన్ సెంటర్‌లో బాలుడు చనిపోయాడా? 'వారికి సహాయం చేయడానికి నేను ఏమి చేయగలను అని పిచ్చిగా ఆలోచించడం ప్రారంభించాను ఇక్కడ నుండి.

'లేదు సార్,' అతను వివరించాడు. 'బాలుడు ఐసోలేషన్ సెంటర్‌లో పోలేదు. పదహారు రోజులు కాలినడకన నడిచి అంబాలా నుండి వచ్చాడు. పద్నాలుగు రోజులు ఇక్కడే ఉండి తన గ్రామానికి వెళ్లాడు. అక్కడ పాము కాటుకు గురై చనిపోయాడు. సార్, ఒక నెల కష్టాలు, బాధల తర్వాత కూడా అతని దురదృష్టం గురించి ఆలోచించండి, అతనికి వచ్చింది మరణమే.'

రితేష్ తన భవిష్యత్తు గురించి ఎందుకు ఆందోళన చెందాడో నాకు అర్థమైంది. ఆపై అతని భయాలు నిజమయ్యాయి. అతను ఐసోలేషన్ సెంటర్ నుండి బయలుదేరిన క్షణంలో అనారోగ్యానికి గురయ్యాడు, తీవ్రమైన కడుపు నొప్పి వచ్చింది. పిత్తాశయంలో రాళ్లు ఉన్నాయని వైద్యులు చెప్పారు. రితేష్ దగ్గర ఆపరేషన్ చేయడానికి డబ్బులు లేవు. ఈ విషయం నాకు సోనూ ద్వారా తెలిసింది. రితేష్ తన కష్టాలను నాతో పంచుకోవడానికి సంకోచించాడని నేను అనుకుంటున్నాను. నేను అతన్ని తిట్టాను, అతని చికిత్స కోసం ఏర్పాటు చేసాను.

అతని ఆపరేషన్, తర్వాత, మూడు వారాల పాటు కోలుకోవడం కొనసాగింది. రితేష్ సహర్సా దగ్గర పని కోసం ప్రయత్నించాడు. కానీ సరైనది కనుగొనలేకపోయాడు. రోజుకు రూ.500 సంపాదించే వ్యక్తి గత మూడు నెలలుగా పని లేకుండానే ఉన్నాడు.

సోనూకు కూడా ఇలాంటి కథే ఉంది. అతనికి బాధ్యతల భారం ఎక్కువ. అతనికి భార్య, పిల్లలు, తల్లిదండ్రులు, ఒక చెల్లెలు ఉన్నారు, అతను మాత్రమే అన్నదాత. ఊరు చేరిన నెల రోజులకే సోను నాకు రెగ్యులర్ గా ఫోన్ చేయడం మొదలుపెట్టాడు. ప్రతిసారీ, అతనికి ఒక ప్రశ్న మాత్రమే ఉండేది. 'సార్, ఈ లాక్‌డౌన్ ఎప్పుడు ముగుస్తుందో చెప్పండి?'

'సమయం పడుతుంది సోనూ.'

'కష్టం అవుతోంది సార్. కూరగాయలు అమ్మడం మొదలుపెట్టాను. కానీ పూర్తి రోజు అమ్మకం తర్వాత రూ. 50 సంపాదించడం ఒక పని. 50 రూపాయల రోజువారీ సంపాదన మాత్రమే ఉంటే ఆరుగురు సభ్యుల కుటుంబం ఏమవుతుందో ఒక్కసారి ఊహించండి సార్.'

ఇది వినడానికి నిజంగా బాధగా ఉంది.

'వలస కార్మికులకు ఆర్థిక ఉపశమేము కల్పిస్తామని కొన్ని వార్తాపత్రికల్లో వార్తలు వచ్చాయి. మీకు ఏదైనా ద్రవ్య సహాయం అందిందా?' నేను అతడిని అడిగాను.

'లేదు సార్, మాకు ఏమీ అందలేదు' అని సమాధానం వచ్చింది. కొంత సమయం తరువాత, అతను సరిగ్గా చెప్పాలంటే ఆరు వారాల తర్వాత, సోనూ తన అత్తమామల నుండి రూ. 10,000 అప్పుగా తీసుకోవలసి వచ్చిందని, అది రాబోయే మూడు నెలలు కుటుంబాన్ని నడపడానికి సరిపోతుందని సోనూ నాకు తెలియజేశాడు.

మిగిలిన వారు అదే పడవలో ఉన్నారు. కృష్ణుడి తండ్రి కుమ్మరి, కానీ కృష్ణుడికి కుండల మీద ఆసక్తి లేదు, దానిని నేర్చుకో లేదు అని అతడు ఎప్పుడూ బాధపడలేదు. కానీ ఇప్పుడు, అతను అయిష్టంగానే తన తండ్రి నుండి కుండల కళ, నేర్చుకుంటున్నాడు. అతను కొన్ని మట్టి వస్తువులను తయారు చేసాడు, కానీ కొనేవారు లేరు. కొనుగోలుదారులు కూడా ఉద్యోగాలు కోల్పోయారు.

ముఖేష్, సందీప్, రామ్‌బాబు తమ భూమిలో కష్టపడి, దాని ద్వారా వరి పంట చేతికి రావడంతో కొంత సంతృప్తి చెందారు. ప్రజలు ఆ పంటను బట్టి కొంత డబ్బు అప్పుగా ఇచ్చారు. కానీ జులైలో వచ్చిన వరదలు వారి శ్రమను ముంచి, మంచి మొత్తాన్ని సంపాదించే ఏకైక అవకాశాన్ని పోగొట్టాయి.

నేను సహర్సాకు తిరిగి వెళ్లి ఏదైనా సహాయం అందించగలనా అని చూడాలని నిర్ణయించుకున్నాను. వరదల సమయంలో సమస్తీపూర్‌లోని బితాన్‌లోని రామ్‌బాబు గ్రామానికి చేరుకున్నాను. ఆ ప్రాంతమంతా నీటమునిగింది. నేను అతని గ్రామానికి

దగ్గరగా ఉన్నానని తెలుసుకున్న రామ్‌బాబు, అతను బంధువుల మోటర్‌సైకిల్‌ను అరువుగా తీసుకుని, నా కారు ఇరుక్కున్న ప్రదేశానికి మట్టి రోడ్డు ద్వారా వచ్చాడు.

నేను అతని ఇంటికి వెళ్లాలని అతను పట్టుబట్టాడు. మేము చేరుకునే సమయానికి రాత్రి అయ్యింది, చీకటిలో అతని ఇల్లు నాకు సరిగ్గా కనిపించలేదు. నేను లోపలికి వెళ్ళినప్పుడు, నలుగురు నిరుద్యోగ సోదరులు, మొత్తం ఇరవై ముగ్గురు కుటుంబ సభ్యులను చూస్తే వారి పోరాటం ఆఖరి మెట్టు చేరుకుందని నాకు అనిపించింది.

అప్పటికే క్లిష్టంగా ఉన్న పరిస్థితిని మరింత భయంకరంగా మార్చడానికి , రామ్ బాబు ఐదుగురు సోదరీమణులలో ఇద్దరు తమ పిల్లలతో కలిసి వచ్చారు. మొత్తం ఐదుగురు అన్నదమ్ములు కూలి పని చేసేవారు, లాక్‌డౌన్‌లో ఉద్యోగాలు కోల్పోయి స్వగ్రామాలకు చేరుకున్నారు. వారిలో ఇద్దరు తీవ్ర ఇబ్బందుల్లో ఉన్నారని, పిల్లలను తీసుకొని తల్లిదండ్రుల వద్దకు వెళ్లాలని భార్యలను కోరారు. అన్నయ్యగా రామ్‌బాబు బాధ్యతలు అపారమైనవి, కానీ, ప్రస్తుతం అతను తన సొంత కుటుంబానికి ఏమీ చేయలేని స్థితిలో ఉన్నాడు.

'ఎలా మేనేజ్ చేస్తున్నారు?' అని అడిగాను, రామ్‌బాబు చెప్పిన సమాధానం హృదయవిదారకంగా ఉంది. 'సార్, లాక్‌డౌన్ నాలుగు నెలల కాలంలో గత నాలుగేళ్ల పొదుపు మొత్తం ఆవిరైపోయింది.'

వారి సెలవు తీసుకుంటున్నప్పుడు, నేను రామ్ బాబు తల్లి, అమరికా దేవి చేతుల్లో కొంత డబ్బును ఉంచాను, ఆమె 'సార్ దయచేసి వారి ఢిల్లీ పనిని కొనసాగించడానికి ఏదైనా చేయండి' అని మాత్రమే చెప్పింది.

మహమ్మారి కొనసాగే వరకు ఏమీ జరగదని నేను ఆమెకు చెప్పవలసి వచ్చింది.

'ఈ కరోనా వైరస్ మనకు ఎందుకు రావడం లేదు?' ఆమె వారి విధి గురించి విలపించింది. 'అది ఒక్కసారిగా మా కష్టాలన్నింటినీ పరిష్కరిస్తుంది.'

ప్రపంచంలోనే అత్యంత శక్తివంతమైన దేవత పేరున్న అమ్రికా దేవి తన జీవితంలో ఎక్కువ భాగం పేదరికం, కష్టాలతో గడిపింది. ఆమె పేరు అభివృద్ధికి చిహ్నం. కానీ ఆమె అభివృద్ధికి దూరంగా ఉన్న ప్రపంచం లో బతుకుతోంది. 'ఈసారి ఓట్ల కోసం వస్తే బూట్లతో కొడతాను' అంటూ భారత రాజకీయ పార్టీలపై ఆగ్రహం వ్యక్తం చేసింది.

వారికి ఆకలి, పేదరికం, నిరుద్యోగం కంటే పెద్ద మహమ్మారి లేదు.

జూలై–ఆగస్టు 2020 సమయంలో, బీహార్‌లో వరదలు పంటను కొట్టుకుపోయినప్పుడు, ప్రభుత్వం దశలవారీగా దేశవ్యాప్తంగా లాక్‌డౌన్‌ను ఎత్తివేయడం ప్రారంభించింది. ఆర్థిక వ్యవస్థ కొలుకునే దిశగా నెమ్మదిగా సాగడం ప్రారంభించింది. ప్రాణాపాయ యాత్ర చేపట్టిన ఏడుగురు వ్యక్తులు ఇంటికి చేరుకోవడానికి 1232 కిలోమీటర్ల

ప్రయాణించినప్పటికి, అప్పటికే నగరానికి తిరిగి రావాలని తహతహలాడుతున్నారు.

ఢిల్లీకి తిరిగి వచ్చిన మొదటి వ్యక్తి ఎవరో మీరు ఊహించగలరా? అది అమృత దేవి పెద్ద కొడుకు రామ్ బాబు.

అతను ఒంటరిగా వచ్చాడు, ఈసారి ఘజియాబాద్ లోనికి బదులుగా ఢిల్లీలోని పీరాగర్హిని తన స్థావరంగా చేసుకున్నాడు. రామ్ బాబు తిరిగి వచ్చిన కథ చాలా విషాదకరమైనది. ప్రభుత్వం లాక్‌డౌన్‌ను ఎత్తివేసింది, కానీ అనేక నిబంధనల కారణంగా, పనులు సులభంగా పనిచేయడం లేదు. రవాణాపై ఆంక్షలు విధించారు. బీహార్, ఢిల్లీ మధ్య బస్సు సర్వీస్ పూర్తిగా ప్రైవేట్ ఆపరేటర్లచే నియంత్రించబడింది, వాటిని ఢిల్లీకి తీసుకెళ్లడానికి ప్రతి కార్మికుడి నుండి రూ. 2,000 వసూలు చేస్తున్నారు. లాక్‌డౌన్‌కు ముందు, ఈ ఛార్జీ రూ. 800.

ప్రజలు ఐదు నెలలుగా ఉద్యోగం కోల్పోయి, జీవనోపాధి కోసం తిరిగి ఢిల్లీకి వెళ్లాలని ప్లాన్ చేస్తున్న సమయంలో, వారు రూ. 2,000 చెల్లించాలని ఒత్తిడి చేశారు. విషాదాన్ని వ్యాపార అవకాశంగా మార్చడానికి ఇది అత్యంత నీచమైన ఉదాహరణ. ఇద్దరు కూర్చునే సీటులో నలుగురికి వసతి కల్పించారు. సీటు రాని వారికి రూ.800 తగ్గింపు.. రూ.1200 వసూలు చేస్తారు.

'రూ. 2000 ఎలా మేనేజ్ చేసావ్ రామ్ బాబూ?' తెలుసుకోవాలనే కుతూహలం కలిగింది.

'నేను అప్పు తీసుకున్నాను. ఒకరి నుంచి రూ.200, వేరొకరి నుంచి రూ.500. ఎలాగోలా ఢిల్లీకి టికెట్ కొనుక్కోవడానికి సరిపడా సమకూర్చుకున్నాను.'

'మరి నువ్వు ఒంటరిగా ఎందుకు వచ్చావు? మిగిలిన వాళ్ళు నిన్ను ఎందుకు అనుసరించలేదు?'

'వాళ్ళు వస్తారు. ఇంక ఎక్కడికి వెళ్తారు?'

రాంబాబు చెప్పింది నిజమే. సెప్టెంబర్ ప్రారంభం నాటికి రితేష్, ఆశిష్, కృష్ణ, సోను, సందీప్ ఢిల్లీకి తిరిగి వచ్చారు. కాంట్రాక్టర్ సహాయంతో అందరూ మెల్లగా పనిలో పడ్డారు. లాక్డౌన్ ప్రకటించినప్పుడు వారు నివసించిన ఘజియాబాద్‌లోని లోని లోని అదే అద్దె ఇంట్లో నివసించడానికి వారు తిరిగి వచ్చారు.

ముఖేష్ నగరానికి తిరిగి రాలేదు. అతను సహర్సాలో ఒక డబ్బా కొట్టు తెరిచినట్లు చెప్పాడు. అక్కడ అతను లిట్టీ (సగ్గుబియ్యం పిండి) విక్రయించి, సమోసా, బ్రెడ్ పకోరా, జిలేబీ, గులాబ్ జామూన్‌లను, చేసి నెలకు రూ. 9,000 సంపాదించాడు.

అతను ఘజియాబాద్‌లో అదే మొత్తాన్ని సంపాదించ గలడు. కాబట్టి అతను

ప్రస్తుతానికి తిరిగి రాకూడదని నిర్ణయించుకున్నాడు. అతను చౌమీన్ ఎలా తయారు చేయాలో నేర్చుకుంటున్నానని, నేను వచ్చి తన వంటను రుచి చూసి నా అభిప్రాయం చెప్పమని చెప్పాడు.

నేను ముఖేష్‌ని కలవడానికి వెళ్లలేకపోయినా, మిగిలిన కూలీలను కలవడానికి లోనికి వెళ్లాను. రామ్ బాబుని మాతో చేరమని అడిగాను. అందరం కలిసి భోజనం చేసాము. నేను సమస్తిపూర్‌లో రామ్‌బాబును మాత్రమే కలవడానికి వెళ్లడంపై అందరూ ఫిర్యాదు చేశారు. మరికొందరు ఎందుకు కాదంటూ నన్ను నిలదీశారు. కానీ రామ్ బాబు వరదల గురించి చెప్పగానే అందరికీ అర్థమై నిశ్శబ్దం అయిపోయారు. తనకు ఘజియాబాద్‌లో ఉద్యోగం వచ్చిన మరుక్షణమే ఆ గుంపుతో కలిసిపోతానని అతను అందరికీ చెప్పాడు.

రెండు నెలల తర్వాత, నవంబర్‌లో, ఘజియాబాద్‌లో వారి జీవితం కొంతవరకు తిరిగి వచ్చినప్పుడు, నేను దీపావళి వేడుకలకు వారిని ఇంటికి పిలిచాను. ఈ గ్రహం మీద అత్యంత నిరాడంబరమైన మానవులతో నేను జరుపుకున్న దీపావళి నా జీవితంలో మరపురానిది.

మా చర్చలో, మేము బీహార్ అసెంబ్లీ ఎన్నికల గురించి ప్రస్తావించాము. మొత్తం ప్రచార కాలంలో వలస కూలీల కష్టాలు, ఐదు నెలల ఆకలి, నిరుపేదలు, వారి నిరుద్యోగం ఒక సమస్య కాదనీ, అది లేవనెత్తలేదని నేను తెలుసుకున్నాను.

రాజకీయ నాయకులను చెప్పుతో కొడతానని ప్రమాణం చేసిన రామ్ బాబు తల్లి అమ్రికాదేవి కూడా గత ఐదేళ్లుగా అధికారంలో ఉన్న పార్టీకే ఓటు వేశారు. అమ్మ అలా ఎందుకు ప్రవర్తించిందని రామ్ బాబుని ప్రశ్నించగా.. 'సార్ మేము ఎవరికైనా ఓటేయవచ్చు కానీ మా బతుకులు మారవు' అని సమాధానమిచ్చాడు.

ఆహారం వడ్డించాము. ఒకరి తర్వాత ఒకరు, చాలా ఇబ్బందిగా, కూలీలందరూ వచ్చి కూర్చున్నారు. మేము వారిని సౌకర్యవంతంగా చేయడానికి ప్రయత్నించాము, కానీ అది సరిపోదని నేను భావిస్తున్నాను.

'మీ ఇల్లు అందంగా ఉంది సార్' అంటూ కుర్చీలో కూర్చున్నాడు రామ్ బాబు.

'మీ ఇల్లు కూడా అందంగా ఉంది రామ్ బాబు. నేను అది చూసాను.' నా సమాధానానికి రామ్ బాబు నవ్వాడు. 'ఎప్పుడూ తిరుగుతూ ఉండేవాళ్ళకి ఇల్లు ఎలా ఉంటుంది సార్?' అతను అడిగాడు. 'ఈరోజు నేను పీరాగర్హిలో, రేపు లోనిలో ఉన్నాను. కాంట్రాక్టర్ మిమ్మల్ని ఉద్యోగం నుండి తొలగిస్తే, మీరు మరుసటి రోజు గురుగ్రామ్‌లో దిగవచ్చు. లాక్‌డౌన్ సమయంలో మేము గ్రామంలోనే ఉన్నాం. మేము ఆకలితో

అలమటించడం ప్రారంభించినప్పుడు, మేము నగరాలకు తిరిగి వచ్చాము. మేము ఒకరోజు చనిపోతాం, ఒక చోటి నుండి మరో చోటికి వెళ్లిపోతాం.'

'సార్, దయచేసి రామ్ బాబు రాజకీయ నాయకుడు కావడానికి సహాయం చేయండి; అతను గొప్ప ప్రసంగాలు చేస్తాడు!' రితేష్ వాతావరణాన్ని తేలికపరిచేందుకు ప్రయత్నించాడు. అందరూ నవ్వడం మొదలుపెట్టారు. కానీ రామ్‌బాబు మాత్రం ఆలోచనలో పడ్డాడు.

'సార్, ప్రస్తుతం రితేష్‌కి నాలాంటి బాధ్యతలు లేవు; అందుకే అతను నా ఆందోళనలను పక్కన పెట్టడానికి ప్రయత్నిస్తున్నాడు.

'రామ్‌బాబు అతను అల్లరి చేస్తున్నాడు. అంతే. పద తిందాం' అని బదులిచ్చాను.

డిన్నర్ అయ్యాక, వాళ్లంతా నా ఏడవ అంతస్తు టెర్రస్ గార్డెన్ నుండి నోయిడా స్కైలైన్ వైపు చూస్తున్నప్పుడు, ఆశిష్ అన్నాడు, 'సార్, ఖీర్ చాలా రుచిగా ఉంది. మా అమ్మ చేసినట్టు అనిపించింది.'

'అయ్యో, రంజు, మా వంటవాడు కూడా బీహార్‌వాడే. నిజానికి మాధేపురా అతను. అది నీకు సుపరిచితమైన రుచికి కారణం కావచ్చు' అని ఆశిష్‌కి చెప్పాను.

'మధేపురా నుండి సహర్సా కేవలం 25 కిలోమీటర్ల దూరంలో ఉంది సార్,' ఆశిష్ చాలా ఉత్సాహంగా చెప్పాడు.

'ఇక్కడి నుండి 1232 కిలోమీటర్లు.'

'అవును!'

'మీరు ఇల్లు మిస్ అవుతున్నారా?'

'చాలా.'

'ఇంకో లాక్‌డౌన్ ఉంటే సైకిల్‌పై వెనక్కి వెళ్తారా?'

ఏం చేస్తాడో అని లోతుగా ఆలోచిస్తూ మౌనంగా ఉండిపోయాడు ఆశిష్. అయితే అందుకు రితేష్ సిద్ధంగా సమాధానం ఇచ్చాడు. 'మా ప్రాణాలకు ముప్పు వాటిల్లితే, అవసరమైతే వెనక్కి నడుస్తాం సార్.'

'వెళ్ళడం ఎందుకు రితేష్?ఎలాగైనా తిరిగి వచ్చేటప్పుడు?'

'వెళ్లడం వల్ల చాలా పుణ్యం ఉంది సార్' అని బదులిచ్చి ఆ తర్వాత మౌనం వహించాడు. ఇది నా ఉత్సుకతను పెంచింది.

'ఇందులో పుణ్యం ఏమిటి?'

'విషయం ఏమిటంటే కనీసం మేము బతికే ఉన్నాం. మా ప్రాణాలు కాపాడబడ్డాయి.

మేము ఈ నగరంలో ఉండి ఉంటే, మేము చనిపోయేవాళ్ళం. మేము మీతో ఇక్కడ కూర్చొని భోజనం చేసే అవకాశం లేదు. చెప్పండి సార్, నేను నిజం చెప్పలేదా?'

రితేష్ వాదనలకు నా దగ్గర సమాధానం లేదు. మౌనంగా ఉండటమే వివేకం అనుకున్నాను. ఆ సమయంలో రాత్రి ఆకాశంలో ఓ విమానం కనిపించింది. అందరూ చూసారు.

'సార్, రితేష్ ఏదో ఒక రోజు విమానంలో వెళ్తానని చెప్పాడు, అతను తన భార్యను కూడా తీసుకెళ్తానని చెప్పాడు...'

సోనూ చెప్పిన క్షణంలో, రితేష్ లోపలికి వెళ్లి అతని నోటిపై చేయి వేసి అతనిని మూసేయడానికి ప్రయత్నించాడు. అందరూ నవ్వడం మొదలుపెట్టారు. విమానం శబ్దం వారి నవ్వులో మునిగిపోయింది.

కృతజ్ఞతలు

నేను కొంతకాలంగా పట్టుదలగా అనుకున్న కొన్ని విషయాలు ఇక్కడ ఉన్నాయి: నేను ఎక్కడ ప్రారంభించాలి? కోవిడ్-19 వల్ల కాకపోతే, ఈ పుస్తకం నేను రాసి ఉండకపోవచ్చునని నేను అనుకుంటాను. లేక నేను లాక్‌డౌన్‌కు కృతజ్ఞతలు చెప్పాలా, అది లేకుండా డాక్యుమెంటరీ లేదా పుస్తకం ఎప్పుడూ ఉనికిలోకి వచ్చేది కాదా?

ఒక చిత్రనిర్మాతగా, నేను ఒక డాక్యుమెంటరీ దృక్కోణంలో మొదటి రోజు నుండి వలస వెళ్ళడాన్ని చూశాను. నాకు మొదట్లో పుస్తకం రాయాలనే ఆలోచన లేదు, అయితే కెమెరా ప్రయాణంలోని అనేక అంశాలను పట్టుకోలేము అని నేను భావించాను (కొంతవరకు నేను షూటింగ్ కోసం కఠినమైన నిబంధనలను సెట్ చేయడం వల్ల ఏడుగురికి వారి గోప్యత, వారితో మాట్లాడే హక్కు లభించింది. వారు ఎంచుకున్న సమయంలో కెమెరా తో మాట్లాడే అవకాశం ఇచ్చాను).

నా ఆలోచనలు, పరిశీలనలు, ఇతర సమయాల్లో ఆ యువకులు పంచుకున్న వాటి గురించిన గమనికలను వ్రాయడానికి నేను నా నమ్మకమైన iPhoneని ఉపయోగించాను. కెమెరాలో చిక్కుకోని ఈ అంశం కూడా డాక్యుమెంట్ చేయబడాలని నేను భావించాను.

ఈ ఏడుగురితో ఏడు పగళ్లు ఏడు రాత్రులు గడిపిన తర్వాత, నేను నోయిడాకు తిరిగి వచ్చినప్పుడు, ముప్పై ఏళ్ల నా స్నేహితుడు, మా అన్నయ్య, ప్రతాప్ సోమవంశీతో నా అనుభవాలను పంచుకున్నాను. రెండు నిమిషాల్లో, అతను (సలహా ముసుగులో) ఆదేశించాడు, 'ఇది మరపురాని, నమ్మశక్యం కాని ప్రయాణం. డాక్యుమెంటరీ చేయండి, కానీ ఒక పుస్తకం కూడా రాయండి. హిందీలోనూ, ఇంగ్లీషులోనూ.'

కాబట్టి ప్రతాప్ సోమవంశీ చూపిన స్పష్టమైన దిశ ఈ పుస్తకానికి దారితీసిందని చెప్పడం తప్పు కాదు. ఆయన సన్నిహితుడు కేశవ్ చతుర్వేది కూడా నాకు మనస్ఫూర్తిగా మద్దతు పలికారు. ప్రతాప్ జీ నన్ను కేశవ్ చతుర్వేదికి పరిచయం చేశారు. మా మొదటి సంభాషణ వల్ల ఈ నమ్మశక్యం కాని ప్రయాణం చాలా గొప్పది అని నాకు అర్థమైంది. మీ ఇద్దరికీ కృతజ్ఞతలు చెప్పడం సరిపోదు కాబట్టి నిజమైన కృతజ్ఞతకు నేను దూరంగా ఉంటాను.

నా కుటుంబం లేకుండా ఈ ప్రయాణం అసాధ్యం–మా నాన్న, మిస్టర్ డీ. ఎస్. కాప్రీ, నా భార్య, సాక్షి జోషి, నా కొడుకులు, ఆర్యమాన్, ఆహాన్ వీరందిరికి నా కృతజ్ఞతలు. ఒక్కసారి ఊహించుకోండి, కోవిడ్–19 మహమ్మారి లాక్‌డౌన్ తర్వాత కుటుంబం మీ శారీరక మానసిక ఉనికిని 24 గంటలూ అవసరమయ్యే ఒక సాధనం.

మీరు వారికి దగ్గరగా ఉండాలని సురక్షితంగా ఉండాలని వారు కోరుకుంటారు. అయినప్పటికీ, అలాంటి కష్ట సమయాల్లో, నా కుటుంబం నాకు అండగా నిలిచింది. కొన్ని జాగ్రత్తలతో నన్ను ప్రోత్సహిస్తూనే ఉంది. నేను తిరిగి వచ్చిన తర్వాత కూడా, పాత్రలు కడగడం వంటి లాక్‌డౌన్ విధుల నుండి నాకు మినహాయింపు ఉంది. ఎవరూ ఇంక ఏ విషయం ఎత్తలేదు. సాక్షి ఒక్కసారి కూడా నన్ను తిట్టలేదు.

నేను నా కుటుంబం గురించి మాట్లాడేటప్పుడు, నేను మా కుక్క సాకర్‌ను మరచిపోలేను. నేను రైటర్ బ్లాక్‌తో ముట్టడి చేయబడినప్పుడల్లా, నేను పడుకుని, దానిని కౌగిలించుకుని, దాని జుట్టును నిమిరేవాడిని. అది తన తోకను ఊపుతూ నాపై ప్రేమను కురిపించేది. దానితో నేను అన్నీ అనుభవిస్తున్న అన్నీ బ్లాక్‌లు కరిగిపోయేవి; ఉద్రిక్తతలు, గందరగోళం పోయి స్పష్టత వచ్చేది.

నేను ఇంతకు ముందు చెప్పినట్లుగా, మొదట్లో, నేను డాక్యుమెంటరీ తీయడం గురించి మాత్రమే ఆలోచించాను. కానీ నేను డాక్యుమెంటరీని రూపొందించే ప్రక్రియలో డిస్నీ హాట్‌స్టార్ నుండి ఉదయ్ శంకర్, గౌరవ్ బెనర్జీ, నిఖిల్ మధోక్, మనీషా ముద్గల్‌లను కలిసినప్పుడు, వారు వలస కార్మికుల వలసల గురించి అనేక విభిన్న అంశాలను చర్చించారు. వారి ఇన్‌పుట్‌లను డాక్యుమెంటరీతో పాటు పుస్తకంలో కూడా నేసాను. ఈ ప్రయాణంలో, ఏ పరిస్థితిలోనైనా చిరునవ్వుతో సహాయం చేయడానికి సిద్ధంగా ఉండే స్నేహితురాలి పాత్ర మనీషాది.

ప్రతి పుస్తకం, రచయిత తమ సృష్టిని విశ్వసించే సంపాదకుడు, ప్రచురణకర్త లేనంత వరకు అసంపూర్ణంగా ఉంటారు. ఒక రచయిత ఔత్సాహిక సంపాదకుడిని పొందినట్లయితే, అది పెద్ద బోనస్. పుస్తకం పురోగమిస్తున్నప్పుడు, రిధిమా కుమార్ తన సూచనలను అందించింది, అది మరింత మెరుగ్గా ఈ పుస్తకాన్ని చేయడంలో దోహదపడింది.

రచయిత గురించి

వినోద్ కాప్రి అవార్డ్-విన్నింగ్ ఫిల్మ్ మేకర్. అతని సినిమా 'కెన్ట్ టేక్ దిస్ షిట్ ఎనీమోర్' (2014)కి జాతీయ అవార్డును గెలుచుకున్నారు. అతని విమర్శకుల ప్రశంసలు పొందిన చిత్రం పిహు (2017) అంతర్జాతీయ చలన చిత్రోత్సవంలో రెండు అవార్డులను కైవసం చేసుకుంది. చిత్రనిర్మాణంలోకి ప్రవేశించే ముందు, అతను తన కెరీర్‌లో ఇరవై మూడు సంవత్సరాల పాటు జర్నలిస్టుగా అమర్ ఉజాలా, జీ న్యూస్, స్టార్ న్యూస్, ఇండియా టీవీ, టీవీ9 వంటి మీడియా సంస్థలలో పనిచేశారు.

అనువాదకుని గురించి

ఆకెళ్ళ శివప్రసాద్, రెండు వందలకి పైగా చిన్న కథలు, ఐదు నవలలు, ముప్ఫై నాటికలు, వెయ్యికి పైగా టీవీ ఎపిసోడ్స్ రాశారు. ఇరవై కథలకి, రెండు నవలలకి, పలు పరిషత్తులలో నాటికలకి బహుమతులతోపాటు, రెండుసార్లు నంది అవార్డు, ఆకాశవాణిలో చేసిన రచనలకి ఐదుసార్లు జాతీయస్థాయిలో బహుమతులు వచ్చాయి. వీటితోపాటు ఆ నలుగురు, ఆశల పల్లెకి, కరెంట్, రంగమార్తాండ, హోరాహోరీ వంటి చలనచిత్రాలకు పనిచేశారు. 1880-2020, 140 సంవత్సరాల్లో ఎన్నిక చేసిన 100 నాటకాలలో వీరి నాటకం నరవాహనం ప్రచురితమైంది.

కిటికీలోంచి వాన, మౌనభాష్యం కథల సంపుటులతోపాటు, బాలసాహిత్యం, అనువాద సాహిత్యం కలిపి యిప్పటివరకు పలు పుస్తకాలు ప్రచురించబడ్డాయి.

akellasivaprasad@gmail.com

(ఎడమ నుండి కుడికి) ఘజియాబాద్ లో చిక్కుకుపోయిన సోనూ, సందీప్, రామ్ బాబు, రితేష్, లాక్ డౌన్ ప్రకటించాకా ఎలాగైనా యింటికి చేరే ప్రయత్నంలో.

జట్టు నాయకుడు రితేష్ గూగుల్ మ్యాప్‌ని ఫోన్‌లో చూస్తూ యింటి దారి వెతకడం.

చాందౌసీ వైపుగా నిర్మానుషమైన దారిలో.

ఒక దాబా నుండి మరొక దాబా వైపుకి ఆహారం కోసం, విశ్రాంతి తీసుకోవడం కోసం వెళ్ళడం.

నాలుగురోజుల సైకిల్ ప్రయాణం తరువాత ట్రక్కులో మొదటిసారి ప్రయాణం చేస్తూ.

(ముందుగా వున్న) ఆశీష్ సైకిల్ పంక్చర్ అయ్యాక సోదరుల గుంపులా సాగుతూ లక్నో సరిహద్దులకి చేరారు.

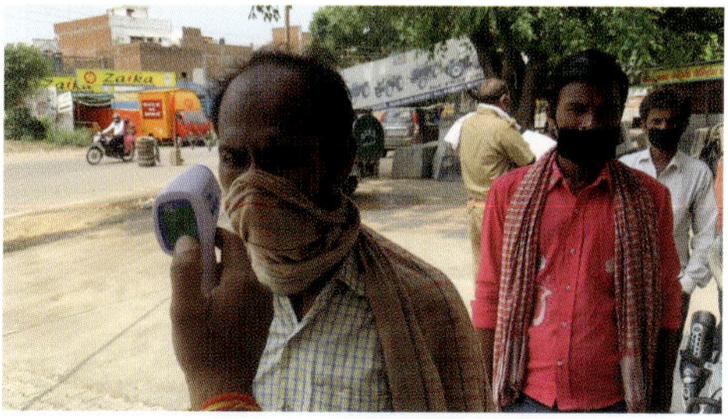

కోవిడ్-19 వున్న పరీక్ష కేంద్రంలో వున్న లక్నో దగ్గర్లో రామ్ బాబు టెంపరేచర్ని పరీక్షిస్తున్న అధికారులు.

(ఎడమ) సోను, (కుడి) ఆశీష్ వారి స్వంత రాష్ట్రమైన బీహార్ లోకి ప్రవేశించినపుడు.

ఇరవై ఏడు గంటలు ఆకలితో ప్రయాణం చేశాక, బీహార్ లోని సహర్సాలో ఏడుగురు మొదటగా ఆహారం తీసుకుంటున్నారు.

సహర్సాలో గల క్వారంటైన్ కేంద్రంలో, వాళ్ళ కుటుంబాలని కలుసుకోవడానికి పధ్నాలుగు రోజులు ఐసోలేషన్ లో వున్నారు.